AF659574

അന്ധനായ ദൈവത്തിന്റെ
തുലാസ്

andhanaya daivathinte tulasu
novel

•

chandrasekhar narayanan

•

first edition
june 2009

•

typesetting & published
chintha publishers, thiruvananthapuram

•

printed
akshara offset, thiruvananthapuram

•

cover
anil vega

Rights reserved

വിതരണം

ദേശാഭിമാനി ബുക്ക് ഹൗസ്
H O തിരുവനന്തപുരം–695 001

ബ്രാഞ്ചുകൾ

ദേശാഭിമാനി റോഡ് തിരുവനന്തപുരം • ഓവർബ്രിഡ്ജ് തിരുവനന്തപുരം • കെ എസ് ആർ ടി സി ബസ് സ്റ്റേഷൻ ആലപ്പുഴ • കെ എസ് ആർ ടി സി ബസ് സ്റ്റേഷൻ എറണാകുളം • ഐ ജി റോഡ് കോഴിക്കോട് • മാവൂർ റോഡ് കോഴിക്കോട് • എൻ ജി ഒ യൂണിയൻ ബിൽഡിംഗ് കണ്ണൂർ • സെൻട്രൽ ബസ് ടെർമിനൽ കോംപ്ലക്സ് താവക്കര കണ്ണൂർ

CO - 1314 / 2244

അന്ധനായ ദൈവത്തിന്റെ തുലാസ്

(നോവൽ)

ചന്ദ്രശേഖർ നാരായണൻ

ചിന്ത പബ്ലിഷേഴ്സ്
തിരുവനന്തപുരം–695 001
വില : 65.00 രൂപ

ചന്ദ്രശേഖർ നാരായണൻ

തൃശ്ശൂർ ജില്ലയിലെ അരിമ്പൂരിൽ ജനനം.

അച്ഛൻ: നാരായണൻ നായർ. അമ്മ: കല്യാണിയമ്മ.

മലയാള സാഹിത്യത്തിൽ ബിരുദാനന്തര ബിരുദവും, പത്രപ്രവർത്തനത്തിലും നിയമത്തിലും ബിരുദവും. അധ്യാപകനായും പത്രപ്രവർത്തകനായും ജോലി ചെയ്തിട്ടുണ്ട്. *ദീപിക* ദിനപത്രത്തിൽ ന്യൂസ് ഫോട്ടോഗ്രാഫറുമായിരുന്നു. *ബഹുമാനപ്പെട്ട കോടതി മുമ്പാകെ, ശവംതീനികളുടെ കശാപ്പ്, ഒമ്പത് പുരസ്കാര കഥകൾ, ജാതിവേട്ട* എന്നീ നാല് കഥാസമാഹാരങ്ങൾ പ്രസിദ്ധീകരിച്ചിട്ടുണ്ട്.

പൊൻകുന്നം വർക്കി നവലോകം കഥാ അവാർഡ്, പി കെ ബാലകൃഷ്ണൻ സ്മാരക കഥാ അവാർഡ്, തകഴി സ്മാരക കഥാ അവാർഡ്, സ്പന്ദനം സാഹിത്യവേദി കഥാ അവാർഡ്, പൂന പ്രവാസി ശബ്ദം കഥാ അവാർഡ്, പുഴ ഡോട്ട് കോം ചെറുകഥാ അവാർഡ്, ബാലൻ പണിക്കശ്ശേരി ചെറുകഥാ അവാർഡ്, പുരോഗമനകലാ സാഹിത്യ സംഘം ചെറുകഥാ അവാർഡ്, കലാകൗമുദി കഥാമാസികയുടെ കഥാപുരസ്കാരം, അറ്റ്ലസ് കൈരളി കഥാ പുരസ്കാരം എന്നിവ ലഭിച്ചിട്ടുണ്ട്. ഇപ്പോൾ തൃശ്ശൂർ ജില്ലാ കോടതിയിൽ അഭിഭാഷകൻ.

ഭാര്യ : സുമ

മക്കൾ : ലക്ഷ്മി ചന്ദ്രശേഖർ, വിഷ്ണുനാരായണൻ

വിലാസം : അഡ്വക്കേറ്റ് ചന്ദ്രശേഖർ നാരായണൻ
അരിമ്പൂർ പി.ഒ, തൃശ്ശൂർ–680620
ഫോൺ: 0487 – 2311048, 9847865066
Email : chandrasn@yahoo.com

നോവലെഴുതികഴിഞ്ഞ് പലവുരു വായിച്ചു തീർത്തപ്പോളെല്ലാം അതെന്നെ വേട്ടയാടാൻ തുടങ്ങി. നീതിയും നിയമവും ചെയ്യാത്ത കുറ്റത്തിന് ശിക്ഷിക്കപ്പെട്ടവന്റെ തേങ്ങലുകളായി എന്നിൽ ആർത്തലച്ചു. യഥാർത്ഥ സത്യത്തെ എത്ര അന്വേഷിച്ചെങ്കിലും എനിയ്ക്ക് കണ്ടെത്താനെ കഴിഞ്ഞില്ല. ഉണ്മയും പൊയ്യും എന്റെ അഭിഭാഷകവൃത്തിക്കു മുമ്പിൽ വലിയ ചോദ്യചിഹ്നങ്ങളായി മാറിയിരുന്നു.........

ഒന്ന്

കൃഷ്ണപുരം വില്ലേജ് രാമയനെല്ലൂർ ദേശത്ത് ചെറിയേടത്ത് മന വലശ്ശേരി വീട്ടിൽ മരിച്ച കുഞ്ഞിക്കുട്ടി നേത്യാരമ്മ മകൻ 70 വയസ്സ് റിട്ടയേർഡ് അധ്യാപകൻ കൊച്ചു ഗോവിന്ദൻ നായർ ആയ ഞാൻ സത്യത്തിന്മേൽ ബോധിപ്പിക്കുന്ന അഫിഡവിറ്റ്.

ഞാൻ മേൽനമ്പ്ര് കേസിലെ ഹർജിക്കാരനാണ്. രണ്ടാം ഹർജിക്കാരി ദേവകി എന്റെ ഭാര്യയും മൂന്നാം ഹർജിക്കാരി മൈനർ അനഘ എന്ന അമ്മുക്കുട്ടി എന്റെ മരിച്ച മകൾ രുഗ്മിണിയുടെ ഏക മകളുമാണ്. ടിയാർക്കും കൂടി വേണ്ടിയാണ് ഞാൻ ഈ അഫിഡവിറ്റ് ഒപ്പിട്ട് ബോധിപ്പിക്കുന്നത്. എന്റെ മകൾ കൊല്ലപ്പെട്ട രുഗ്മിണിയുടെ ഭർത്താവ് രഘുനാഥൻ എടുത്ത് പറ്റി ഗുണം അനുഭവിച്ച സ്വർണാഭരണങ്ങളും പണവും തിരിച്ചുകിട്ടുന്നതിനുവേണ്ടിയാണ് മേൽ നമ്പ്ര് കേസ് ഫയൽ ചെയ്തിരിക്കുന്നത്. എന്റെ മകൾ കൊല്ലപ്പെട്ടതിന് രഘുനാഥനെതിരെ ഇന്ത്യൻശിക്ഷാ നിയമപ്രകാരം സ്ത്രീധനപീഡനമരണത്തിന് പൊലീസ് രജിസ്റ്റർ ചെയ്ത ക്രിമിനൽ കേസ് ഒന്നാം ക്ലാസ്സ് മജിസ്ട്രേറ്റ് കോടതിയിൽ നിലവിലുള്ളതും ആയതിൽ ഇപ്പോൾ കോടതിയിൽ വിചാരണ നടന്നുവരുന്നതുമാണ്. എന്റെ മകളുടെ മരണശേഷം അമ്മു എന്റേയും എന്റെ ഭാര്യയുടേയും കൂടെയാണ് താമസിക്കുന്നത്. എനിക്കൊരു മകനുണ്ടായിരുന്നത് വർഷങ്ങൾക്കു മുമ്പ് വീട് വിട്ട് പോയതിനുശേഷം ഇപ്പോൾ ജീവിച്ചിരിപ്പുണ്ടോ എന്നുപോലും എനിക്കറിവില്ലാത്തതാണ്. ഇപ്പോൾ എനിക്കു കിട്ടുന്ന തുച്ഛമായ പെൻഷൻ തുക മാത്രമാണ് എന്റെയും കുടുംബത്തിന്റെയും ഏക ആശ്രയം. കുറച്ച് ഭൂസ്വത്തുക്കൾ ഉണ്ടായിരുന്നത് മുഴുവൻ എനിക്ക് മകളുടെ വിവാഹത്തിനും ഭാര്യയുടെ ചികിത്സയ്ക്കുമായി വിൽക്കേണ്ടി വന്നു. മൂന്നാംതരത്തിൽ പഠിക്കുന്ന

എന്റെ കൊച്ചുമോൾ അമ്മുക്കുട്ടിക്ക് അവളുടെ അച്ഛനായ രഘുനാഥനെ കാണുവാനോ, സംസാരിക്കുവാനോ, ടിയാന്റെ കൂടെ താമസിക്കുവാനോ ഇഷ്ടമില്ലാത്തതാണ്. കൊച്ചുമോളുടെ മാനസികാഭിവൃദ്ധിക്കും ക്ഷേമ ത്തിനും അവൾ ഞങ്ങളോടൊപ്പം നിൽക്കുന്നതാണ് ഉത്തമം. പക്ഷേ, രഘുനാഥനും ടിയാന്റെ രണ്ട് സഹോദരന്മാരും കൂടി ഇന്നലെ ഉച്ചയ്ക്ക് മദ്യപിച്ച് കൊച്ചുമോളുടെ സ്കൂളിലേക്ക് ചെല്ലുകയും ടിയാരുടെ കൂടെ അവളെ വിട്ടയക്കണമെന്നും പറഞ്ഞ് സ്കൂൾ അധികൃതരോട് ബഹളം വെക്കുകയും ആയതിന്റെ പേരിൽ പേടിച്ചുവിറച്ച് നിലവിളിച്ച കൊച്ചു മോളെ രഘുനാഥൻ മറ്റ് കുട്ടികളുടെ മുമ്പിൽവെച്ച് തല്ലുകയും മറ്റും ചെയ്തിട്ടുള്ളതാണ്. ടിയാന്റെ ഇപ്രകാരമുള്ള പ്രവൃത്തികൾ കോടതിയലക്ഷ്യവും ശിക്ഷാർഹവുമാണെന്നു കണ്ട് മേലാൽ ഇതാ വർത്തിക്കില്ലെന്ന് ഉറപ്പുവരുത്തുന്നതിനായി ബഹുമാനപ്പെട്ട കോടതി അടിയന്തിരമായി ഈ ഹർജി പരിഗണിക്കേണ്ടതും, ടിയാനോട് ഈ കേസിന്റെ തീർപ്പുവരെ സ്കൂളിൽ വന്ന് അമ്മുക്കുട്ടിയെ ശല്യപ്പെടുത്ത രുതെന്നും മറ്റും കൽപ്പിക്കേണ്ടതും അല്ലാത്തപക്ഷം എനിക്ക് അപരി ഹാര്യമായ കഷ്ടനഷ്ടങ്ങൾക്കും സങ്കടത്തിനും ഇട വരുന്നതും ആയത് നീതിന്യായ പൂർത്തിക്ക് വിഹിതവുമാണ്. ഇതുകൾ സത്യം.

അഫിഡവിറ്റ് ഒരാവൃത്തികൂടി വായിച്ചുനോക്കിയശേഷം സായിനാഥ് കടലാസ് ഗുമസ്തൻ പിള്ളച്ചേട്ടനെ ഏൽപ്പിച്ചു.

“വേഗം തയാറാക്കിക്കോളൂ.”

“ആയിക്കോട്ടെ”

“ഗോവിന്ദേട്ടനെവിടെ?”

“പുറത്തിരിപ്പുണ്ട്.”

“വരാൻ പറയൂ.”

“ഓ.”

പിള്ളച്ചേട്ടൻ ഫയലുമായി പുറത്തുകടന്നു. സായിനാഥ് അലമാര യിൽനിന്നും കേസുകളുടെ പോസ്റ്റിങ് ഡയറിയെടുത്ത് പേജുകൾ മറി ക്കുമ്പോഴേക്കും ഓഫീസ് ക്യാബിന്റെ ഹാഫ്ഡോർ സാവധാനം തള്ളി ത്തുറന്ന് ഗോവിന്ദേട്ടൻ കൈകൾ കൂപ്പി. “ഞാൻ രാവിലെ തന്നെ വന്നത്....”

“ഒരു തരത്തിൽ നന്നായി. അഫിഡവിറ്റ് ഞാൻ തയാറാക്കി പിള്ള ച്ചേട്ടനെ ഏൽപ്പിച്ചിട്ടുണ്ട്. ഗോവിന്ദേട്ടൻ ഒപ്പിട്ട്ട്ടെ പോകാവൂ.”

“എനിക്ക്...” തെല്ലിട ഗോവിന്ദേട്ടൻ വ്യസനത്തോടെ സായിനാഥിന്റെ മുഖത്തേക്കു നോക്കിനിന്നു.

“എന്താ ഗോവിന്ദേട്ടാ?”സായിനാഥ് കസേരയിൽ നിന്നും എഴുന്നേറ്റ് ഗേവിന്ദേട്ടന്റെ ഇരുകൈകളും ചേർത്തു പിടിച്ചു.

“മോനെ...” ഗോവിന്ദേട്ടന്റെ കണ്ണുകൾ ജലാർദ്രമായി. “ഞാനങ്ങനെ വിളിച്ചോട്ടെ?”

“എപ്പോഴെങ്കിലും ഞാൻ ഗോവിന്ദേട്ടനോട് ഒരു കക്ഷിയോടെന്ന പോലെ പെരുമാറീട്ട്ണ്ടോ?”

“ഇല്ല കുഞ്ഞെ! അതോണ്ടാ ഈ ഗോവിന്ദേട്ടൻ ചോദിക്കണത്... അമ്മുക്കുട്ടി കൂടി പോയാ പിന്നെയീ ഞാൻ...”

“അറിയാം.”

“തെക്കെ പറമ്പിലെ പുല്ലാണിക്കട്ത്ത് ഇപ്പഴും കൊമ്പെറക്കാത്തൊര് നാട്ടുമാവ് എന്നേം നോക്കി നിൽക്കണ്ണ്ട്.”

“ഇല്ല ഗോവിന്ദേട്ടാ! അങ്ങനെവരില്ല.”

“എന്നാലും?”

“ധൈര്യമായി പൊയ്ക്കോളൂ. ഞാനല്ലേ പറേണത്... ഇപ്പോ പൊറത്തു പോയൊരു ചായ കുടിച്ചിട്ട് വരൂ. അപ്പഴേക്കും പിള്ളച്ചേട്ടൻ ഹരജി തയ്യാറാക്കും.”

അനുസരണയുള്ള ഒരു കുട്ടിയെപോലെ ഗോവിന്ദേട്ടൻ മെല്ലെ പുറത്തേക്കിറങ്ങി.

ഓഫീസിനു പുറത്ത് വെയിൽ ചാഞ്ഞ ഇടവഴി. ആരൊക്കെയോ കൂട്ടം കൂട്ടമായി നടന്നു പോകുന്നു. അവരുടെ പുറകിലായി ഗോവിന്ദേട്ടനും നടന്നു മറയുകയാണ്.

നിറം മങ്ങി ചുളിവുകൾ വീണ അരക്കയ്യൻ വെള്ളഷർട്ട്. മുഷിഞ്ഞു പിന്നിയ മല്ല്മുണ്ട്. ചെരിപ്പിടാത്ത കാലുകളിൽ പെരുവിരൽ തഞ്ഞുപൊട്ടിയതിന്റെ ചോരയും ചെളിയും കൂടി പറ്റിപ്പിടിച്ചിരിക്കുന്നു. നരച്ചകുറ്റിത്തലമുടികൾക്ക് താഴെ ക്ഷൗരം ചെയ്യാത്ത മുഖം.

പാവം! ഇത്രയും വികാരാധീനനായി ഗോവിന്ദേട്ടനെ ആദ്യമായിട്ടാണ് കാണുന്നത്.

അമ്മുക്കുട്ടിയുടെ സംരക്ഷണം കിട്ടാനുള്ള രഘുനാഥന്റെ ഹർജി ഗോവിന്ദേട്ടനെ വല്ലാതെ അലട്ടിയിട്ടുണ്ട്. അവളുടെ കാര്യത്തിലെങ്കിലും രഘുനാഥൻ അല്പം ദയകാണിക്കുമെന്ന വിചാരമായിരുന്നു ഗോവിന്ദേട്ടന്. കാരണം എല്ലാം നഷ്ടപ്പെട്ട ഒരു മനുഷ്യന്റെ അവസാനത്തെ പ്രതീക്ഷയായിരുന്നു അമ്മുക്കുട്ടി. അവൾ കൂടി നഷ്ടപ്പെട്ടാൽ പിന്നെ ഗോവിന്ദേട്ടനെ ഈ രൂപത്തിൽ കാണാൻ കഴിഞ്ഞു എന്ന് വരില്ല. എല്ലാം നഷ്ടപ്പെട്ട ഒരു സാധു മനുഷ്യന്റെ ജീവന്റെ ചിഹ്നമാണ് അമ്മുക്കുട്ടി. അകാലത്തിൽ നഷ്ടപ്പെട്ട തന്റെ മകളെ തന്നെയാണ് ഗോവിന്ദേട്ടൻ അമ്മുക്കുട്ടിയിൽ കണ്ടെത്തുന്നത്. ഊണിലും ഉറക്കത്തിലും അമ്മുക്കുട്ടി മാത്രമായിരിക്കുന്നു ഇപ്പോൾ ഗോവിന്ദേട്ടന്റെ ചിന്ത. അമ്മുക്കുട്ടിയുടെ മുഖമൊന്ന് വാടിയാൽ പോലും ഇന്ന് ഗോവിന്ദേട്ടന് വല്ലാത്ത ആധിയാണ്.

സായിനാഥ് ഒരു സിഗരറ്റിന് തീ പിടിപ്പിച്ച് മേശപ്പുറത്തു കിടന്നിരുന്ന ലോ ജേർണലിന്റെ ലേറ്റസ്റ്റ് ഇഷ്യൂ എടുത്ത് അലസമായി മറിച്ചു നോക്കി. സുപ്രീം കോടതിയുടേയും ഹൈക്കോടതിയുടേയും വിധിപ്പകർപ്പുകൾക്കപ്പുറത്ത് ഒഴിച്ചിട്ടൊരു കളർ പേജിൽ ഏതോ ന്യായാധിപനായ കവി കുറിച്ചിട്ടിരിക്കുന്ന കവിതാ ശകലങ്ങൾ.

“അന്ധനായ ദൈവത്തിന്റെ തുലാസിലാണല്ലോ
മർത്യാ, നിൻ നീതിയും ന്യായവും

തൂങ്ങുതെന്നറിയുമ്പളോർത്തു കരയായ്ക-
കനൽ ചീന്തും വഴിയളന്നു നടന്ന
കനിവറ്റകാലത്തിൽ പരദേശിയാ മൊര-
മ്മപ്പെറ്റ ചിതൽപ്പുകളല്ലോ നമ്മൾ."

ഫോണിലാരോ ശബ്ദിച്ചു. പിള്ളച്ചേട്ടനാണ് ഫോണെടുത്തത്. സായിനാഥ് കസേരയിൽനിന്നും എഴുന്നേറ്റു. "ആരാ?"

"രാമൻ വക്കീലാ."

"ഞാൻ കോടതിയിലേക്ക് പൊറപ്പെട്വായീന്ന് പറഞ്ഞേക്കു."

"ഓ."

ക്യാബിൻ പൂട്ടി താക്കോൽ പിള്ളച്ചേട്ടനെ ഏൽപ്പിച്ചു.

കോടതിയിലെത്തിയപ്പോൾ പൊതുവേ തിരക്ക് കുറവായിരുന്നു. ശനിയാഴ്ചയായതിനാലാവണം. ഈ ദിവസങ്ങളിൽ പൊതുവേ കോടതികൾ നിശ്ശബ്ദമാണ്. അവധി ദിവസങ്ങളുടെ ആലസ്യവുമായി ഉച്ച തിരിയുന്നതോടെ ഒട്ടുമുക്കാൽ കോടതികളും പിരിഞ്ഞിരിക്കും. ശേഷിക്കുന്ന ചില കോടതികളിൽ മാറ്റി വെച്ചിരിക്കുന്ന ലിസ്റ്റ് കേസുകളുമായി വക്കീലന്മാർ മഴ കാത്തിരിക്കുന്ന വേഴാമ്പലുകളെപോലെ ചേമ്പറിൽ നിന്നുള്ള ജഡ്ജിമാരുടെ വരവും കാത്ത് ഉറക്കം തൂങ്ങി ഇരിക്കുന്നതു കാണാം. ആ ഇരിപ്പാണെങ്കിലോ അടുത്തൊരു ദിവസത്തേക്ക് കേസ് നീട്ടി ചോദിക്കുന്നതിന് വേണ്ടി മാത്രമായിരിക്കും.

ബാർ അസോസിയേഷനിൽ രാമൻ വക്കീലിനെ കണ്ടില്ല. ഒരു പക്ഷേ ഏതെങ്കിലും കോടതികളിൽ പോയിക്കാണും. രാമൻ വക്കീലിന് ബാർ അസോസിയേഷനിൽ വർത്തമാനം പറഞ്ഞിരിക്കുന്ന ഒരു സ്വഭാവമില്ല. അതുകൊണ്ടുതന്നെ തന്റെ ഫയലുകൾ തീർന്നാലും മറ്റു കോടതികളിലെ വിചാരണകൾ ശ്രദ്ധിച്ച് നേരം പോക്കും.

കാന്റീനിൽ നിന്നൊരു കടും ചായ കുടിച്ച് കോടതിവരാന്തയിലൂടെ നടന്നു.

ജില്ലാകോടതിയുടെ മതിൽക്കെട്ടിനു ചുറ്റും ആളുകൾ തടിച്ചുകൂടി നിൽക്കുന്നുണ്ട്. അന്തരീക്ഷത്തിൽ മുഴുവൻ ബീഡിയുടേയും സിഗരറ്റിന്റേയും പുകച്ചുരുളുകളാണ്. കൊണ്ടു നടന്ന് ചായ വിൽക്കുന്ന ചില കച്ചവടക്കാർ അവിടെ തമ്പടിച്ചിരിക്കുന്നു. ഏതെങ്കിലും രാഷ്ട്രീയകൊലപാതകകേസുകളുടെ വിധി പറയുന്നുണ്ടാവും.

വിധി!! സായിനാഥ് ഉള്ളിൽചിരിച്ചു.

മജിസ്ട്രേറ്റ് കോടതിയുടെ കോണിച്ചോട്ടിൽ ചുരുണ്ടിരിക്കുന്ന ഞൊണ്ടിരാമു സായിനാഥിനെകണ്ടപ്പോൾ പല്ലിളിക്കാൻ തുടങ്ങി. ചിരിക്കാൻ അവനറിയില്ല.

"എന്താടോ?"

"ഇസ്റ്റൻ നല്ല വീലാ സാറെ." അടുത്തു നിന്ന ഭാസ്കരൻ വക്കീലിന്റെ ഗുമസ്തൻ പറഞ്ഞു. "ഇന്ന് എരൊത്ത ദെവസാ."

"പോടാ നാറി." രാമു അവന്റെ നാവടക്കി. "ഒര് കാര്യണ്ടാർന്നു സാറെ....."

“കലിയെറങ്ങുമ്പോ വാ രാമു, അപ്പൊ നോക്കാം.”

കാശ് കടം ചോദിക്കാനായിരിക്കും. കഴിഞ്ഞവർഷം ദുർനടപ്പിന് പോലീസ് പിടിച്ച ഒരു സ്ത്രീയെ ജാമ്യമെടുക്കാനായി രണ്ട് ജാമ്യക്കാരെ ഏർപ്പാടാക്കി തന്നതിന്റെ സ്ഥിരാവകാശകൂലിയാണ് ഇരക്കുന്നത്. മൂന്നോ നാലോ പ്രാവശ്യം ഇതേ ആവശ്യം പറഞ്ഞ് വാങ്ങികൊണ്ടുപോയിട്ടുണ്ട്. എന്നാലും ഒത്തുകിട്ട്യാ പിന്നേം ചോദിക്കും. അതവന്റെ ഒരു സ്വഭാവമാണ്. എത്രകിട്ടിയാലും അന്നന്നേക്ക് തികയില്ല. എല്ലാം ബാറിലേക്കുള്ളതാണ്. ചില ദിവസങ്ങളിൽ രാവിലെ തൊട്ടേ ആരംഭിക്കുന്നത് കോടതി പിരിഞ്ഞാലും അവസാനിക്കില്ല. കണ്ടു തുടങ്ങുമ്പഴേ ഞൊണ്ടി രാമു ഇങ്ങനെയാണ്. കോടതിയിൽ അടിയന്തിരമായി ജാമ്യമെടുക്കേണ്ടവരേയും, ജാമ്യമെടുക്കാനായി ആളില്ലാത്തവരേയും അന്വേഷിച്ചുകൊണ്ടിരിക്കും. പിന്നെ അവരുമായി വില പേശലാണ്. കച്ചവടമുറപ്പിച്ചാൽ ഫിഫ്റ്റി ഫിഫ്റ്റി. ആശുപത്രിയിൽ മരുന്നു വാങ്ങാൻ കഷ്ടപ്പെടുന്നവരേയും, ലോൺ അടയ്ക്കാതെ ജപ്തി കാത്തു നിൽക്കുന്നവരേയും, മദ്യം ചെന്നില്ലെങ്കിൽ ശരീരം വിറക്കുന്നവരേയും തപ്പിയെടുത്ത് ഞൊണ്ടി രാമു കൊണ്ടു വരും. പിന്നെ പറയുന്ന സ്ഥലത്തും സമയത്തും കോടതിയിൽ ഹാജരാക്കിക്കൊള്ളാമെന്നുള്ള ഉറപ്പിലേക്കായി സമ്മതിച്ച്, പൂർത്തീകരിക്കാത്ത അവസാന വാചകങ്ങളുടെ നെഞ്ചിടിപ്പുമായി വീണ്ടും അടുത്ത പ്രതിയേയും കാത്ത്.....

ജാമ്യമെടുത്തുകൊടുത്തവരാണെങ്കിൽ പിന്നെ ആ വഴിക്കു തിരിഞ്ഞു നോക്കില്ല. പക്ഷേ, വരുമായിരിക്കും. അതിന് കേസ് വാറണ്ടായി പോലീസ് അന്വേഷിച്ച് ചെല്ലണം.

റിസീവറോഫീസു കഴിഞ്ഞ് സബ്കോടതിയിലെത്തിയപ്പോൾ സുരേഷും ആൻ മരിയയും കോടതിയിൽ നിന്നും പുറത്തേക്കു വന്നു.

“സാറ് വരുന്നുണ്ടോ?”

“ഇല്ല. എന്തായി വിചാരണ?”

“പരാതിക്കാരനെ ഒന്നാം പ്രതി വെട്ടുന്നത് സാക്ഷികൾ കണ്ടിട്ടില്ലാന്നാ പറയുന്നത്. അതോണ്ട്......”

“കൈയ്റ്റ് നാചറൽ സുരേഷ്. അങ്ങന്യെ വരൂ. മകന്റെ കയ്യീന്ന് വെട്ടുകിട്ട്യെ ആ സാധു ബ്രാഹ്മണന് പക്ഷേ ഇതൊന്നും മുൻകൂട്ടി മനസിലാക്കാനുള്ള കഴിവുണ്ടായില്ല്യാ.”

“പ്രതി സാമ്പത്തികമായും രാഷ്ട്രീയമായും ......” ആൻ മരിയയാണ് പറഞ്ഞത്.

“ലീവ്റ്റ്! ഇവ്ടെ സാക്ഷികൾക്ക് ഇഷ്ടമുള്ളതു പോലെ പറയാം. രക്ഷപ്പെടാനുള്ള വഴികളും നമ്മളന്യാ പറഞ്ഞു കൊടുക്കുന്നത്, പിന്നെ പോലീസും. ഏതു നിയമത്തിലും നമ്മളാദ്യം കണ്ടുപിടിക്കുന്നത് ലൂപ് ഫാൾസല്ലേ?.....കേസ് മാറ്റിവച്ച്ട്ടുണ്ടോ?”

“ഉവ്വ്.”

“ഇൻഡിപെന്റൻഡ് വിറ്റ്നസ്സിനെ പ്രൊഡ്യൂസ് ചെയ്യാനുള്ള ഒരു ഹർജി കൂടി കൊടുക്കണം.”

"കാര്യംണ്ട്ന്ന് തോന്നണില്ല സാർ."

"ഡു അവർ കർമ്മാ സുരേഷ്......ഓക്കേ?"

"ശരി സാർ. ഇപ്പൊത്തന്നെ കൊടുക്കാം."

സായിനാഥ് പുറത്തേക്കിറങ്ങി. മുൻസിഫ് കോടതിയുടെ ഓഫീസിനരികെ നോട്ടറി വക്കീലന്മാരുടെ എന്തോ ആവശ്യങ്ങളുന്നയിച്ച് വലിയ നോട്ടീസ് പതിച്ചിരിക്കുന്നു. അതിനരികെ കോർട്ട് ഫീ സ്റ്റാമ്പ് വിൽക്കുന്ന വെണ്ടർ കുഞ്ഞുവറീതേട്ടൻ ആരോടോ ലഹള വെയ്ക്കുന്നുണ്ട്. ആരോടാണെന്ന് വ്യക്തമാകുന്നില്ല. കുഞ്ഞുവറീതേട്ടനെ കാണുന്നതെ മുതലുള്ള ഒരു സ്വഭാവമാണിത്. കൂടുതലും കലഹിക്കുന്നത് വക്കീൽ ക്ലാർക്കുമാരുമായിട്ടായിരിക്കും. മുൻശുണ്ഠികാരണത്താൽ നിസ്സാരകാര്യങ്ങൾക്കുപോലും കുഞ്ഞിവറീതേട്ടൻ ഒച്ചയുയർത്തി സംസാരിക്കുന്നത് കോടതിയുടെ പരിചിത ഗന്ധങ്ങളിൽ ഒന്നാണ്.

കോടതിവരാന്തകളിൽ കൊണ്ടു നടന്നു ചായ വിൽക്കുന്ന ഉസ്മാനിക്ക സായിനാഥിനെ കണ്ടപ്പോൾ സലാം പറഞ്ഞു. ഫാസ്റ്റ് ട്രാക് കോടതിയിൽ എതോ വിചാരണ നടക്കുന്നുണ്ട്. ജാലകത്തിലൂടെ നോക്കിയപ്പോൾ രാമൻ വക്കീൽ ബഞ്ചിലിരിക്കുന്നു. വരാന്ത തിരിഞ്ഞ് മുറ്റത്തേക്കിറങ്ങാൻ നിൽക്കുമ്പോൾ പിള്ളച്ചേട്ടൻ ധൃതിപിടിച്ച് വരുന്നതു കണ്ടു.

"എന്തു പറ്റി?"

"സാറിനോട് ഉടനെ മെഡിക്കൽ കോളേജിൽ എത്താൻ പറഞ്ഞു."

"ആര്?"

"അപൂർണ്ണ വക്കീല്."

"അവ്ടെന്താ?"

"ഒന്നും പറഞ്ഞില്ല്യാ പിന്നെ വിളിച്ചിട്ടൊട്ട് എടുക്കുണൂല്ല്യാ. സ്വിച്ചോഫെന്നാ പറേണെ."

ഒരു നിമിഷം സായിനാഥ് എന്തോ മറന്നിട്ടെന്നപോലെ പോക്കറ്റിൽ തിരഞ്ഞെങ്കിലും കണ്ടെത്താനായില്ല.

"ഓഫീസിലിരിക്ക്ണ്ണ്ട്." പിള്ളച്ചേട്ടൻ പറഞ്ഞു. "മൊബൈൽ റിംങ്ങിയണ ഒച്ച കേട്ടു."

"ഈയിടെയായി വല്ലാത്ത മറവി"

"ശിരസ്സിന് ഭാരം കൂടീട്ടാ"

"ഗോവിന്ദേട്ടൻ ഹരജി ഒപ്പിട്ടുതന്നോ?"

"സാറെറങ്ങ്യ്യാടന്യന്നെ ഗോവിന്ദേട്ടൻ വന്നു."

"ഇന്നന്നെ ഫയലാക്ക്യോളൂ. എന്നാലെ മറ്റന്നാൾ കേസ് വിളിക്കുമ്പോഴേക്കും ഫയലെത്തു."

"അതിന്....."

"അറിയാം. ദമ്പിടി അല്ലേ?"

"അല്ലെങ്ങെ ഹരജീടെ നമ്പ്രുകൂടി തരാവില്ല്യാ."

സായിനാഥ് കാശെടുത്ത് പിള്ളച്ചേട്ടനെ ഏൽപ്പിച്ചു.

“എന്താന്ന്ച്ചാ ചെയ്യൂ. പിന്നെ ആ സബ്ബ്കോടതീല് ഒര് കോപ്പിയപ്ലിക്കേഷൻ കൊടുക്കാൻ മറക്കണ്ട.”

“ഓ.”

II

മഴചാറാൻ തുടങ്ങി. സായിനാഥ് ബൈക്കിനടുത്തേക്ക് വേഗം നടന്നു. റോഡിൽ അസാധാരണമായ തിരക്ക്. ഏതോ സമുദായ സംഘടനകളുടെ ശക്തി പ്രകടനം മെയിൻ റോഡിനെതിരായി ഇഴഞ്ഞു നീങ്ങുന്നു. അതിനെ അനുഗമിക്കുന്ന പോലീസ് ജീപ്പ്. പാവം ജനാധിപത്യത്തിന്റെ ഒരു ഗതികേട്!

മെഡിക്കൽ കോളേജിലെത്തിയപ്പോൾ അത്യാഹിതവിഭാഗത്തിന്റെ ചില്ലുജാലകത്തിനരികെ ഹതാശനായി നിൽക്കുന്ന മൂർത്തിസാറിനെയാണ് ആദ്യം കണ്ടത്. ഈയൊരവസ്ഥയിൽ മൂർത്തിസാറിനോട് എന്തെങ്കിലും ചോദിക്കുന്നത് നിഷ്ഫലമാണെന്ന് സായിനാഥിനറിയാം. അതിനാൽ കാര്യമറിയാനായി സായിനാഥ് എൻക്വയറി കൗണ്ടറിലേക്ക് ശീഘ്രം നടന്നു. എന്നാൽ അവിടം കുടിയൊഴിപ്പിക്കപ്പെട്ട ഇടംപോലെ ശൂന്യമായിരുന്നു. സർക്കാർ ആതുരാലയങ്ങളുടെ ഒരു ദുര്യോഗമാണിത്. കഷ്ടം! സായി ആളുകൾ വരിവരിയായി മരുന്നു വാങ്ങാൻ നിൽക്കുന്ന ഫാർമസിക്കു സമീപം വർത്തമാനം പറഞ്ഞു നിൽക്കുന്ന ഒരു നഴ്സിനോട് തിരക്കി: “മാഡം ഒര് കാര്യറിയണമായിരുന്നു.”

“ങ്ഉം? ” സംസാരം തടസ്സപ്പെടുത്തിയതിലുള്ള ഈർഷ്യയോടെ അവർ സായിനാഥിന്റെ മുഖത്തേക്കുനോക്കി.

“ഇപ്പോ കാഷ്വാൽറ്റിയിൽ അഡ്മിറ്റാക്കിയിട്ടുള്ള പേഷ്യന്റിന്റെ അഡ്രസ്സൊന്നു വേണമായിരുന്നു.”

അവർ മനസില്ലാ മനസോടെ അന്വേഷണവിഭാഗത്തിന്റെ ഉള്ളിൽ പോയി രജിസ്റ്റർ പരിശോധിച്ച് പുറത്തേക്ക് വന്നു.

“അനിൽ മൂർത്തി എന്ന് മാത്രമേ രേഖപ്പെടുത്തിയിട്ടുള്ളു.”

“എന്താ പറ്റ്യേന്ന് രേഖപ്പെടുത്തിയിട്ടുണ്ടോ മേഡം?”

“സൂയിസൈഡ് അറ്റംമ്റ്റാ, പോയ്സൺ കഴിച്ച്......നിങ്ങളാരാ?”

“ഞാൻ .....”

“വക്കീലാവുല്ലേ? വാഹനാപകടകേസുപിടിക്കാൻ! നിങ്ങളെയൊന്നും കേസ്പിടിക്കാനായി ഇതിനുള്ളെ്യ കടത്തരുതെന്നാ സൂപ്രണ്ടിന്റെ ഓർഡറ്. കഴിഞ്ഞാഴ്ച നിങ്ങ്ടെ ഏജന്റുമാര് പേ വാർഡില് വഴക്കായിട്ട് ഞങ്ങള് പോലീസിന്യാ വിളിച്ചെ.”

വേദനയിലും സായിനാഥിന് ചിരിക്കാനാണ് തോന്നിയത്. വെള്ള ഷർട്ടും കറുത്ത പാന്റ്സും! എത്ര വേഗമാണ് അവർ വക്കീലിനെ ഐഡെന്റിഫൈ ചെയ്തത്.

“ഞാൻ വക്കീലന്ന്യാ മേഡം. പക്ഷേ കേസ് പിടിക്കാനല്ല...”

“ഓ ശെരി!”

സായിനാഥ് തിരക്കേറിയ ഇടനാഴിയിലൂടെ മൂർത്തിസാറിന്റെ അരികിലേക്കു നടന്നു. മൂർത്തിസാർ അപ്പോഴും നന്നായി മദ്യപിച്ചിട്ടുണ്ട്. അതുകൊണ്ടുതന്നെ പറയുന്ന പല കാര്യങ്ങൾക്കും അടുക്കും ചിട്ടയുമുണ്ടായിരുന്നില്ല. 'മൈ സൺ ചീറ്റഡ് മീ..... മൈ സൺ ചീറ്റഡ് മീ' എന്നു മാത്രം പലപ്പോഴും ആവർത്തിച്ചുകൊണ്ടിരുന്നു.

നേരം മങ്ങിതുടങ്ങി. തിരക്കു പിടിച്ച ഇടനാഴിയിലൂടെ ആരൊക്കെയോ അങ്ങോട്ടുമിങ്ങോട്ടും വേഗത്തിൽ നടന്നുപോകുന്നു. വെളുത്ത യൂണിഫോമുകൾ ധരിച്ച നഴ്സുമാരും അറ്റന്റർമാരും ആരേയും ശ്രദ്ധിക്കുന്നില്ല.

ലാബിനു മുമ്പിലെ കൽചുമരിൽ ആരോ കാർപ്പിച്ചു തുപ്പിയ ചോര കലർന്ന കഫത്തിനരികെ ചുരുണ്ടുകൂടി കിടക്കുന്നവർ. എങ്ങും മരുന്നിന്റേയും മരണത്തിന്റേയും മിശ്രഗന്ധം.

കൂടി നിൽക്കുന്നവരിൽ പരിചയമുള്ള മറ്റൊരു മുഖങ്ങളും കാണാനില്ല. അപരിചിതരുടെ കൂട്ടത്തിൽ ചിരപരിചിതമായ ഒരു മുഖം മാത്രം എത്ര തിരഞ്ഞിട്ടും കണ്ടെത്താനുമായില്ല.

സായിനാഥ് ഇടുങ്ങിയ ആശുപത്രിവരാന്തയിലൂടെ പതുക്കെ പുറത്തേക്കു നടന്നു. ബൈക്കെടുത്ത് സ്റ്റാർട്ടാക്കിയപ്പോൾ ആരോ പുറകിൽ നിന്നും വിളിച്ചതുപോലെ തോന്നി. പക്ഷേ അത് മറ്റാരെയോ ആയിരുന്നു.

മൂർത്തിസാറിന്റെ വീട്ടിലെത്തിയപ്പോൾ മുറ്റത്തൊന്നുരണ്ടുപേർ കൂടി നിന്ന് സംസാരിക്കുന്നുണ്ട്. അടുത്ത് താമസിക്കുന്നവരാകണം. ആരേയും മുൻപരിചയം തോന്നുന്നില്ല. മൂർത്തിസാറിനിവിടെ ബന്ധുക്കളായി ആരുമില്ലെന്നറിയാം.

സായിനാഥിനെ കണ്ടപ്പോൾ അവർ സംഭാഷണം നിറുത്തി. എന്തു പറയണമെന്നറിയാതെ സായിനാഥ് അവരെ നോക്കി വെറുതെയൊന്ന് ചിരിച്ചെന്നു വരുത്തി.

ഒതുക്കു കല്ലുകൾ കേറി പൂമുഖത്തെത്തിയപ്പോൾ കരഞ്ഞു വീർത്ത മുഖവുമായി സീതപ്പെണ്ണ് ചുമരും ചാരി നിലത്തിരിക്കുന്നുണ്ട്.

"വക്കീല് മേലെര്ക്കെ സാർ." അവൾ എഴുന്നേറ്റുനിന്നു.

ഗോവണികയറി മുകളിലെത്തിയപ്പോൾ അപൂർണ കട്ടിലിൽ കമിഴ്ന്നു കിടക്കുകയായിരുന്നു. ഏതോ വൈദേശിക വിളക്കിന്റെ അരണ്ട പ്രകാശം മുറിയിൽ തങ്ങി നിൽക്കുന്നുണ്ട്.

സായിനാഥ് മെല്ലെ കട്ടിലിന്റെ തലയ്ക്കലിരുന്നു. കാൽപെരുമാറ്റം കേട്ടപ്പോൾ അപൂർണ സാവധാനം എഴുന്നേറ്റ്, സായിയുടെ മുഖത്തേക്കു തന്നെ ഉറ്റുനോക്കാൻ തുടങ്ങി.

എന്ത് പറയണമെന്ന് അറിയാതെ സായിനാഥ് മുഖം താഴ്ത്തി.

എണ്ണ തീർന്നുതുടങ്ങിയപ്പോൾ വിളക്കിന്റെ പ്രകാശം താനെ മങ്ങിവന്നു. എങ്ങും നേർത്ത ഇരുട്ടിന്റെ അവ്യക്തത. ചുമരിൽ തറച്ചു വെച്ചിരിക്കുന്ന ഏതോ ജലച്ഛായ ചിത്രത്തിനു താഴെ അവസാനത്തെ നാഡിമിടിപ്പു പോലെ സ്പന്ദിച്ചു കൊണ്ടിരിക്കുന്ന ഘടികാരസൂചികൾ. മേശമേൽ

ചില്ലുതകർന്ന നിലക്കണ്ണാടി. അതിനരികെ അപൂർണയുടെ അമ്മയുടെ ഫ്രെയിം ചെയ്ത പഴയ ബ്ലാക്ക് ആന്റ് വൈറ്റ് ഛായാചിത്രം.

അപൂർണ ഒരു സ്വപ്നത്തിലെന്നപോലെ സായിയുടെ ഇരുകൈകളും ഉള്ളംകയ്യിൽ കോരിയെടുത്ത് നെഞ്ചോട് ചേർത്തുപിടിച്ചു.

“സായി.......”

ക്ഷണത്തിൽ അപൂർണ്ണയുടെ നെറ്റിയിൽ വിയർപ്പിന്റെ നീരാവിതുണ്ടുകൾ ഉരുണ്ടുകൂടാൻ തുടങ്ങി. അവളുടെ കണ്ണുകൾ പതിയെ അടഞ്ഞുപോവുകയാണ്. കൈകൾ താനെ അയയുന്നു. ഒരില കൊഴിയുന്നപോലെ അവളുടെ ഉള്ളംകൈകളിൽനിന്നും സായിയുടെ കൈകൾ ഊർന്നുവീണു. ഒരു നീണ്ട മയക്കത്തിലേക്കെന്ന പോലെ അവൾ കട്ടിലിലേക്ക് വീണ്ടും ചായുവാൻ തുടങ്ങി. ചായലിനിടയിലെ ഏതോ ബോധത്തിന്റെയും അബോധത്തിന്റെയും ഇടവഴിയിൽ വെച്ച് അവൾ പുലമ്പികൊണ്ടിരുന്നു.

“.......യെസ് സായി, യെസ്! ഐയാം ടോട്ടലി ടയേർഡ്. എന്റെ അനുജനെ കണ്ടോ സായി? എന്റെ പപ്പാ ഇപ്പഴും കരയുന്നുണ്ടാവും. സായി പറയാറില്ലേ? ഞാനെപ്പോഴും എന്റെ പേരു പോലെതന്നെ അപൂർണമാണെന്ന് ! എത്ര ശരിയാണത്..... ഇനി വൈകാതെ ഒരു നാൾ .....യെസ് ! യെസ് സായി!....”

അപൂർണയുടെ ചുണ്ടുകൾ വിറയാർന്നുകൊണ്ടിരുന്നു. പിന്നെ താനെ അത് നിശ്ശബ്ദമായി. സായിനാഥ് കട്ടിലിൽ നിന്നും എഴുന്നേറ്റു.

ബുക്ക് ഷെൽഫിനരികെ ഏതോ നാടോടി ബാഫുൽ ഗായകന്റെ ഏകതാരയുമേന്തിയുള്ള കറുത്ത ശിൽപ്പത്തിലേക്ക് വാതിൽ പഴുതിലൂടെ അരിച്ചെത്തുന്ന വെളിച്ചത്തിന്റെ കുപ്പിച്ചില്ലുകൾ ചിത്രങ്ങൾ കോറിയിടുന്നു.

മച്ചിൻ മുകളിലെ അരിപ്രാവുകളുടെ കുറുകലൊഴിച്ചാൽ എങ്ങും ആഴക്കടലിന്റെ ശാന്തതയാണ്.

സായിനാഥ് ചാരിയിട്ടിരുന്ന മുറിയുടെ മരവാതിൽ പതുക്കെ വലിച്ചുതുറന്ന് ഇരുട്ടിലേക്ക് ഗോവണിയിറങ്ങി.

രണ്ട്

രാത്രിയിൽതന്നെ വീണ്ടും ഫോൺ വന്നു. ഓഫീസിലെ ജൂനിയർ വക്കീലായ സുരേഷാണ് വിളിച്ചത്. അനിലിന്റെ മരണവിവരം ബാർ അസോസിയേഷനിൽ അറിയിക്കേണ്ടതില്ലെന്ന് അപൂർണ വക്കീൽ പ്രത്യേകം അറിയിച്ചിട്ടുള്ളതായും സുരേഷ് പറഞ്ഞു.

അറിയിച്ചിട്ടും കാര്യമൊന്നുമില്ല. ശവമെടുപ്പിനു തൊട്ടുമുമ്പ് ഏതെങ്കിലുമൊരു വിലകൂടിയകാറിൽ പ്രസിഡന്റോ, സെക്രട്ടറിയോ അല്ലെങ്കിൽ മറ്റ് കമ്മിറ്റി മെമ്പർമാരോ ഓരോ റീത്തുമായി വന്നിറങ്ങും. പിന്നെ തികച്ചും നാടകീയമായൊരു സാന്ത്വനിപ്പിക്കലാണ്. അപൂർണ എന്നും ഇതിനൊക്കെ എതിരായിരുന്നു.

സാമ്പ്രദായിക ശീലങ്ങളോടുള്ള ഈ കലഹിക്കുന്ന സ്വഭാവം അപൂർണയ്ക്ക് കിട്ടുന്നത് അച്ഛനായ അനന്തമൂർത്തിയിൽ നിന്നാണ്. ഒരു പത്രപ്രവർത്തകനായിരുന്ന അനന്തമൂർത്തിയുടെ ജീവിതം എന്നും തിക്താനുഭവങ്ങളുടെ സമരമുഖത്തു തന്നെയായിരുന്നു. ജന്മംകൊണ്ട് കർണാടകക്കാരനായിരുന്ന പരമേശ്വാനന്തമൂർത്തിയുടെ ജീവിതത്തിൽ കനലെരിയാൻ തുടങ്ങുന്നത് അപൂർണയുടെ അമ്മയായ മീനാക്ഷിവർമ്മയുടെ ഇന്ദ്രപ്രസ്ഥത്തിലേക്കുള്ള വരവോടു കൂടിയാണ്. പഴയ തിരുവിതാംകൂർ കോവിലകത്തെ വീരേന്ദ്ര വർമ്മയുടേയും കാർത്തിക തമ്പുരാട്ടിയുടേയും ഏക മകളായിരുന്നു മീനാക്ഷി വർമ്മ. ചിത്രകാരനായിരുന്ന അച്ഛന്റെ കൂടെ മദിരാശിയിലായിരുന്നു മീനാക്ഷിവർമ്മയുടെ വിദ്യാഭ്യാസ കാലഘട്ടം. ഒരു കോവിലകത്തിന്റെ സമ്പൽസമൃദ്ധിയിൽ ജനിച്ചുവെങ്കിലും വീരേന്ദ്രവർമ്മ ഒരിക്കലും അതിന്റെ തണൽ പറ്റി ജീവിക്കാൻ ആഗ്രഹിക്കുന്നൊരു വ്യക്തിത്വമായിരുന്നില്ല. വളരെ സ്വതന്ത്രവും പുരോഗമനാത്മകവുമായ ഒരു കാഴ്ചപ്പാടിനുടമയായിരുന്ന വീരേന്ദ്രവർമ്മ

യിൽ നിന്നാണ് മീനാക്ഷിവർമ്മയുടെ സഞ്ചാരങ്ങൾക്ക് നാന്ദിക്കുറിക്കുന്നത്. എന്നാൽ വീരേന്ദ്രവർമ്മ ഒരു വാഹനാപകടത്തിൽപ്പെട്ട് അപ്രതീക്ഷിതമായി മരണമടഞ്ഞപ്പോൾ മീനാക്ഷിവർമ്മ പഴയ കോവിലകത്തിന്റെ വീർപ്പുമുട്ടലുകളിലേക്ക് തളയ്ക്കപ്പെട്ടു. പിന്നീട് കോവിലകത്തെ സ്ത്രീയെന്ന അസ്വാതന്ത്ര്യത്തിന്റെ വിലക്കുകളിൽ നിന്നും രക്ഷപ്പെടാൻ വേണ്ടിയാണ് മീനാക്ഷിവർമ്മ ഡൽഹിയിൽ എത്തിച്ചേരുന്നതും അസോസിയേറ്റഡ് പ്രസ്സിലെ കറസ്പോണ്ടന്റായി ജോലിയിൽ പ്രവേശിക്കുന്നതും. ഇക്കാലയളവിൽ അനന്തമൂർത്തി നാഷണൽ ഹെറാൾഡിന്റെ ഡൽഹി ചീഫ് റിപ്പോർട്ടറായിരുന്നു.

വർഷങ്ങൾ നീണ്ട മീനാക്ഷിവർമ്മയുമായുള്ള അടുപ്പം ഇരുവരേയും സ്വന്തം കുടുംബങ്ങൾക്കുപോലും വേണ്ടാത്തവരാക്കി. പക്ഷേ ജീവിതം എന്നും അവർക്കൊരു ഹരമായിരുന്നു. അതുകൊണ്ടുതന്നെ പ്രതിബന്ധങ്ങൾ പെരുവഴിയിലെ കരിയിലകൾ പോലെ കാറ്റിൽ പറന്നുപോയി.

പക്ഷേ, അനിലിന്റെ ജനനശേഷം മീനാക്ഷിവർമ്മയുടെ ആരോഗ്യസ്ഥിതി നാൾക്കുനാൾ ക്ഷയിച്ചു വരികയും അവസാനം ചികിത്സകളുടെയും മരുന്നുകളുടെയും സംരക്ഷണവലയങ്ങൾ പോലും തകർത്തുകൊണ്ട് മരണത്തിന്റെ രക്താർബുദലഹരിക്കുമുമ്പിൽ കീഴടങ്ങുകയും ചെയ്തപ്പോൾ അനന്തമൂർത്തി നിസ്സഹായനായി. എന്നാലും തോറ്റില്ല............

ഫോൺ വീണ്ടും ശബ്ദിച്ചു. സുരേഷ് തന്നെയാണ്. അനിലിന്റെ മരണത്തിനുകാരണം പ്രാഥമിക പരിശോധനയിൽ സൈനയിഡാണെന്ന് ഡോക്ടർമാർ പറഞ്ഞെന്നും, മരണത്തിൽ സംശയമുണ്ടെന്നും പറഞ്ഞ് മൂർത്തിസാർ ആശുപത്രിയിൽ പരാതിപ്പെട്ടപ്രകാരം പോലീസ്കേസ് രജിസ്റ്റർ ചെയ്തിട്ടുണ്ടെന്നും, അനിലിന്റെ സിനിമാ–സീരിയൽ സുഹൃത്തുക്കളെ കേന്ദ്രീകരിച്ചാണ് അന്വേഷണം ആരംഭിച്ചിട്ടുള്ളതെന്നും പറഞ്ഞു.

ഒരു പ്രസ്സ് ഫോട്ടോഗ്രാഫറായിരുന്ന അനിൽ സിനിമ, സീരിയൽ മേഖലകളുമായി ബന്ധപ്പെട്ട് വലിയൊരു സുഹൃദ്ബന്ധം തന്നെ കൊണ്ടുനടന്നിരുന്നു. ഇതുമായി ബന്ധപ്പെട്ട സാമ്പത്തികകാര്യങ്ങളിലെ അച്ചടക്കമില്ലായ്മയെക്കുറിച്ചും നഷ്ടങ്ങളെകുറിച്ചും പലപ്പോഴും മൂർത്തിസാർ തന്നെ പറഞ്ഞിട്ടുണ്ട്. എന്നാൽ അപൂർണ ഇക്കാര്യങ്ങളിലെല്ലാം ഒട്ടുമിക്കതും നിശ്ശബ്ദയായിരുന്നു.

സായിനാഥ് വാച്ചിലേക്കുനോക്കി. പുലരാൻ ഇനിയുമുണ്ട് നാലഞ്ച് നാഴികവിനാഴികകൾ കൂടി. ഉറക്കമാണെങ്കിൽ ഏതോ വികൃതിക്കുട്ടിയെ പോലെ പിണക്കം നടിച്ച് ഇരുട്ടിൽ മാറി നിൽക്കുകയാണ്. പുറത്തെവിടെയോ നായ്ക്കൾ കൂട്ടത്തോടെ ഓരിയിടുന്നു. ജാലകപ്പഴുതിലൂടെ അരിച്ചെത്തുന്ന നിലാവിന്റെ കൈതപ്പൂയിതളുകൾ. മുറ്റത്തുനിൽക്കുന്ന നാട്ടുമാവിൻ കൊമ്പത്ത് ഇരതേടിയെത്തുന്ന രാത്രിസഞ്ചാരികളുടെ ചിറകടിയൊച്ച. തട്ടിൻ മുകളിൽ എലികളുടെ പരക്കംപാച്ചിലുകൾ. ദൂരെ പാട

ങ്ങളിൽ നിന്നും മലക്കറികൾ കേറ്റി വരുന്ന രാത്രിവണ്ടികളുടെ അകന്ന കന്നുപോകുന്ന നേർത്ത ഞരക്കങ്ങൾ.

സായിനാഥ് ഒരു സിഗരറ്റ് തപ്പിയെടുത്ത് തീപിടിപ്പിച്ചു. പുകയുടെ മണമേറ്റപ്പോഴാണെന്നു തോന്നുന്നു മുറിക്കുപുറത്ത് ഇരുട്ടിൽ അമ്മയുടെ ഒച്ചയനക്കം കേട്ടു.

“വലിക്കരുതെന്ന് ഡോക്ടറ് പറഞ്ഞാലും അനുസരിക്കരുത്.”

“ഇല്ല അമ്മേ. ഞാൻ വെറുതെ...........അമ്മപോയി കിടന്നോളൂ.”

സായിനാഥ് പാതിവലിച്ച സിഗരറ്റ് കുത്തിക്കെടുത്തി ജനലിലൂടെ പുറത്തേക്കെറിഞ്ഞു.

വീണ്ടും ഫോൺ ശബ്ദിച്ചു. സുരേഷ്തന്നെയായിരുന്നു. ശവം രാത്രി തന്നെ പോസ്റ്റ്മോർട്ടം ചെയ്ത് കിട്ടിയെന്നും, ആരേയും കാത്തിരിക്കാനില്ലാത്തതിനാൽ രാവിലെ തന്നെ കോർപ്പറേഷന്റെ വൈദ്യുതി ശ്മശാനത്തിലേക്ക് കൊണ്ടുപോകാനാണ് തീരുമാനിച്ചിരിക്കുന്നതെന്നും പറഞ്ഞു.

സായിനാഥ് പിന്നെയൊന്നും ആലോചിക്കാൻ നിന്നില്ല. ഷർട്ടുമാറി ബൈക്കിന്റെ താക്കോലെടുത്ത് പുറത്തേക്കിറങ്ങുമ്പോൾ അമ്മയോട് വിളിച്ചു പറഞ്ഞു: മുൻവശത്തെ വാതിൽ ഉള്ളിൽ നിന്നും സാക്ഷയിടണമെന്ന്.

റോഡിൽ അവിടവിടെയായി രാത്രി പെയ്ത മഴയുടെ കൊച്ചു കൊച്ചു വെള്ളത്തടങ്ങൾ. അതിന് ഉള്ളിലൂടെ ഏട്ടിൽ പരന്ന മഞ്ഞച്ചായം പോലെ വഴിവിളക്കുകളുടെ പ്രതിബിംബം. ബസ്സ് സ്റ്റോപ്പുകളിൽ പത്രക്കെട്ടുകൾ അടുക്കി വെക്കുന്ന പത്രവിതരണക്കാർ. പാൽ ഡബ്ബകളുമായി ചീറിപാഞ്ഞുപോകുന്ന ജീപ്പുകളും ഓട്ടോറിക്ഷകളും. പീടിക തിണ്ണകളിൽ ജീവിതം കൊറിച്ചൊടുങ്ങുന്നവരുടെ നെടുനിദ്രകൾ.

അപൂർണയുടെ വീട്ടിലെത്തിയപ്പോഴേക്കും നേരം നന്നായി വെളുത്തു.

ഉമ്മറത്ത് വെള്ളമുണ്ടിൽ പൊതിഞ്ഞു കെട്ടി കിടത്തിയിരിക്കുന്ന അനിലിന്റെ ശവശരീരം ഒരു നിമിഷംമാത്രെ നോക്കാൻ കഴിഞ്ഞുള്ളൂ.

അടഞ്ഞ കണ്ണുകൾക്ക് താഴെ ഉരഞ്ഞുപൊട്ടിയത് കരുവാളിച്ച് കിടക്കുന്നു. ക്ഷൗരം ചെയ്യാത്ത മുഖത്ത് ഒരു ചോദ്യം പോലെ ഉയർത്തു നിൽക്കുന്ന കവിളെല്ലുകൾ. കറുത്തു പിളർന്ന ചുണ്ടുകൾ. അനിലിന്റെ രൂപം തന്നെ മാറിയിരിക്കുന്നു. ഓർമ്മയുടെ വേനൽചൂടുകളിലൊന്നും ഇത്തരത്തിലുള്ളൊരു മുഖം പരിചയമില്ല. മുനിഞ്ഞു കത്തുന്ന നിലവിളക്കിനു താഴെ ചേതനയറ്റു കിടക്കുന്നത് അനിൽ തന്നെയാണോ എന്ന് തോന്നി!?

അപൂർണയെ പരിചയപ്പെടുന്ന കാലത്ത് അവളുടെ നിഴലായിരുന്നു അനിൽ. വെളുത്തു തുടുത്ത മുഖത്ത് നനുനനുന്നനെയുള്ള കറുത്ത രോമങ്ങളുടെ തിണർപ്പ്. കാറ്റിൽ പറന്നു കളിക്കുന്ന എണ്ണമയമില്ലാത്ത നീണ്ട കോലൻ മുടി. തിളങ്ങുന്ന കണ്ണുകൾ. നിറുത്തിനിറുത്തിയുള്ള വർത്തമാനം. അയഞ്ഞ പാൻസും ടീ ഷർട്ടും. ഇതായിരുന്നു അനിൽ.

ആ രൂപമാണ് ഇവിടെ നിശ്ചലമായി കിടക്കുന്നതെന്ന് ചിന്തിക്കാനെ കഴിയുന്നില്ല.

പെറ്റമ്മയുടെ വാത്സല്യമറിയാതെ വളർന്ന അനിലിനെ സംബന്ധിച്ചിടത്തോളം അപൂർണയായിരുന്നു അവന് എല്ലാം. കോടതി സമയങ്ങളിലെ ചില ഒഴിവുനേരങ്ങളിൽ അപൂർണ പലപ്പോഴും അനിലിനേയും പപ്പായേയും കുറിച്ച് വാതോരാതെ സംസാരിക്കുന്നത് കൗതുകത്തോടെ കേട്ടുനിന്നിട്ടുണ്ട്.

അപൂർണയുമായി ഒരുമിച്ച് ഓഫീസാരംഭിക്കുന്ന സമയം മുതലെ അനിൽ ഞങ്ങൾക്കിടയിലെ മൂന്നാമതൊരാളായിരുന്നു. ഒട്ടുമുക്കാലും കോടതികഴിഞ്ഞെത്തുന്ന മധ്യാഹ്നങ്ങളിൽ അനിൽ ഓഫീസിലുണ്ടാവും. സിനിമയും ഫോട്ടോഗ്രാഫിയും അനിലിന്റെ ഇഷ്ടവിഷയങ്ങളായിരുന്നു. ഗ്രാമീണ ദൃശ്യങ്ങളും ചടുലമായ ജീവിത മുഹൂർത്തങ്ങളും എന്നും അനിലിന്റെ ഫോട്ടോഗ്രാഫുകളെ ചലനാത്മകമാക്കിത്തീർത്തു.

സ്നാക്സ് പാർക്കിലേക്ക് കാപ്പികഴിക്കാനുള്ള നീണ്ട നടത്തത്തിനിടയിൽ അനിലെപ്പോഴും വാചാലനാകും. എന്നെങ്കിലും ഒരു സിനിമയെടുക്കുക എന്നത് അനിലിന്റെ ജീവിതാഭിലാഷമായിരുന്നു. ഇത് കേൾക്കുമ്പോഴൊക്കെ അപൂർണ അവനെ ചൊടിപ്പിക്കാനായി പറയാറുണ്ട്; അതിൽ ഞാനും ഇവനുമായിരിക്കും നായികാ നായകന്മാരെന്ന്.

അനിൽ അപൂർണവക്കീലിന്റെ സഹോദരനാണെന്നത് കോടതിയിൽ ആർക്കും അറിയില്ലായിരുന്നു. ഓഫീസ് വരാന്തകളിൽനിന്ന് സംസാരിക്കുമ്പോഴും, കാന്റീനുകളിലിരുന്ന് ഭക്ഷണം കഴിക്കുമ്പോഴും അനിലിന് അപൂർണയുടെ ഏറ്റവും നല്ലൊരു സുഹൃത്തിന്റെ പ്രതിഛായയായിരുന്നു വളരെ അടുത്ത പരിചയക്കാർക്കിടയിൽ പോലും ഉണ്ടായിരുന്നത്. അതുകൊണ്ടുതന്നെ അനിലിനെ കാണുമ്പോഴൊക്കെ ആദ്യം ഓർമ വരിക, സ്വന്തം മക്കളെ ഏറ്റവും നല്ല സുഹൃത്തുക്കളെപോലെ വളർത്തി കൊണ്ടുവരാൻ കഴിഞ്ഞ മൂർത്തിസാറിനെയാണ്.

ഒറ്റപ്പെട്ട ചില ദിവസങ്ങളിൽ അനിൽ വന്നെത്തുന്നത് മൂർത്തിസാറുമായിട്ടായിരിക്കും. മൂർത്തി സാറും കൂടി വന്നെത്തിയാൽ പിന്നെ പിള്ളചേട്ടൻ അന്നേദിവസം കക്ഷികളെയൊന്നും ഓഫീസിലേക്ക് കടത്തിവിടില്ല. ചർച്ചകളും വാഗ്വാദങ്ങളും കവിതകളുമൊക്കെയായി സായാഹ്നങ്ങൾ തളിർക്കും. ക്ഷീണം തോന്നുമ്പോഴേക്കും പിള്ളചേട്ടൻ രാമയ്യന്റെ ഹോട്ടലിൽ നിന്നും ചൂടുദോശയും മുളകുചമ്മന്തിയുമായി ആളെ കൊണ്ടുവരും.

അനിലിനേയും അപൂർണയേയും സംബന്ധിച്ചിടത്തോളം അവർക്കെല്ലാം മൂർത്തിസാറായിരുന്നു. മീനാക്ഷിവർമ്മയുടെ മരണത്തിന്റെ വേദനകൾ മുഴുവൻ സ്വയം നെഞ്ചിലേറ്റി ലാളിച്ച്, യാതൊന്നുമറിയിക്കാതെയാണ് മൂർത്തിസാർ അവരെ വളർത്തി കൊണ്ടുവന്നത്.

പിന്നീട് അനിൽ തന്റെ മേഖലകളിൽത്തന്നെ കൂടുതൽ കൂടുതൽ വ്യാപൃതനായി തീർന്നതോടെ ഓഫീസിലേക്കുള്ള വന്നെത്തലുകൾ

കുറഞ്ഞുവന്നു. സമയക്കുറവുമൂലം പലപ്പോഴും ഓടിയെത്തുന്ന നേരങ്ങളിൽ അപൂർണയേയും കൊണ്ട് വേഗം വീട്ടിലേക്കു തിരിക്കുമെന്നല്ലാതെ നീണ്ട വർത്തമാനങ്ങളും കൂടിചേരലുകളും കമ്മിയായി. പിന്നെ പിന്നെ അപൂർണ സ്വന്തമായി ഒരു ടൂവീലർ കൂടി വാങ്ങിയതോടെ അനിൽ വല്ലപ്പോഴും മാത്രം ഓഫീസിലേക്ക് വിരുന്നുവരുന്ന ഒരതിഥി മാത്രമായിത്തീർന്നിരുന്നു.

അനിലിനെ അവസാനമായികണ്ടത് മാസങ്ങൾക്കുമുമ്പുള്ള ഒരു ഉച്ച നേരത്ത് ഓഫീസിലേക്ക് ചേച്ചിയെ തിരക്കി വന്നപ്പോഴാണ്. അന്നെന്തോ ഇരുവരും മാറിനിന്ന് ഗൗരവമായി സംസാരിച്ചശേഷം തെല്ല് മുഷിച്ചിലുള്ള മുഖവുമായി അനിൽ വേഗം തന്നെ മടങ്ങിപോകുന്നതും ഓർമ്മയിൽ തെളിഞ്ഞു.

സമയം പത്തുമണിയോടടുത്തപ്പോഴേക്കും ബാക്കി വരാനുണ്ടായിരുന്ന ചില അകന്ന സുഹൃത്തുക്കൾ കൂടി വന്നുപോയി. ഒട്ടുമുക്കാൽ ആളുകളും പത്രവാർത്തയറിഞ്ഞും സുഹൃത്തുക്കൾ മുഖാന്തരം വിളിച്ചറിഞ്ഞും വന്നവരാണ്. മാധ്യമലോകവുമായി വളരെ അടുത്ത ബന്ധമുണ്ടായിരുന്ന മൂർത്തിസാർ അവരുടെയിടയിലെ ഒരു അസാധാരണവ്യക്തിത്വവും പ്രതിഭയുമായിരുന്നു. അതുകൊണ്ടുതന്നെ ഒരിക്കെ മാത്രം പരിചയപ്പെട്ടവർ പോലും മരണവാർത്തയറിഞ്ഞ് വീട്ടിലെത്തി മൂർത്തിസാറിന്റെ ചുമലിൽ തട്ടി യാത്ര പറഞ്ഞു പോകുന്നത് കണ്ടു.

വക്കീലന്മാർക്കിടയിൽ നിന്നും രാമൻവക്കീലും ശാന്തകുമാരിവക്കീലും തുടങ്ങി ചുരുക്കം പേരെ വന്നിരുന്നുള്ളൂ.

ശവംകൊണ്ടുപോകാനുള്ള വണ്ടിനേരത്തെതന്നെ എത്തിചേർന്നിരുന്നു. മകനുവേണ്ടി ഉദകക്രിയകൾ ചെയ്തതു മൂർത്തിസാർതന്നെയാണ്. പക്ഷേ ശവമെടുക്കുമ്പോഴേക്കും മൂർത്തിസാർ വല്ലാതെ തളർന്നു പോയിരുന്നതിനാൽ വൈദ്യുതി ശ്മശാനത്തിലേക്കുള്ള അനിലിന്റെ യാത്ര അച്ഛനെ കൂടാതെയായിരുന്നു. ശവത്തെ അനുഗമിച്ചത് മൂർത്തിസാറിന്റെ ചില സുഹൃത്തുക്കളാണ്. സായിനാഥ് മനഃപൂർവം തന്നെ വണ്ടിയിൽ കയറാതെ മാറിനിന്നു. അതുകൂടി ഇനി കാണാൻ വയ്യ.

നിമജ്ജനം ചെയ്യാനുള്ള അൽപ്പം ചിതാഭസ്മം കൊണ്ടുവരുന്നതിനായി പ്രത്യേകം ഏർപ്പാടു ചെയ്തിരുന്നു. താനെപ്പോഴെങ്കിലും മരിക്കുകയാണെങ്കിൽ തന്റെ ചിതാഭസ്മം തന്റെ അമ്മയുടെ ചിതാഭസ്മം നിമജ്ജനം ചെയ്ത ഗംഗാനദിയിൽ തന്നെ നിമജ്ജനം ചെയ്യണമെന്ന് അനിൽ പറയുമായിരുന്നത്രെ. ഇനിയുമൊരു ജന്മമുണ്ടെങ്കിൽ അത് തന്റെ അമ്മയുടെ ഉദരത്തിൽ തന്നെയാവണമെന്ന് അനിൽ ആഗ്രഹിച്ചിരുന്നു.

പത്തുമണിയോടടുത്തപ്പോൾ ശവം കൊണ്ടുപോകാനുള്ള വാഹനം പതുക്കെ നീങ്ങാനാരംഭിച്ചു. അതോടെ ശേഷിച്ച ചില ആളുകൾകൂടി യാത്ര പറഞ്ഞു പിരിഞ്ഞു.

നിറയെ വൃക്ഷങ്ങളും ചെടികളും ചിതൽപ്പുറ്റും ജീവജാലങ്ങളുമായി വർത്തിക്കുന്ന മൂർത്തിസാറിന്റെ 'പ്രകൃതിഭവനം' നിശ്ശബ്ദമായി. രാത്രി

പോലും കലപിലകൂട്ടി വീടുണർത്താറുള്ള കുരുവികളും കുറിഞ്ഞികളും പ്രാവുകളും എല്ലാം മൗനമായി.

സായിനാഥ് എന്തു ചെയ്യണമെന്നറിയാതെ ഒരു സിഗരറ്റിന് തീ പിടിപ്പിച്ച് കുറെ നേരം നിന്നനിൽപ്പിൽ തന്നെ നിന്നു. പുറത്ത് സീതപെണ്ണിനെയെങ്കിലും കണ്ടാൽ ഒന്നു പറഞ്ഞിട്ട് പോകാമെന്നു കരുതിയെങ്കിലും ആരേയും കാണാനില്ല. പിന്നെ, പെട്ടെന്നൊരു തീരുമാനത്തിലെത്തിയപോലെ ബൈക്കെടുത്ത് പുറത്തേക്കുന്തി നടക്കുമ്പോൾ രണ്ടാം നിലയിലുള്ള അപൂർണയുടെ മുറിയുടെ ജനൽവാതിലുകൾ മലർക്കെ തുറന്നിട്ടിരിക്കുന്നു. തെല്ലുനേരം തുറന്നിട്ടിരിക്കുന്ന ജാലകത്തിലേക്ക് വെറുതെ നോക്കിനിന്നു. ഇനി അപൂർണയെങ്ങാനും ജാലകത്തിലൂടെ........... ഇല്ല! എങ്ങും ഒരു കരിയില വീണാൽ പോലും കേൾക്കുന്ന കനത്ത ശാന്തതയാണ്. സായിനാഥ് അടഞ്ഞുകിടന്ന ഇരുമ്പ് ഗേറ്റ് ശബ്ദമുണ്ടാക്കാതെ വലിച്ചു തുറന്ന്, പതുക്കെ ചാരി പുറത്തു കടന്നു.

റോഡ് വിജനമായിരുന്നു. വെയിൽ മങ്ങിയ ആകാശം. വേലിപടർപ്പുകളിൽ മേഞ്ഞുനടക്കുന്ന ആട്ടിൻപറ്റങ്ങൾ. ടാർ റോഡിൽ നിന്നും പാടത്തേക്കു തിരിയുന്ന ഇടവഴിയിലൂടെ ഒരാൾ കുറെ പട്ടങ്ങളുമായി നടന്നുപോകുന്നു. അയാളെ അനുഗമിക്കുന്ന ഒന്നു രണ്ടു ചെറിയ കുട്ടികൾ.

കോടതിയിലെത്തിയപ്പോഴേക്കും നേരം ഉച്ചയായി. ബാർ അസോസിയേഷനിൽ പെൻഷനായി പിരിഞ്ഞു പോകുന്ന ഏതോ ജുഡീഷ്യലോഫീസർക്കുള്ള യാത്രയയപ്പുയോഗം നടക്കുകയാണ്. ആരൊക്കെയോ പ്രസംഗിക്കുന്നത് കേൾക്കുന്നുണ്ട്. ഒന്നിനും ഒരുത്സാഹം തോന്നിയില്ല. ക്ലാർക്കുറൂമിൽ പോയി ഫയലെടുത്ത് ഓഫീസിലേക്കു നടക്കുമ്പോൾ വെറുതെ ഓർത്തു. ഏതൊരാളോടുമുള്ള സ്നേഹവും പരിചരണവും ബഹുമാനവുമൊക്കെ വർധിക്കുംതോറും നാം നമ്മുടെ തന്നെ വ്യക്തിസ്വാതന്ത്ര്യത്തിന്റെ പരിധിയും കുറച്ചുകുറച്ച് കൊണ്ടുവരികയാണല്ലോയെന്ന്.

മൂന്ന്

ക്രിമിനൽ നിയമം എപ്പോഴും ഇരകൾക്കു വേണ്ടിയല്ല, വേട്ടക്കാർക്ക് അനുകൂലമായാണ് നിലനിൽക്കുന്നത്. ഇരകൾക്ക് തന്റെ കേസ് വാദിക്കാൻ സ്വന്തമായൊരു വക്കീലിനെ നിയമിക്കാൻ പോലും സ്വാതന്ത്ര്യമില്ല. സാക്ഷിപറയാൻ കോടതിയിൽനിന്നും സമൻസയച്ചാൽ മാത്രമേ ഇരകൾക്ക് കോടതിമുറിയിൽ കാലുകുത്താൻ തന്നെ അധികാരമുള്ളു. വേട്ടക്കാർക്ക് എത്ര പ്രഗത്ഭനായ ഒന്നല്ല, ഒരു ഡസൻ അഭിഭാഷകരെ വേണമെങ്കിലും വെച്ച് തങ്ങളുടെ കേസ് നടത്താം. ഇനി അഥവാ വേട്ടക്കാർക്ക് വക്കീലിനെ വെക്കാൻ കഴിവില്ലെങ്കിൽ കോടതിതന്നെ സൗജന്യമായി വക്കീലിനെ ഏർപ്പാടാക്കി കൊടുക്കണമെന്നാണ് വ്യവസ്ഥ. ഇരകൾക്കാവട്ടെ സർക്കാർ ദാനം തരുന്ന പബ്ലിക് പ്രോസിക്യൂട്ടറെകൊണ്ട് തൃപ്തിപ്പെട്ടെ മതിയാവൂ. ഈ പബ്ലിക് പ്രോസിക്യൂട്ടറാവട്ടെ എപ്പോഴും വേട്ടക്കാർക്കു വേണ്ടി ഹാജരാകുന്ന അഭിഭാഷകരുടെ മുമ്പിൽ ചൂളിപോകുന്ന ഒരു കാഴ്ചയാണ് ക്രിമിനൽ കേസിലെ സാക്ഷി വിസ്താരം.

പക്ഷേ, ഇതെല്ലാം ഗോവിന്ദേട്ടനോട് പറഞ്ഞിട്ട് എന്താണു കാര്യം? പാവം! രാവിലെ കൂടി ഓഫീസിൽ വന്ന് അപേക്ഷിച്ചിരുന്നു; കേസിന്റെ വിചാരണയാണിന്നെന്നും എന്തായാലും വക്കീല് വന്നേ മതിയാവുള്ളൂ എന്നും.

ഗോവിന്ദേട്ടന്റെ കേസ് നോക്കുന്നത് പബ്ലിക് പ്രോസിക്യൂട്ടർ സോമനാണ്. തനിക്ക് വേണമെങ്കിൽ സോമനെ സഹായിക്കാൻ മാത്രമേ നിയമപരമായി അവകാശമുള്ളു. അതിനു പോലും പബ്ലിക് പ്രോസിക്യൂട്ടർ സോമൻ സമ്മതിക്കണം. സോമനിൽനിന്നും അത്തരത്തിലുള്ള ഒരു സമീപനം ഒരിക്കലും പ്രതീക്ഷിച്ചു കൂടാ. പബ്ലിക് പ്രോസിക്യൂട്ടർമാരെ നേരിട്ട് ഗവൺമെന്റ് അപ്പോയിന്റ് ചെയ്യുന്നവരാണ്. ഗവൺമെന്റിന്റെ അഞ്ചക്ക

ശമ്പളം കൈപ്പറ്റുന്നവർ. പോലീസും ഉദ്യോഗസ്ഥന്മാരും അകമ്പടി സേവിക്കുന്നവർ. കോടതി സ്റ്റാഫുകളും ക്ലാർക്കുമാരും ഓച്ഛാനിച്ച് നിൽക്കുന്നവർ. ഔദ്യോഗിക കാര്യങ്ങളിൽ ജഡ്ജിമാർ പോലും അഭിപ്രായങ്ങൾ ചോദിക്കുന്നവർ. ക്രിമിനൽ കേസ് നടത്തുന്ന വക്കീലന്മാർ ദൈവത്തെ പോലെ പൂജിക്കുന്നവർ. അങ്ങനെയുള്ളവർ ഒട്ടുമുക്കാലും സോമന്റെ തരക്കാരാണ്. അവരെ അസിസ്റ്റന്റ് ചെയ്യുക എന്നുള്ളത് എപ്പോഴും അവർക്കൊരു കുറച്ചിലായിട്ടെ അവർ കാണൂ.

എന്നാലും കോടതിയിൽ പോകാതിരിക്കാൻ മനസുവന്നില്ല.

കോട്ടും ഗൗണും വാരിവലിച്ചിട്ട് കോടതിയിലെത്തുമ്പോഴേക്കും സാക്ഷിവിസ്താരം തുടങ്ങിയിരുന്നു. പ്രതിക്കൂട്ടിൽ നിൽക്കുന്ന രഘുനാഥനും കൂട്ടരും തന്നെ കണ്ടപ്പോൾ ശത്രുവിനെ കണ്ടിട്ടെന്നപോലെ പകയോടെ നോക്കാൻ തുടങ്ങി.

ഗോവിന്ദേട്ടൻ സാക്ഷിക്കൂട്ടിൽ നിന്ന് പ്രതിഭാഗം വക്കീലിന്റെ ചോദ്യങ്ങൾക്ക് മറുപടി പറയുകയാണ്.

രുഗ്മിണി ഇതിനുമുമ്പ് പലപ്പോഴും ആത്മഹത്യക്ക് ശ്രമിച്ചിട്ടുണ്ടെന്നും, രുഗ്മിണി ഒരു മാനസിക രോഗിയാണെന്നും, ആയതിന് പലപ്പോഴും ചികിത്സിച്ചിട്ടുണ്ടെന്നും, ആയതുകൊണ്ട് രുഗ്മിണിയുടെ മരണം തികച്ചും ഒരാത്മഹത്യയാണെന്നും അല്ലാതെ വാദിഭാഗം ആരോപിക്കുന്നതുപോലെ ഒരിക്കലും അതൊരു സ്ത്രീപീഡന മരണമല്ലെന്നും, സാക്ഷികളുടെ സാമ്പത്തികവും രാഷ്ട്രീയവുമായ ഉന്നതാധികാര സ്ഥാനങ്ങളിലുള്ള സ്വാധീനമുപയോഗിച്ച് പൊലീസിനെകൊണ്ട് കളവായി കള്ളക്കേസുണ്ടാക്കി സമൂഹമധ്യത്തിൽ അന്തസ്സായി പൊതു ജീവിതം നയിക്കുന്ന പ്രതികളെ കരിതേച്ച് കാണിക്കാനുള്ള ഒരു നീചശ്രമം മാത്രമാണിതെന്നുമുള്ള പ്രതിഭാഗം വക്കീലിന്റെ ക്രോസ് കൺക്ലൂഷൻ കേട്ട് ഉത്തരമില്ലാതെ സ്തബ്ധനായി നിൽക്കുന്ന ഗോവിന്ദേട്ടനെ കണ്ടപ്പോൾ ഉള്ളിലൊരു നീറ്റലനുഭവപ്പെട്ടു.

തെല്ലിട കോടതി ശാന്തമായി. ആളുകളെല്ലാം ഗോവിന്ദേട്ടനെ നോക്കാൻ തുടങ്ങി. അവസാനം മജിസ്ട്രേറ്റു തന്നെ ഗോവിന്ദേട്ടനോട് അൽപ്പം പരുഷമായി ചോദിച്ചു.

"വക്കീലു ചോദിച്ചതു കേട്ടില്ലേ എന്താ ഉത്തരം?"

എന്താണ് പറയേണ്ടതെന്നറിയാതെ പകച്ചു നിൽക്കുന്ന ഗോവിന്ദേട്ടനെ നോക്കി മജിസ്ട്രേറ്റ് വീണ്ടും ശബ്ദമുയർത്തി.

"വക്കീലുപറഞ്ഞത് ശരിയാണെങ്കിൽ ശരിയാണെന്നു പറയ്വാ, അല്ലെങ്കിൽ ഇല്ലാന്നു പറയ്വാ. എനിക്ക് വേറേയും പണിയുള്ളതാ."

ഒരോർമ്മ തെറ്റു പോലെ ഗോവിന്ദേട്ടൻ ശരിയല്ലെന്നു പറഞ്ഞപ്പോൾ മജിസ്ട്രേറ്റ് പബ്ലിക് പ്രോസിക്യൂട്ടറോഡ് ചോദിച്ചു.

"വെതർ എനി റീ–എക്സാമിനേഷൻ?"

"നോ! എവിഡൻസ് ഓഫ് സിഡബ്ലിയു വൺ ഈസ് ക്ലോസ്സ്ഡ്. ഇഷ്യൂ സമൻസ് റ്റു സിഡബ്ലിയു ടു ഏന്റ് ത്രി."

മജിസ്ട്രേറ്റ് ക്രോസ് എക്സാമിനേഷൻ നടത്തിയതിന്റെ മൊഴി വായിക്കാൻ തുടങ്ങി:– ഞാൻ ഒരു പ്രൈമറി സ്കൂൾ അധ്യാപകനായിരുന്നു. മകൾ രുഗ്മിണി എം എ മ്യൂസിക്കിനു പഠിക്കുമ്പോഴാണ് വിവാഹിതയായത്. വിവാഹസമയത്ത് രഘുനാഥൻ ഷെയർ മാർക്കറ്റിൽ എക്കൗണ്ടന്റായിരുന്നു. പിന്നീട് സുഹൃത്തുക്കളുമൊത്ത് പണം പലിശയ്ക്കു കൊടുക്കുന്ന ഇടപാട് സ്ഥാപനം തുടങ്ങിയത് എന്നാണെന്ന് കൃത്യമായി അറിയില്ല. വിവാഹത്തിന് രുഗ്മിണിക്ക് സമ്മതമായിരുന്നു. സമ്മതമായിരുന്നില്ല എന്നു പറഞ്ഞാൽ ശരിയല്ല. മകളോട് ചോദിച്ചിട്ടാണ് വിവാഹം നിശ്ചയിച്ചത്. മകന്റെ പേര് ബാലൻ എന്നായിരുന്നു. മകൻ ഒരു നക്സലേറ്റായിരുന്നെന്നും പല പൊലീസ് ആക്രമണ കേസുകളിലും പ്രതിയായിരുന്നെന്നും പറഞ്ഞാൽ ശരിയല്ല. മകന് ആ പ്രസ്ഥാനത്തോട് അടുപ്പമുണ്ടായിരുന്നു. മകൻ ബോംബെക്കാണെന്നു പറഞ്ഞ് വർഷങ്ങൾക്കു മുമ്പ് വീട്ടിൽ നിന്നും പോയതാണ്. അന്വേഷിച്ചെങ്കിലും കണ്ടെത്താനായില്ല. ജീവിച്ചിരിപ്പുണ്ടെങ്കിൽ ഒരെഴുത്തെങ്കിലും അയക്കുമായിരുന്നു. അവൻ പോയതിനുശേഷം ഭാര്യ ദേവകി ആരോടും മിണ്ടാറില്ല. രുഗ്മിണിയുടെ വിവാഹത്തിന് രഘുനാഥൻ സ്ത്രീധനം ചോദിച്ചിരുന്നില്ല എന്നു പറഞ്ഞാൽ ശരിയല്ല. പണമിടപാട് സ്ഥാപനം തൊടങ്ങാനായി വീടിന്റെ ആധാരം പണയം വെക്കാൻ ചോദിച്ചിരുന്നു. നുണയാണെന്നു പറഞ്ഞാൽ ശരിയല്ല. വിവാഹത്തിനുശേഷം ഒന്നു രണ്ട് വർഷം വല്ല്യെ കുഴപ്പമുണ്ടായിരുന്നില്ല. മകളെ വിവാഹത്തിനുമുമ്പ് മനോരോഗത്തിന് ചികിത്സിച്ചിട്ടുണ്ടെന്നു പറഞ്ഞാൽ ശരിയല്ല. അങ്ങനെ ഒരു സംഭവം ഉണ്ടായിട്ടില്ല. എക്സിബിറ്റ് ഡീവൺ ആയി ഇവിടെ ഹാജരാക്കിയിട്ടുള്ള ഡോക്ടറുടെ ചികിത്സാ രേഖകളെ കുറിച്ച് എനിക്കറിയില്ല. രഘുനാഥൻ മദ്യപിച്ച് വീട്ടിൽ വന്നിട്ടുള്ളത് ഞാൻ കണ്ടിട്ടുണ്ട്. രുഗ്മിണിക്ക് ഡയറി എഴുതുന്ന സ്വഭാവം ഉണ്ടായിരുന്നു. മകൾ എല്ലാ കാര്യങ്ങളും പറയാറുണ്ട്. രഘുനാഥൻ പണം ആവശ്യപ്പെട്ട് പലപ്പോഴും വഴക്കുണ്ടാക്കാറുണ്ടെന്നു പറഞ്ഞാൽ ശരിയാണ്. രഘുനാഥൻ വേറെ വിവാഹം കഴിച്ചിട്ടുണ്ട്. കുട്ടികളുണ്ടോ എന്നറിയില്ല. സംഭവത്തിനു കുറച്ചുദിവസം മുമ്പ് രഘുനാഥന്റെ വീട്ടിൽ പോയപ്പോൾ രഘുനാഥന്റെ അമ്മയും ചേട്ടന്മാരും അധിക്ഷേപിച്ചിരുന്നത് മകളോട് പറഞ്ഞു. അച്ഛനെ അവർ ചീത്ത പറഞ്ഞതിൽ അവൾക്ക് വിഷമമായിക്കാണും. മ്യൂസിക് ടീച്ചറാവാത്തതിൽ ദു:ഖമുണ്ടായിരുന്നതായി നേരിട്ടെന്നോട് പറഞ്ഞിട്ടില്ല. സംഗീതം അവൾക്ക് വളരെ ഇഷ്ടമായിരുന്നു. എനിക്കും ഇഷ്ടമാണ്. രഘുനാഥൻ ഇതിനെതിരായിരുന്നില്ല എന്നു പറഞ്ഞാൽ ശരിയല്ല. വീട്ടിലെ സാമ്പത്തിക സ്ഥിതി മകൾക്ക് നന്നായറിയാവുന്നതാണ്. രഘുനാഥന്റെ വീട്ടിൽ നിന്നും ജീവിക്കാനാവാതെ പോന്നതിനുശേഷമാണ് കുടുംബകോടതിയിൽ റിട്ടേൺഓഫ് ഓർണമെന്റ്സിനായി കേസ് ഫയൽ ചെയ്തത്. ചെലവിനു കിട്ടാൻ കേസ് കൊടുക്കണ്ടാന്ന് മകൾ തന്നെയാണ് പറഞ്ഞത്. മകൾക്ക് പഠിക്കുന്ന കാലത്ത് മറ്റൊരാളുമായി രഹസ്യബന്ധം ഉണ്ടായിരുന്നു എന്നു പറഞ്ഞാൽ ശരിയല്ല. രഘുനാഥൻ വിവാഹമോചനത്തിന് തയാറായിരുന്നു എന്നുപറ

ഞ്ഞാൽ ശരിയല്ല. കേസ് കൊടുത്ത വിവരം അറിഞ്ഞാണ് അന്ന് രഘുനാഥൻ മദ്യപിച്ച് വീട്ടിൽവന്നത്. സംഭവ ദിവസം ഞാൻ വീട്ടിലുണ്ടായിരുന്നു. സംഭവം നടക്കുന്ന സമയത്ത് ഞാൻ പുറത്തെ പറമ്പിൽ തെങ്ങുകൾക്ക് പണിക്കാരനെ നിറുത്തി വളമിടിയിക്കുകയായിരുന്നു. പണിക്കാരന്റെ പേര് കോരുവളപ്പിൽ തുണ്ടപ്പൻ എന്നാണ്. സ്ഥിരം പണിക്കാരനല്ല. ആശുപത്രിയിൽ എത്തിയശേഷമാണ് മകൾ മരിച്ചത്. കരച്ചിലുകേട്ടാണ് ഓടി വന്നത്. രഘുനാഥൻ സ്നേഹപൂർവം തിരിച്ചുകൊണ്ടുപോകാൻ വന്നതാണെന്നു പറഞ്ഞാൽ ശരിയല്ല. ഞാൻ കാണുമ്പോൾ മകളുടെ വായിലൂടെ ചോരയൊലിച്ചിരുന്നു. പോലീസിൽ അന്നു തന്നെ പരാതിപ്പെട്ടിരുന്നില്ല എന്നു പറഞ്ഞാൽ തെറ്റാണ്. പോലീസിൽ വിവരമറിയിച്ചത് ഈ കേസിലെ നാലാം സാക്ഷിയായ പവിത്രൻ എന്നൊരാളാണ്. പവിത്രൻ സംഭവം നേരിട്ട് കണ്ടിട്ടില്ല. പവിത്രൻ എന്റെ നാട്ടുകാരനും അകന്ന ബന്ധുവുമാണ്. രുഗ്മിണിയുടെ മകൾ അനഘ എന്ന അമ്മുകുട്ടിയെ ബലം പ്രയോഗിച്ചാണ് കൂടെ നിറുത്തിയിരിക്കുന്നതെന്ന് പറഞ്ഞാൽ ശരിയല്ല. അവൾക്ക് ഞങ്ങളോടൊപ്പം നിൽക്കാനാണ് ഇഷ്ടം. മകളുടെ മരണം ആത്മഹത്യയാണെന്നു പറഞ്ഞാൽ ശരിയല്ല..................

മൊഴിവായിച്ചു തീർന്നപ്പോൾ മജിസ്ട്രേറ്റ് പേപ്പറുകൾ ബഞ്ചുക്ലാർക്കിനെ ഏൽപ്പിച്ചു. പേപ്പർ വാങ്ങി തിയ്യതി കുറിച്ചശേഷം ബഞ്ച്ക്ലാർക്ക് ഗോവിന്ദേട്ടനെ നോക്കി വിളിച്ചുപറഞ്ഞു.

“ഇറങ്ങിക്കോളൂ. ഒപ്പിട്ടിട്ടുവേണം പുവ്വാൻ.”

കോടതിഓഫീസിൽ പോയി കയ്യെഴുത്തിട്ടു കൊടുത്തശേഷം ഗോവിന്ദേട്ടൻ പുറത്തേക്കുവന്നപ്പോൾ സായിനാഥ് അരികിലേക്കു ചെന്നു.

“വരൂ, ഓരോ ചായകഴിക്കാം.”

“വേണ്ട വക്കീലെ. വീട്ടിൽ ദേവകീം കൊച്ചുമോളും കാത്തിരിക്കണ്ണ്ടാവും.” അതും പറഞ്ഞ് ഗോവിന്ദേട്ടൻ കൈബാഗു തുറന്ന് ഒരു കുപ്പി പച്ചവെള്ളം പുറത്തെടുത്ത് മുഖം കഴുകി, ശേഷിക്കുന്നത് വായിലേക്കൊഴിച്ചു.

“വല്ലാതെ വശക്കേടായല്ലെ?”

“എന്റെ മകള് പോയെക്കാൾകൂടുതൽ എന്താവാനാ സാറെ?”

രഘുനാഥനും കൂട്ടരും ഉച്ചത്തിൽ വർത്തമാനം പറഞ്ഞ് പുറത്തേക്കിറങ്ങി പോകുന്നതുകണ്ടപ്പോൾ ഗോവിന്ദേട്ടൻ മുഖം തിരിച്ചു.

“സാറെ, അക്രമത്തിനിരയായവന് നീതിനൽകാനുള്ളതാണ് നീതിന്യായസംവിധാനമെന്ന കാര്യം എല്ലാവരും മറന്നുപോകുന്നപോലെ തോന്നുന്നു.”

“തോന്നലുമാത്രമല്ല ഗോവിന്ദേട്ടാ...............”

“എനിക്കറിയാം. സാറിന്............... ”

“അതോണ്ടല്ല. നമ്മളും അതിന് ഒരു തരത്തിലല്ലെങ്കിൽ മറ്റൊരു തരത്തിൽ കാരണക്കാരാ.”

“രാവിലേം പബ്ലിക് പ്രോസിക്യൂട്ടറെ കണ്ടപ്പൊ പറഞ്ഞത്, കേസ്

ഗുണാവുന്നന്ന്യാ. പക്ഷേ ന്റെ പഴമനസ്സിനൊരു ശങ്ക! മ്മ്ടെ വേദന്യൊന്നും അയാള്ക്ക് ഉൾക്കൊള്ളാനെ പറ്റണില്ല്യാ. എങ്ങന്യൊള്ള സാഹചര്യത്തീന്ന് വരുന്നോരാന്ന് നമ്ക്കെങ്ങന്യാ അറിയാ? എന്നാലും മനുഷ്യത്വം എന്നൊരു.............. അതോണ്ടാ ഞാൻ എന്ത് സഹിക്കേണ്ടിവന്നാലും സാറിനോട് വാദിക്കാൻ പറഞ്ഞത്."

"നിയമം അതിനനുവദിക്കാത്തിടത്തോളം കാലം എനിക്കൊന്നും ചെയ്യാൻ കഴിയില്ലെന്ന് അതോണ്ടാ ഞാൻ മുമ്പെ തന്നെ പറഞ്ഞത്."

"എന്താ സാറെ ഇങ്ങന്യൊക്കെ?"

"ക്രിമിനൽ നീതിന്യായ സംവിധാനം ഇവിടെ ഇങ്ങിനെയാണ് ഗോവിന്ദേട്ടാ.....പിന്നെ അങ്ങനെ സ്വകാര്യമായി വക്കീലന്മാരെ വെക്കണമെങ്കിൽ ഗവൺമെന്റിന്റെ പ്രത്യേക അനുവാദം വേണം....നമുക്ക് സ്വേഛാനുസൃതം വക്കീലിനെ വെക്കാനോ, പ്രതികൾക്ക് കോടതി ജാമ്യം അനുവദിക്കുന്ന സമയത്ത് ഇടപെടുവാനുള്ള അവകാശമോ, പ്രത്യേകമായി തെളിവുകൾ ഹാജരാക്കാനുള്ള അവകാശമോ, സാക്ഷികളെ ചോദ്യം ചെയ്യാനുള്ള അവകാശമോ, പ്രോസിക്യൂട്ടറുടെ വാദം പോരെന്നു തോന്നിയാൽ സ്വയം വാദം നടത്താനുള്ള അവകാശമോ ഒന്നും നിലവിലില്ല."

"അതായത് ഗുണ്ടകൾക്കും പിടിച്ചുപറിക്കാർക്കും കൊലപാതകികൾക്കും സുപ്രീംകോടതീന്നു പോലും ഏതു കൊലകൊമ്പൻ വക്കീലിനെ വേണമെങ്കിലും കൊണ്ടുവന്ന് പുല്ല് പോലെ എറങ്ങി പോകാമെന്ന് – അല്ലേ?"

ആവശ്യത്തിൽ കൂടുതൽ ഗോവിന്ദേട്ടന്റെ ഇടറിയ സ്വരമുയർന്നപ്പോൾ കോടതിയുടെ മുമ്പിൽ കാവൽ ഡ്യൂട്ടിക്കു നിൽക്കുന്ന പോലീസുകാരൻ എത്തിച്ചുനോക്കി. എന്തു പറയണമെന്നറിയാതെ സായിനാഥിന് മുഖം താഴ്ത്തിനിൽക്കാനേ ആയുള്ളു.

"സാറെ അവര്ടെ വക്കീല് എന്തോരം ആവശ്യല്ല്യാത്ത കാര്യങ്ങളാ എന്നോട് കുത്തി കുത്തി ചോദിച്ചത്. നമ്മ്ടെ പബ്ലിക് പ്രോസിക്യൂട്ടറ് ഒന്നിനു പോലും എതിർപ്പ് പറഞ്ഞില്ല്യാ. എന്റെ മകള് മാനസിക രോഗ്യായിർന്നത്രെ! സാറെ, ഒരു കാര്യം ഇപ്പൊ എനിക്ക് മനസിലായി. ഇവ്ട്ത്തെ പോലീസും കോടതീം ഭരണോക്കെ എന്നെപോലെയുള്ളവർക്കുള്ളതല്ലെന്ന്...."

"എന്താ ഗോവിന്ദേട്ടാ ഇത്? ഇനീം പ്രതീക്ഷയ്ക്ക് വകേണ്ട്. അല്ലെങ്ങെ നമ്മളൊക്കെ ഇവിടെ ജീവിക്കൊ? നന്മ ശേഷിച്ചവർ ഇനീംണ്ട്വ്ടെ. അതുകൊണ്ടല്ലെ ഇത്ര വലിയ മഹാമാരികളും കൊടുംകാറ്റുകളുമൊക്കെ ഉണ്ടായിട്ടും സൂര്യചന്ദ്രന്മാർ ഉദിക്കുന്നതും പൂക്കൾ വിടരുന്നതും കിളികൾ പാടുന്നതും.... സമുദ്രത്തിലെ ഒരുക്കുമ്പിൾ വെള്ളം മോശമാണെന്നു കരുതി.... അല്ലേ ഗോവിന്ദേട്ടാ? "

"ഞാൻ ഓരോന്നോർത്തപ്പൊ..."

"പോട്ടെ. സമാധാനായി വീട്ട്യേ പോയ്ക്കോളൂ. കേസ് തിയ്യതി ഞാൻ അറിയിക്കാം...."

ഗോവണിയിറങ്ങി വരാന്തയിലൂടെ ഗോവിന്ദേട്ടൻ പുറത്തേക്കു നടന്നു മറയുന്നത് കൈവരിയിൽ നിന്നും കുറെ നേരം വെറുതെ നോക്കിനിന്നു.

അന്ന് കേസ് കൊടുക്കുമ്പോഴെ ഗോവിന്ദേട്ടനോട് പറഞ്ഞതാണ്, ക്രിമിനൽ കേസാവുമ്പോ സിവിൽകേസ് കൊടുക്കുന്നപോലെയല്ല എന്നും, അത് പോലീസ് റിപ്പോർട്ടിന്റെ അടിസ്ഥാനത്തിൽ ഗവൺമെന്റ് ഭാഗം പ്രോസിക്യൂട്ടറാണ് ഗോവിന്ദേട്ടനു വേണ്ടി വാദിക്കുക എന്നൊക്കെ. പക്ഷേ, ഇതൊന്നും ഗോവിന്ദേട്ടനെ സംബന്ധിച്ചിടത്തോളം ഇപ്പോഴും അപ്രസക്തമാണ്.

അന്ന് രാത്രി രുഗ്മിണി മരിച്ചെന്ന് ബോധ്യമായ നിമിഷംതൊട്ടേ രഘുനാഥൻ രക്ഷപ്പെടുവാനുള്ള സർവതന്ത്രങ്ങളും ഉപയോഗിച്ചിരുന്നു. ഗോവിന്ദേട്ടൻ ഹോസ്പിറ്റലിൽ വെച്ച് മകളുടെ മരണത്തിൽ സംശയമുണ്ടെന്നും കേസാക്കുന്നതിനു വേണ്ടി പൊലീസിൽ ഇന്റിമേഷൻ കൊടുക്കണമെന്നും കാണിച്ച് പരാതിപ്പെട്ടെങ്കിലും പിറ്റേദിവസമാണ് പോലീസ് വന്ന് എഫ് ഐ ആർ രജിസ്റ്റർ ചെയ്തതും മൊഴി രേഖപ്പെടുത്തിയതും. അവിടം തൊട്ടേ തടസങ്ങളായിരുന്നു. എന്നാൽ ഇതൊക്കെ പരിഹരിക്കാനോ കേസ് വേണ്ട വിധം കൊണ്ടുപോകാനോ ഉള്ള സ്വാധീനമോ, സാമ്പത്തികനിലയോ ഗോവിന്ദേട്ടന് ഉണ്ടായിരുന്നുമില്ല. ഇത്തരം സ്ഥലങ്ങളിലൊക്കെയാണ് രഘുനാഥൻ അവസരം മുതലെടുത്ത് കളിച്ചതും.

പോലീസ് കേസ് രജിസ്റ്റർ ചെയ്തിട്ടു തന്നെ പകുതിയായപ്പോൾ ചാർജ് ഫ്രെയിം ചെയ്ത് കോടതിയിലേക്കയക്കാതെ ആറേഴു മാസത്തോളം വൈകിപ്പിച്ചിരുന്നു. പിന്നീടത് ഗോവിന്ദേട്ടൻ കോടതി വഴി ഒരുപാട് അധ്വാനിച്ചതിനുശേഷമാണ് ഇത്രത്തോളമെങ്കിലും ആയിത്തീർന്നത്.

ഇന്ന് ഗോവിന്ദേട്ടൻ വളരെ ക്ഷീണിതനായിരുന്നു. ആശങ്കകളുടേയും ആകുലതകളുടേയും കാറ്റും കോളും നിറഞ്ഞ മനസിൽ വല്ലാത്തൊരു അനിശ്ചിതത്വം മാത്രമാണ് ശേഷിക്കുന്നത്.

സായിനാഥ് ഗോവണിയിറങ്ങി അഡീഷണൽ ജില്ലാ കോടതിയുടെ വരാന്തയിലൂടെ പുറത്തേക്കു നടന്നു.

മജിസ്ട്രേറ്റ് കോടതിയുടെ മുമ്പിലെത്തിയപ്പോൾ രണ്ട് വനിതാ പോലീസുകാരുടെ കയ്യും പിടിച്ച് വെള്ളച്ചി ജീപ്പിനടുത്തേക്ക് നടക്കുകയാണ്. സായിനാഥിനെ കണ്ടപ്പോൾ വെള്ളച്ചി ഒന്നു നിൽക്കാനായി പോലീസുകാരോട് ആംഗ്യം കാട്ടി.

കഴിഞ്ഞ വർഷം ദുർനടപ്പിന് പോലീസ് പിടിച്ചപ്പോൾ ജാമ്യമെടുത്ത് കൊടുത്തതിൽപ്പിന്നെ ഇപ്പോഴാണ് കാണുന്നത്.

"സാറെ...."

സായിനാഥ് എന്തു പറയണമെന്നറിയാതെ അവരുടെ മുഖത്തേക്കു നോക്കി.

"ഇപ്രാവശ്യം മൂന്നാമത്തെ തവണ്യാ സാറെ പിടിക്കണത്. ഇപ്പൊ ജാമ്യമെടുക്കലൊന്നൂല്ല്യാ. കുറ്റം സമ്മതിക്കും. അപ്പോ കൂട്യാ ഒരു മൂന്ന് മാസത്തെ ജയിൽ ശിക്ഷ. സാറിനൊര് ഫീസ് നിക്കണത് ഓർമ്മില്ല്യാതല്ല. ഇപ്പോ ജയിലീന്നെറങ്ങാൻ നേരല്ല്യാണ്ടായതാ പ്രശ്നം. അറ്യേണ പണീടത്ത് ജീവിക്കാനും ഇവടത്തെ കോടതീം നിയമൊന്നും സമ്മതിക്കണില്ല്യാ സാറെ. കൊലപാതകം ചെയ്തോനും ബലാൽസംഘം ചെയ്തോന്നും ശിക്ഷയില്ല. അവരെ രക്ഷിക്കാനും കൊണ്ടു നടക്കാനും

എത്രയാളാ! പാവം ഞങ്ങളൊന്ന് വ്യഭിചരിച്ചാ ഏറ്റവും വല്ല്യ കുറ്റായി....”

സായിനാഥിന് ഉത്തരം പറയാൻ കഴിഞ്ഞില്ല. അപ്പോഴേക്കും അവരെ വനിതാ പോലീസുകാർ ബലമായി പിടിച്ച് മുമ്പോട്ടു നടന്നു.

ജീപ്പിലിരുന്നും അവൾ എന്തൊക്കെയോ ഉറക്കെ സംസാരിച്ചിരുന്നു. എന്താണെന്ന് വ്യക്തമാകുന്നില്ല. എന്തായാലും ആരോടൊക്കെയോ ഉള്ള പ്രതിഷേധമാണ്.

താൻ പ്രാക്ടീസ് തുടങ്ങുന്ന കാലത്ത് വെള്ളച്ചി പരീത് വക്കീലിന്റെ കക്ഷിയായിരുന്നു. വേറെ പെണ്ണുകെട്ടിയ ഭർത്താവിനെതിരെ ജീവനാംശം തേടി കുടുംബകോടതിയുടെ വരാന്തയിലൂടെ രണ്ട് കൊച്ചങ്ങളേയും പിടിച്ച് വലിച്ചു കൊണ്ട് വെള്ളച്ചി പോകുന്ന കാഴ്ച ഇപ്പോഴും ഓർമയുണ്ട്. അന്ന് പരീതു വക്കീലിന്റെ കേസ് നടത്താൻ ജൂനിയറായ സഹീറയാണ് കുടുംബകോടതിയിൽ വന്നിരുന്നത്. സഹീറയെ കോളേജിൽ വെച്ചേ പരിചയമുണ്ടായിരുന്നതിനാൽ സഹീറ കുടുംബകോടതി കക്ഷികൾ ഓരോരുത്തരുടേയും കഥകൾ പറയുമായിരുന്നു.

വെള്ളച്ചിയുടെ യഥാർഥ പേര് സരസ്വതി എന്നായിരുന്നത്രെ. ഒരു സാധാരണ അരയകുടുംബത്തിൽ ജനിച്ച വെള്ളച്ചി സുന്ദരിയായിരുന്നു. വെളുത്തു തടിച്ച് സുന്ദരിയായിരുന്നതുകൊണ്ടാണ് വീട്ടുകാർ അവളെ സ്നേഹപൂർവം വെള്ളച്ചി എന്ന് വിളിച്ചിരുന്നത്. വെള്ളച്ചിയുടെ അപ്പനും അമ്മയും അവളെ മീൻ വിൽപ്പനയ്ക്കയക്കാതെ സ്കൂൾ ഫൈനൽ കഴിഞ്ഞപ്പോൾ തുന്നല് പഠിക്കാൻ വിട്ടു. ഇതിനിടയിലാണ് തൊറയിൽ കുറി പതിക്കാൻ വന്നിരുന്ന അദ്രുമാനുമായി വെള്ളച്ചി പ്രണയത്തിലാവുന്നതും ഒരു രാത്രി ഒളിച്ചോടി പട്ടണത്തിലെത്തുന്നതും.

പട്ടണത്തിലെത്തിപ്പെട്ട വെള്ളച്ചിയുടെ ജീവിതം ദുരിതപൂർണ്ണമായിരുന്നു. അദ്രുമാന് വെള്ളച്ചിയെ കൂടാതെ മറ്റ് രണ്ട് ഭാര്യമാർ കൂടി ഉണ്ടായിരുന്നത് ഒളിച്ചോടിയതിന് ശേഷമാണ് വെള്ളച്ചി അറിയുന്നത്. അപ്പോഴേക്കും വെള്ളച്ചി ഒര് കൊച്ചിന്റെ തള്ളയായി കഴിഞ്ഞിരുന്നു. പട്ടിണിയും രോഗങ്ങളും കൂടപിറപ്പുകളായി. ജീവിതത്തിന്റെ നിസ്സഹായതയ്ക്കു മുമ്പിൽ എല്ലാ വേഷങ്ങളും കെട്ടിയാടേണ്ടി വന്നു. അദ്രുമാൻ വേറെ മേച്ചിപ്പുറങ്ങൾ തേടി പോയതോടെ വെള്ളച്ചി താൻ പുറം പണിക്കു പോകുന്ന ഒരു മുതലാളിയുടെ സഹായത്താടെ അയാൾക്കെതിരെ കുടുംബകോടതിയിൽ കേസ് കൊടുത്തു. പക്ഷേ, കേസിൽ വാറണ്ടായിട്ടു പോലും കോടതിക്ക് അദ്രുമാൻ എവിടെയുണ്ടെന്നു കണ്ടെത്താനായിരുന്നില്ല. മൂന്നോ നാലോ പോസ്റ്റിംങ് കൂടി കഴിഞ്ഞപ്പോൾ വെള്ളച്ചി കോടതിയിൽ തന്നെ വരാതായി. പിന്നീട് അവരെ കാണുന്നത് വർഷങ്ങൾ കഴിഞ്ഞ് വ്യഭിചാരക്കുറ്റത്തിന് പൊലീസ് അറസ്റ്റു ചെയ്ത് കോടതിയിൽ കൊണ്ടുവന്നപ്പോഴായിരുന്നു. അന്ന് ഞൊണ്ടി രാമു പറഞ്ഞിട്ട് താനാണ് അവർക്ക് ജാമ്യമെടുത്ത് കൊടുത്തത്. അതിന്റെ ഫീസിനെകുറിച്ച് അവർ ഇപ്പോഴും ഓർമിക്കുന്നു. സായിനാഥിന് അവരോട് നന്ദി തോന്നി. മറ്റുള്ളവരെ അപേക്ഷിച്ച് മുഖം മൂടികളില്ലാത്ത അവർ എത്രയോ ഭേദമാണ്.

നാല്

കുടുംബകോടതിയിലെ കേസുകഴിഞ്ഞ് അപൂർണ ഓഫീസിലെത്തിയപ്പോഴേക്കും നേരം നട്ടുച്ചയായി.

ഗോവിന്ദേട്ടന്റെ ഹരജി കോടതി പരിഗണിച്ചെന്നു പറഞ്ഞപ്പോൾ ആശ്വാസം തോന്നി. അമ്മുക്കുട്ടിയുടെ കാര്യത്തിൽ അത്രയെങ്കിലും ഒരു സമാധാനമായല്ലോ.

സായിനാഥ് കൈകഴുകി വന്ന് കസേരയിലിരുന്നു. അപൂർണ അപ്പോഴേക്കും ഉച്ചഭക്ഷണം പകുത്ത് രണ്ട് പാത്രത്തിൽ തയാറാക്കിയിരുന്നു.

ഭക്ഷണം കഴിച്ചുകൊണ്ടിരിക്കെ എന്തോ ഓർത്തിട്ടെന്നപോലെ സായിനാഥ് പൊടുന്നനെ ചോദിച്ചു.

"ജനാധിപത്യസംവിധാനത്തിന്റെ വിമർശനമാണ് ആധുനിക കാലത്തെ ഏറ്റവും മുഖ്യമായ സർഗപ്രക്രിയയെന്ന ഷൂസെ സാരമാഗുവിന്റെ നിരീക്ഷണത്തിൽ നീതിന്യായ സംവിധാനത്തെക്കുറിച്ചുള്ള വിമർശനവുമുൾപ്പെടും ഇല്ലേ വക്കീലേ?"

"എന്തെപ്പോങ്ങനെ ചോദിക്കാൻ?"

"കാരണംണ്ട്ന്ന് കൂട്ടിക്കോളൂ."

"മാന്യവും ഉത്തരവാദിത്തമുള്ളതുമായ വിധി വിമർശനം നിയമസാഹിത്യത്തിന്റെ ഏറ്റവും സജീവമായ മേഖലതന്നെയാണെന്നതിൽ സംശയമില്ല. കോടതികളേയും വിധിന്യായങ്ങളേയും നിരന്തരം നിരീക്ഷിക്കുവാനും വിമർശിക്കുവാനും ജനാധിപത്യത്തിലെ പൗരസമൂഹത്തിനും പൊതുപ്രവർത്തകർക്കും ബാധ്യത കൂടിയുണ്ട് വക്കീലേ. കൂടാതെ കാലത്തിന്റെ ജാഡ്യത്തിനെതിരെയുള്ള ഒരു കലാപം കൂടിയാണ് വിമർശനം. നീതി നിർവഹണരംഗം വിമർശനങ്ങൾക്ക് അതീതമാണെന്ന സമീപനം മധ്യകാലഘട്ടത്തിനു മാത്രം യോജിക്കുന്നതാണെന്ന് റോസലിൻ സ്കട്ട് തന്നെ പറഞ്ഞിട്ടില്ലേ?"

“പക്ഷേ നമ്മുടെ പല ന്യായാധിപന്മാർക്കും ഇത് ഇപ്പോഴും ദഹിക്കാത്ത ഉച്ചഭക്ഷണമാണ്.”

“അതിന് കോടതിയെന്നാൽ നിശ്ചേതനമായ അമൂർത്തതയല്ലെന്നും, നീതിന്യായവികാരം സിദ്ധിച്ച ജനതതന്നെയാണെന്നും മാറ്റി ചിന്തിക്കേണ്ടിയിരിക്കുന്നു. കോടതിയെക്കുറിച്ചുള്ള സത്യങ്ങൾ പറയുന്നത് ബുദ്ധിശൂന്യമോ അപകടങ്ങൾ പോലുമോ ആണെന്ന് ചില രാഷ്ട്രീയക്കാരും നിയമജ്ഞരും പറയുന്നതിനോട് അമേരിക്കയിലെ അപ്പീൽ കോടതി ജഡ്ജിയായ ജെറോം ഫ്രാങ്ക് പറഞ്ഞത് തനിക്കാ നിർദേശത്തോട് അൽപ്പം പോലും ആദരവില്ലെന്നാണ്. സർക്കാറിന്റെ ഏതെങ്കിലും ശാഖയുടെ പ്രവർത്തനത്തെകുറിച്ചുള്ള സത്യാവസ്ഥ ജനങ്ങളെ അറിയിക്കുന്നത് ഒരു ജനാധിപത്യവ്യവസ്ഥിതിയിൽ ബുദ്ധിശൂന്യതയാണെന്ന് ഒരിക്കലും കരുതരുത്. മനുഷ്യനിർമിതമായ സ്ഥാപനങ്ങളുടെ അനിവാര്യമായ പിഴവുകൾ ജനങ്ങൾ തീർച്ചയായും അംഗീകരിക്കും. അങ്ങനെയാണ് സായി ചരിത്രം.”

“ഡെഫനിറ്റ്ലി!... അതിനിവിടെ പലരും നിയമത്തിലെന്നതിനേക്കാൾ നീതിയുടെ കാര്യത്തിൽ നിരക്ഷരരാണെന്നു തോന്നുന്നു.”

ഓഫീസിന്റെ കതകിലാരോ മുട്ടി. സായിനാഥ് കൈകഴുകി വന്ന് വാതിൽ തുറന്നപ്പോൾ ജൂനിയർ വക്കീൽ ആൻ മരിയയാണ്.

“എന്താ മരിയാ?”

“മജിസ്ട്രേറ്റ് കോടതീല് ഒരു ഫയല് ഹിയറിങ്ങിനായി മാറ്റി വെച്ചിട്ട്ണ്ട്.”

“സമയം ചോദിച്ചില്ലെ?”

“ഭഗവാൻ വക്കീല് ഇന്നന്നെ ഹിയറിയണംന്ന് സബ്മിഷൻ പറഞ്ഞു.”

“അയാളെ സൂക്ഷിക്കണം! നമ്മ്ടെ ആ ജില്ലാ കോടതീലെ കേസില് കക്ഷി മരിച്ചു പോയെന്ന് പറഞ്ഞ വിത്താ. ഭക്ഷണം കഴിച്ചോ മരിയാ?”

“ങ്ഹാ.”

“എന്നാ നടന്നോളൂ കേസ് വിളിക്കാണെങ്കിൽ അട്ത്ത കേസായി എടുക്കാൻ പറയണം.”

ആൻ മരിയ പുറത്തേക്കിറങ്ങി. വാച്ചിൽനോക്കിയപ്പോൾ സമയം രണ്ടെ മുപ്പത്. മജിസ്ട്രേറ്റ് കോടതിയായോണ്ട് മൂന്നു മണിക്കേ കേറൂ. ചിലപ്പോ കേറാതിരിക്കാനും വഴിയുണ്ട്.

സായിനാഥ് ഫയലെടുത്ത് പുറത്തേക്കിറങ്ങിയപ്പോൾ അപൂർണ പറഞ്ഞു.

“നാളെ ഞാനുണ്ടാവില്ല. എന്റെ രണ്ട് ഫയല് സബ് കോടതീല്ണ്ട്. പപ്പേന്യൊന്ന് ഹോസ്പിറ്റല്യെ കൊണ്ട് പോണം.”

“കാശ് വല്ലതും വേണോ?”

“വേണ്ട.”

“വൈകീട്ട് അക്കാദമീല് ഫിലിംഫെസ്റ്റിവല് നടക്കല്ലേ...വരില്ലേ?”

“ഇന്നേതാ? ബുദ്ധിജീവികളുടെ വല്ല അമേരിക്കൻ ഫിലിമാവും, യുദ്ധങ്ങളെ ആദർശവൽക്കരിച്ച് ...വേണ്ട”

“ഒര് ഇറാനിയൻ ചിത്രാ. ടൈറ്റില് മറന്നു.”

“പൊളിറ്റിക്കിലാണെങ്കിലും ഞാനില്ല. ഇപ്പൊ എന്തൊ ഒരു മൂഡ് തോന്നണില്ല.”

“പൊളിറ്റിക്കലെന്ന് പറഞ്ഞപ്പഴാ ഒര് കാര്യോർത്തത്. വക്കീലിന്ന് പേപ്പറിലൊര് പ്രസ്താവനകണ്ടോ? ഭരണം കയ്യാള്ണ മന്ത്രീട്യാ. പുള്ളി ഒരു ചോദ്യത്തിന് മറുപടിയായി പറഞ്ഞിരിക്ക്യാ. തന്റെ വീട്ടില് രാഷ്ട്രീയം ചർച്ച ചെയ്യാറില്ലെന്ന്. അപ്പോ താൻ കൊണ്ടുനടക്കണെ ഇപ്പഴ്ത്തെ രാഷ്ട്രീയം വീട്ടില് പോലും സംസാരിക്കാൻ പറ്റാത്തതാണെന്ന് ചുരുക്കം അല്ലേ വക്കീലേ?”

“ഞാനാർഥത്തിലല്ല പറഞ്ഞെ.”

“ദാറ്റ് ഐ നോ... ഇതൊര് ഇറാനിയൻ ന്യൂവേയ്വ് ഫിലീമാ. കൊണ്ട് നടന്ന് പഴങ്ങള് വിൽക്കണ ഒരച്ഛനും മകമ്വാ മുഖ്യ കഥാപാത്രങ്ങള്. പക്കാ റിയലിസ്റ്റിക്കാ.”

“ഞാൻ വിളിക്കാം”

“യെസ്.”

ബൈക്ക് പതിവിലും വേഗത്തിലാണ് ഓടിച്ചത്.

കോടതിയിലെത്തിയപ്പോൾ ക്ലാർക്കുറൂമിനു മുമ്പിൽ പിള്ളച്ചേട്ടൻ കാത്തുനിൽക്കുന്നുണ്ടായിരുന്നു.

“കോടതി കേറണില്ല്യാന്നാ പറഞ്ഞെ”

“അതെന്താ?”

“അവ്ടെപ്പോ അങ്ങന്യാ. തോന്ന്യാകേറും. അല്ലെങ്കെ ചേമ്പറ്യെ വിളിച്ചിട്ട് കേസ് കൂട്ടത്തോടെ നീട്ടാറാ പതിവ്.”

“ഷിറ്റ്!!”

വരാന്തയിലൂടെ വേഗം നടന്നു. കാലിന്മേൽ ആണിയുള്ള കാരണം പിള്ളച്ചേട്ടന്റെ നടത്തത്തിന് എത്ര തിടുക്കമുണ്ടെങ്കിലും വേഗതയുണ്ടാവാറില്ല. പാവം പിള്ളച്ചേട്ടൻ! ഓഫീസിട്ടകാലംതൊട്ട് കൂടെകൂടീതാ. എത്ര വർഷങ്ങളായി. ഇതുവരെ കറച്ചട്ടൊര് വാക്കുപോലും പറയേണ്ടയിടവരുത്തിയിട്ടില്ല. ഒറ്റത്തടിയായി ജീവിക്കുന്ന പിള്ളച്ചേട്ടന് ഉള്ള് നിറയെ വാത്സല്യമാണെല്ലാവരോടും. ഓഫീസ് തുടങ്ങുന്ന കാലത്ത് പിള്ളച്ചേട്ടൻ അനിയൻ വക്കീലിന്റെ ഒപ്പമായിരുന്നു. അനിയൻ വക്കീലിന്റെ അച്ഛൻ തിരുമുൽപ്പാട് വക്കീലാണ് പിള്ളച്ചേട്ടനെ ഈ മേഖലയിലേക്ക് കൊണ്ടുവന്നതും കൂടെ കൂട്ടി പണികൾ പഠിപ്പിച്ചു കൊടുത്തതും. പിന്നീട് തിരുമുൽപ്പാട് വക്കീൽ പ്രായാധിക്യം നിമിത്തം ഓഫീസിൽ വരാതായപ്പോൾ അനിയന്റെ കൂടെയായി. എന്നാൽ അനിയൻ വക്കീൽ അപ്രതീക്ഷിതമായൊരു കാർ ആക്സിഡന്റിൽപ്പെട്ട് മരണമടഞ്ഞതോടുകൂടി പിള്ളച്ചേട്ടൻ പിന്നെ അവിടെനിന്നും പോന്നു. അനിയൻ വക്കീലിന്റെ ബന്ധുക്കൾ

ഓഫീസ് മറ്റൊരു വക്കീലിന് വിറ്റപ്പോൾ പിള്ളച്ചേട്ടനോടും കൂടെ നിന്നോളാൻ പറഞ്ഞതാണ് പക്ഷേ, എന്തോ അനിയൻ വക്കീലില്ലാത്ത ഓഫീസിനെകുറിച്ച് പിള്ളച്ചേട്ടന് ഓർക്കാനേ കഴിയുമായിരുന്നില്ല.

അങ്ങനെയിരിക്കെ ഒരു ദിവസമാണ് വളരെ അവിചാരിതമായി കോടതിയിൽ വെച്ച് പിള്ളച്ചേട്ടനോട് വെറുതെ ചോദിച്ചത്, കൂടെ പോരുന്നോ എന്ന്? കേൾക്കേണ്ടതാമസം പിള്ളച്ചേട്ടൻ തയാറായിരുന്നു. അനിയൻ വക്കീലിന്റെ ഓഫീസിൽ നല്ലൊരു വരുമാനമുണ്ടായിരുന്ന പിള്ളച്ചേട്ടനെ സംബന്ധിച്ചിടത്തോളം തന്റെ ഓഫീസ് ഒന്നുമല്ലായിരുന്നു. പോരാത്തതിന് തുടക്കക്കാരും. എന്നാലും പിള്ളച്ചേട്ടൻ ചോദിക്കുമ്പോളൊക്കെ പറയും; എനിക്കിതുമതി വക്കീലെ നാളെമ്മ്ടെ ഓഫീസ് വലുതാവില്ല്യാന്ന് ആരു കണ്ടു. ഞാൻ തിരുമുൽപ്പാടിന്റെ ഒപ്പം കൂടുമ്പോ വക്കീലിന് ആഴ്ചേല് മൂന്നോ നാലോ ഫയലേ കാണു. പിന്നീട് എന്തായി കഥ? ദിവസം പതിനഞ്ചും ഇരുപത്വായി. ഫയലൊക്കെ വരും വക്കീലെ–അതായിരുന്നു പിള്ളച്ചേട്ടൻ.

കൈത്തറിയുടെ ഒറ്റമുണ്ട്. നീളൻ വെള്ളജുബ. പറ്റവെട്ടിയ മുടി. നെറ്റിയിലൊരു പകുതി മാഞ്ഞ ഭസ്മക്കുറി. ചെരിപ്പിടാറേയില്ല. സരസേനയുള്ള പെരുമാറ്റം. സംതൃപ്തമായ മുഖഭാവം. ഇങ്ങനെയൊക്കെയാണെങ്കിലും തെറ്റുകണ്ടാൽ മുഖം നോക്കാതെ വർത്തമാനം പറയുന്ന പ്രകൃതം.

പിള്ളച്ചേട്ടൻ സൈക്കിളിലാണ് ഓഫീസിലേക്ക് വരുന്നതും പോകുന്നതും. ഒരു പഴയ റാലി സൈക്കിൾ. പിള്ളച്ചേട്ടന്റെ അമ്മ ഇപ്പോഴും ജീവിച്ചിരിപ്പുണ്ട്. ഏകദേശം തൊണ്ണൂറ്റഞ്ച് തൊണ്ണൂറ്റിയാറ് വയസ്സ് കഴിഞ്ഞെങ്കിലും പിള്ളച്ചേട്ടൻ രാത്രി ഓഫീസടച്ച് ചെന്നിട്ടേ അമ്മ ഉറങ്ങാറുള്ളത്രെ! അമ്മയെക്കുറിച്ച് സംസാരിച്ചാൽ പിള്ളച്ചേട്ടന് ആയിരം നാവാണ്. അച്ഛനെകണ്ടോർമ്മ പിള്ളച്ചേട്ടനില്ല. ഏതോ ഇല്ലത്തെ ഏട്ടൻ തിരുമേനിയായിരുന്നു സംബന്ധക്കാരനായ അച്ഛൻ. പിള്ളച്ചേട്ടന് താഴെ അഞ്ച് സഹോദരിമാരായിരുന്നു. അവരുടെയെല്ലാം എല്ലാകാര്യങ്ങളും വിധിയാംവണ്ണം നിറവേറ്റികൊടുത്തെങ്കിലും സ്വന്തം ജീവിതത്തിലൊരു കൂട്ട് ഉണ്ടാക്കാൻ പിള്ളച്ചേട്ടൻ മറന്നു പോയിരുന്നു. ആരെങ്കിലും എപ്പോഴെങ്കിലും അതു ചോദിച്ചാൽ പിള്ളച്ചേട്ടൻ ചിരിച്ചുകൊണ്ട് പറയും – 'എനിക്ക് കൂട്ട് ഞാൻ തന്ന്യാ. എന്താ? അതാവുമ്പോ ഇണങ്ങാനും പിണങ്ങാനും ഞാൻ തന്നെ മതീലോ.

ജീവിതത്തിൽ വളരെ പരിമിതമായ ആവശ്യങ്ങളെകുറിച്ചേ പിള്ളച്ചേട്ടൻ പറയുന്നത് കേട്ടിട്ടുള്ളു. കൊണ്ടു വരുന്ന ഉച്ചയൂണ് കഴിച്ചാൽ വൈകീട്ടൊരു ചായ. പിന്നെ വീട്ടിലെത്തി കുളിയും നാമജപവും കഴിഞ്ഞിട്ടെ ജലപാനമുള്ളു. അതിനിടയിൽ ആര് എന്തിന് വിളിച്ചാലും സന്തോഷത്തോടെ നിരസിക്കും.

കോടതിപ്പണി കഴിഞ്ഞാൽ പിള്ളച്ചേട്ടന് ഇഷ്ടമുള്ള മറ്റൊരു കാര്യം ഉടുക്കുകൊട്ട് പാട്ടാണ്. ശബരിമല മാസങ്ങളിൽ പലപ്പോഴും ലീവെടുത്ത്

ഉടുക്കുപ്പാട്ടിനു പോകും. പിള്ളച്ചേട്ടൻ കുറെ കുട്ടികളെ വീട്ടിൽ ഉടുക്കു കൊട്ട് പാട്ട് പരിശീലിപ്പിക്കുന്നുമുണ്ടായിരുന്നു. ആദ്യമൊക്കെ മൂർത്തി സാർ വരുന്ന ദിവസങ്ങളിൽ പിള്ളച്ചേട്ടൻ ഓഫീസിലേക്ക് ഉടുക്ക് കൊണ്ടു വരും. ഒരിക്കെ മൂർത്തിസാർ അതിനെകുറിച്ച് ഇംഗ്ലീഷിൽ ഒരാർട്ടിക്കിൾ തന്നെ എഴുതുകയുണ്ടായി. ഇപ്പോ പിള്ളച്ചേട്ടൻ അതിനൊക്കെ പോകുന്നുണ്ടോയെന്ന് തന്നെ ചോദിക്കാറെ ഇല്ല. ജീവിതത്തിന്റെ വേഗങ്ങൾക്കിടയ്ക്ക് സൗഹൃദത്തിന്റെ സാമീപ്യങ്ങൾക്കും അകൽച്ച കൂടികൂടി വരികയാണല്ലോ!

സബ്കോടതിയുടെ റെക്കോഡ് റൂമിനടുത്തെത്തിയപ്പോൾ ഞൊണ്ടി രാമു പല്ലിളിച്ചു. ആരെയോ കുടുക്കാനുള്ള നികുതിയടച്ച രസീതുമായി നിന്ന് പരുങ്ങുകയാണ്. ഞൊണ്ടി രാമു നേരം വെളുക്കുമ്പോൾ തൊട്ടെ കോടതിയിൽ കാണും. മുഖ്യ പരിപാടി ജാമ്യമെടുക്കാനായി ആളുകളെ തരപ്പെടുത്തി കൊടുക്കലാണ്. കൂടാതെ കാശു കിട്ടാവുന്ന തക്കട തരികട എന്തു വേണമെങ്കിലും ഞൊണ്ടി രാമുവിനോട് ഒരു വാക്ക് പറഞ്ഞാ മതി. പറ്റുന്നതാണെങ്കിൽ ആ നിമിഷം തയാറാണ്. ക്രിമിനൽ കോടതികളിലെ പല മജിസ്ട്രേറ്റുമാർക്കും ഞൊണ്ടി രാമുവിനെപറ്റി അറിയാവുന്നതുകൊണ്ട് നേരിട്ട് കോടതിയിൽ ഹജരാവേണ്ട കാര്യത്തിന് ഞൊണ്ടി മുതിരാറില്ല.

ഞൊണ്ടി രാമുവിന്റെ പ്രധാന കൂട്ടാളികൾ കോർട്ട് ഡ്യൂട്ടിയിലുള്ള പോലീസുകാരും, സ്റ്റേഷൻ മാറ്ററുകൾ മാത്രം കൈകാര്യം ചെയ്യുന്ന വക്കീലന്മാരുമാണ്. അവരെപ്പോഴും ഞൊണ്ടിയെ അന്വേഷിച്ച് നടക്കുന്നതു കാണാം.

ഞൊണ്ടിക്ക് വീടും കുടുംബവും ഉണ്ടോ എന്നതിനെപറ്റി ആർക്കും അറിയില്ല. ആരും അതിനെ പറ്റി പറയുന്നതും കേട്ടിട്ടില്ല. ഞൊണ്ടിയും ഈ കോടതികളും അത്രയ്ക്കും ബന്ധപ്പെട്ടിരിക്കുന്നതായി പലപ്പോഴും തോന്നിയിട്ടുണ്ട്.

മജിസ്ട്രേറ്റ് കോടതിയുടെ മുമ്പിൽ നിറയെ ആളുകളാണ്. പുതിയതായി അറസ്റ്റ് ചെയ്തുകൊണ്ട് വന്ന ഏതോ ഗുണ്ടാ കേസിലെ പ്രതികൾ പൊലീസിനോടൊപ്പം തറയിലിരിക്കുന്നു. രാവിലെ മാറ്റിവെച്ച കേസുകൾ വിളിക്കുന്നതും കാത്ത് മുൾമുനയിൽ നിൽക്കുന്നവരാണ് കൂടുതലും.

ഏതോ ചെക്ക് കേസിൽ ജാമ്യമെടുക്കാനായി അഡ്വാൻസ് ഹിയറിങ് പെറ്റീഷൻ ഫയൽ ചെയ്ത് രാവിലെ മുതൽ കേസു വിളിക്കുന്നതും കാത്തു നിൽക്കുന്ന രാമൻ വക്കീൽ സായിനാഥിനെ കണ്ടപ്പോൾ അരികിലേക്കു വന്നു.

“ഒരു ദാക്ഷിണ്യോല്ല്യാത്ത ഒര് മനുഷ്യൻ വക്കീലെ. ഇത്രേം ആൾകള് കാത്തിരിക്കണ്ണ്ടെന്ന ഒര് വിചാരങ്ങ്യലും വേണ്ടെ?”

“ഇത്പ്പൊവ്ട്ത്തെ പതിവാത്രെ ഒത്താ കേറും. കഴിഞ്ഞാഴ്ച മേനോൻ വക്കീല് പറേണെ കേട്ടു. ജില്ലാ ജഡ്ജീടടുത്ത് പരാതി പറഞ്ഞപ്പോ, പറഞ്ഞട്ട് കാര്യല്ല്യാന്ന് പറഞ്ഞൂത്രെ. മോൾലാ പിടിപാടെന്ന്.”

“വാറണ്ട്ള്ള കേസാ വക്കീലേ അതാ പ്രശ്നം. മജിസ്ട്രേറ്റിന് സ്ത്രീയായാലും വേണ്ടില്ല്യാ ബെയിലബിൾ ഒഫൻസായാലും വേണ്ടില്ല്യാ, വാറണ്ടാച്ചാ ഒര് ദെവസം ജയിലില് കെടക്കട്ടേന്നാ പതിവ്.”

“ചേമ്പറ്യേപോയൊന്ന് കാണാർന്നില്ല്യേ?”

“അഞ്ചുമണ്യാവാതെ വക്കീലാണെങ്കിലും ചേമ്പറ്യേകടത്തില്ല.”

“ഇപ്പൊ തൂക്കികൊല്ലാൻ അധികാരല്ല്യാത്തത് ഭാഗ്യം. ഒര്തരം ധാർഷ്ട്യം!”

“ഇതല്ല പ്രശ്നം വക്കീലേ. കക്ഷികൾക്ക് ഇതിനോടൊക്ക്യുള്ള വിശ്വാസം നാൾക്ക് നാൾ ഇല്ല്യാണ്ടായ് വര്വാ. എന്റെ ഈ കക്ഷ്യാണെങ്കിൽ വക്കീലിനറിയോ, ഭർത്താവ് കേൻസറായിട്ട് ഇന്നൊ നാള്യോന്ന്ച്ചട്ടാ ജില്ലാശുപത്രില് കെടക്കണെ. കേസ് ഫ്രോഡാ. പത്ത് കൊല്ലം മുമ്പ് കുറി വിളിച്ചപ്പൊ കുറിക്കമ്പനിക്കാര് വാങ്ങിവെച്ച ചെക്കാ. എക്കൗണ്ട് പോലും ക്ലോസ് ചെയ്തു. എന്നാലും ജാമ്യടക്കാണ്ട് പറ്റില്ലാല്ലോ!”

“ബഞ്ച് ക്ലർക്കിനോടൊന്ന് പറ.”

“അയാൾക്ക് അനങ്ങണങ്കെ കാശ് കിട്ടണം. മിനിമം അമ്പതാ. ഇതൊക്കെ കക്ഷ്യോൾട് പറയാൻ ഒക്ക്വൊ? ആള്കള്ടെ വിചാരം കോടതീന്ന് പറഞ്ഞാ... പറയാതിരിക്കാ ഭേദം. ഒര് ഡെയ്റ്റ് കിട്ടണങ്കെ കൊടക്കണം മിനിമം അമ്പത്.”

ആരോ വിളിക്കുന്നതു കേട്ടപ്പോൾ രാമൻ വക്കീൽ കോടതിയുടെ ഉള്ളിലേക്കു തന്നെ പോയി.

അൽപ്പം കൂടി മനുഷ്യത്വപരമായ ഒരു സമീപനം ഉണ്ടായില്ലെങ്കിൽ വല്ലാത്തൊരു ശൂന്യതയാണ് അവശേഷിക്കുന്നതെന്ന് സായിനാഥ് ഓർത്തു. നിയമത്തെക്കാളുപരി അത്തരമൊരു സമീപനം കൂടി ഉണ്ടെങ്കിലേ ചില ചില കാര്യങ്ങൾക്ക് ഉത്തരം കണ്ടെത്താനാവൂ എന്നായിട്ടുണ്ട്.

കോടതിചുമരിൽ തറച്ചുവെച്ചിരിക്കുന്ന വാചകങ്ങൾ സായിനാഥ് പതുക്കെ വായിച്ചു. ‘നീതിവൈകിക്കുന്നത്, നീതിനിഷേധത്തിനു തുല്യമാണ്.’

ആപ്തവാക്യങ്ങൾക്ക് എന്തൊരു അർത്ഥഗരിമയാണ്.!

പിള്ളച്ചേട്ടൻ ഫയലുമായി അരികിലേക്കു വന്നു.

“മരിയവക്കീലിനോട് എന്തേലും പറയണോ?”

“കേസ് നീട്ടീട്ട് വന്നാ മതീന്ന് പറഞ്ഞേക്കൂ. അതല്ലെങ്കിൽ തോന്ന്യേപോലെ നീട്ടിവെക്കും. അതല്ലാ ഇനി നാളെത്തേക്ക് തന്നെ വെയ്ക്കാണെങ്കിലും അറ്യേണല്ലോ.”

“നാളേയ്ക്ക് വെച്ചാ നമ്മ്ടെ എം വി ഒ പിണ്ട്. ലിസ്റ്റായോണ്ട് തെളിവെടുക്കേണ്ടി വരും.”

“പോലീസ് റെക്കോഡൊക്കെ ഹാജരാക്കീട്ട്ണ്ടോ?”

“എല്ലാം കഴിഞ്ഞേണ്ട്. അതിന്ള്ള ആകോര് പ്രശ്നം എന്താന്ന്ച്ചാ ആ രാധാമണി കാർന്നോരെകൊണ്ട് വര്വോന്ന്ള്ളതാ. കാർന്നോര്ക്കാണെ

ങ്കിൽ വാഹനാപകടത്തിന് ശേഷം മറ്റൊരാള്ടെ സഹായല്ല്യാതെ ഇരുന്നോട്ത്ത്ന്ന് നീങ്ങാനൊക്കില്ല്യാ."

"വിളിച്ചേണ്ടായ്ര്ന്നില്ലെ?"

"ഇന്നലേം വിളിച്ചിരുന്നു. അപ്പോ രാധാമണി പറേണത് കോടതീന്ന് കിട്ടണ തൊകേടെ നേർപകുതി അവള്ടെ പേരില് തരാന്ന് രേഖാ മൂലം എഴുതി തന്നാലെ കാർന്നോരെ കോടതിയിൽ കൊണ്ട് വരൂന്ന്."

"അതിന് തൊക കിട്ട്യാലല്ലേ?"

"എന്തായാലും ഇത്തരം കേസുകളില് കാശു കിട്ടുംന്ന് അവൾക്കറിയാം. കാർന്നോര് ആ കാശ് മോന്റെ ഭാര്യക്ക് കൊടുക്കോന്നുള്ള പേട്യാ അവൾക്ക്. കാർന്നോര്ടെ മരിച്ച് പോയ മോന്റെ ഭാര്യക്കും കുഞ്ഞുങ്ങൾക്കും ഒരു ഗതീം ഇല്ലാത്തോറ്റങ്ങളാ. പക്ഷേ, ഇവള് ഒര് ന.പ. കൊടുക്കാനൊട്ട് സമ്മതിക്കില്ല. രാധാമണിക്ക് വല്ല്യെചുറ്റുപാടാ. ഭർത്താവ് ഫോറിനിലായ്രുന്നു. എന്നാലും ദുരാഗ്രഹം തന്നെ. കഴിഞ്ഞ തവണ വന്നപ്പോഴും ആ കാർന്നോര് കൊറെ വെഷമം പറഞ്ഞു എന്നോട്. സാധു മനുഷ്യൻ."

"കൊറെ മറന്നു കള പിള്ളചേട്ടാ. അതാ നല്ലത്."

"അതന്യാ നല്ലത്. എനിക്കും തോന്നാറുണ്ട്...."

പിള്ളച്ചേട്ടൻ കോടതിയുടെ ഉള്ളിലേക്കു പോയി.

സായിനാഥ് ഗൗണൂരി ചുമലിലിട്ട് ഒരു സിഗരറ്റെടുത്ത് കത്തിച്ചു. കനൽക്കാറ്റ് നെഞ്ചിലെത്തിയപ്പോൾ ശരീരം പൊള്ളുന്നപോലെ തോന്നി. കോടതിമുറ്റത്തെ വെയിലാറിയ നെല്ലിച്ചോട്ടിൽ കടലാസുകൾ തിന്നൊടുക്കുന്ന ആട്ടിൻപറ്റങ്ങൾ. എന്നോ ജില്ലാ കോടതി ജപ്തി ചെയ്ത് പിടിച്ചു ചിതലരിച്ച് കിടക്കുന്ന വഞ്ചിക്കുള്ളിൽ ഒരു കൊറ്റനാട് കൊറ്റിയുമായി ഇണചേർന്ന് നിൽക്കുന്നു. ചങ്ങലകളില്ലാത്ത സ്വാതന്ത്ര്യം. കത്തിത്തീർന്ന സിഗരറ്റ് കുത്തിക്കെടുത്തി ദൂരേക്ക് വലിച്ചെറിഞ്ഞ് സാവധാനം തിരിച്ചു നടന്നു.

II

ഒന്നാം ക്ലാസ്സ് മജിസ്ട്രേറ്റ് കോടതിയുടെ പ്രതിക്കൂടിനരികെ ചുമരിനോടു ചേർന്ന് പോലീസ് ബന്തവസ്സിൽ നിൽക്കുന്ന പ്രതിയെ സായിനാഥ് ഒരൊറ്റ നോട്ടത്തിൽ തന്നെ തിരിച്ചറിഞ്ഞു. അതോടൊപ്പം വല്ലാത്തൊരു ആശ്ചര്യവും സായിനാഥിൽ കനത്തു. മുഷിഞ്ഞ ഇളം നീല ജീൻസ്, ബട്ടൻസ് പൊട്ടിയ ഒലീവ് നിറത്തിലുള്ള ഷർട്ട്, ക്ഷീണിച്ച മുഖത്ത് നീട്ടി വളർത്തിയ താടി, കൂട്ടുപുരികങ്ങൾക്കു മുകളിൽ കറുത്ത് കട്ടിയുള്ള മറുക്. ഐസക്ക് ജോൺ സാമുവൽ എന്ന താന്തോന്നി. ഇവനെങ്ങനെ ഇവിടെ? അതും കോടതിക്കുമുമ്പിൽ പ്രതിക്കൂടിനരികെ? നീണ്ട എത്രയോ വർഷങ്ങൾക്കു ശേഷമാണ് കാണുന്നത്. എന്നിട്ടുകൂടി ഒറ്റ നോട്ടത്തിൽ തന്നെ ഉള്ളിൽ തറച്ചു. അന്നേ മനസിൽ കരുതിയിരുന്നു; എന്നെങ്കിലുമൊരിക്കൽ നിന്നെയൊക്കെ കയ്യിൽ കിട്ടുമെന്ന്. പക്ഷേ,

ഇത്തരമൊരു സാഹചര്യത്തിൽ ഇനി അത്തരം ചിന്തകൾക്കൊന്നും യാതൊരു പ്രസക്തിയുമില്ലാതായിരിക്കുന്നു.

ഐസക് ജോൺ സാമുവൽ എന്ന മുവാറ്റുപുഴക്കാരൻ അച്ചായൻ ലോ കോളേജിൽ തന്റെ സീനിയറായിരുന്നു. സീനിയറെന്നു പറഞ്ഞാൽ എഴുതാത്ത പരീക്ഷകളുടെയും സെമസ്റ്ററുകളുടെയും എണ്ണം നോക്കിയാൽ എത്ര വർഷമായെന്ന് കൃത്യമായി അറിയില്ല. മഹാപോക്കിരിയായ പണച്ചാക്ക്. എന്തിനും ഏതിനും മടിയില്ലാത്ത രാഷ്ട്രീയസ്വാധീനം. ആരേയും ആകർഷിക്കാൻ പോന്ന ഭൗതീകസൗകര്യങ്ങൾ. ഏതോരാളേയും വരുതിയിൽ നിറുത്താൻ പോന്ന ശക്തിയും ആൾബലവും.

കോളേജിലെ റാഗിങ് ഗ്യാങ്ങിന്റെ തലവനായിരുന്നു ഐസക്. ഐസക്കൊന്ന് വിരൽ ഞൊടിച്ചാൽ ഏത് ഒന്നാം വർഷക്കാരനും പറയുന്നത് മുഴുവൻ അനുസരിച്ചോളണം. അല്ലെങ്കിൽ അവന് ടി സി വാങ്ങി വേറെ കോളേജന്വേഷിച്ച് പോകേണ്ടിവരും.

ലോയ്ക്ക് അഡ്മിഷനെടുത്ത ആദ്യ ദിവസം തന്നെ കോളേജിലെ റാഗിങ് ഗ്യാങ്ങിനെ പറ്റി സവിസ്തരം സീനിയേഴ്സ് പറഞ്ഞുതന്നിരുന്നു. 'ചുമ്മാ അനുസരിച്ചാ യാതോരു പ്രശ്നങ്ങളുമില്ല. അവന്മാര് താനെ കമ്പനിയായിക്കോളും.' അക്കാര്യം ശരിയായിരുന്നു. അവർക്ക് അവരെ അനുസരിക്കുന്ന, ബഹുമാനിക്കുന്ന ഒരു പറ്റം ഒന്നാം വർഷക്കാരെയാണ് വേണ്ടിയിരുന്നത്. അന്ന് അവനും ഗ്യാങ്ങും പറയുന്നതനുസരിച്ച് ഇല്ലാത്ത കാശുണ്ടാക്കി അവന്മാർക്ക് വയർ നിറയെ കള്ളും കഞ്ചാവും വാങ്ങി കൊടുത്ത് പിഴയൊടുക്കേണ്ടി വന്നു. അല്ലാതെ അന്നതിൽ നിന്നും മാറി നിൽക്കാൻ യാതോരു മാർഗങ്ങളുമില്ലായിരുന്നു.

അങ്ങനെയിരിക്കെ ഒരു വെള്ളിയാഴ്ച ഉച്ചതിരിഞ്ഞ് ഫസ്റ്റവർ ക്ലാസു തുടങ്ങിയ സമയത്താണ്, അതെ. ഇപ്പോഴും വ്യക്തമായി ഓർക്കുന്നുണ്ട്. ജനൽ പഴുതിലൂടെ ഒളിഞ്ഞുനിന്ന് ഐസക്കിന്റെ ക്രൂരകൃത്യങ്ങൾ ശരിക്കും കണ്ടത്. ഫസ്റ്റ് ഇയർ ലോയ്ക്ക് വന്നു ചേർന്ന ഏതോ ഒരു പെൺകുട്ടിയായിരുന്നു ഇര. വേട്ടനായ്ക്കൽക്കിടയിൽപ്പെട്ട ഒരു മുയൽ കുഞ്ഞിനെപോലെ, അടിവസ്ത്രംപോലും അഴിച്ചിടീപ്പിച്ച്, അവളുടെ മുലകളിൽ സിഗരറ്റുകുറ്റികളുടെ ചാരം കൊണ്ട് സിന്ധൂരം തൊടുവിച്ച്, ഒരു ഭ്രാന്തനെപോലെ അട്ടഹസിക്കുന്ന ഐസക് ജോൺ സാമുവൽ. പിന്നീട് ആ പെൺകുട്ടി മാനസിക നിലതകർന്ന് ഏതോ ചിത്തരോഗാശുപത്രിയുടെ ഇരുട്ടറയ്ക്കുള്ളിൽ തളയ്ക്കപ്പെട്ടുവെന്ന് അറിഞ്ഞിരുന്നു. അങ്ങനെ ഐസക്കിന്റെ എത്രയെത്ര ക്രൂരമായ ഫലിതങ്ങൾ.

ആ കഥാപത്രമാണിപ്പോൾ കോടതിയിൽ ചുരുണ്ടുകൂടി, തലയും താഴ്ത്തി ഇങ്ങനെ നിൽക്കുന്നത്.

സായിനാഥ് പരിചയമുള്ള ഒരു പോലീസുകാരനെ അടുത്തേക്കു വിളിച്ചു.

"ദ്ദാ മുക്കിൽ നിൽക്കുന്നവന്റെ പേരിൽ എന്താ കുറ്റം?"

"സാറവനെ അറിയോ?"

ഉണ്ടെന്നോ ഇല്ലെന്നോ പറഞ്ഞില്ല.

"അവൻ വക്കീലാ. ഇപ്പോ പ്രാക്ടീസ് ചെയ്യുന്നുണ്ടോന്നറിയില്ല. ചെക്ക് കേസാ. വണ്ടി ചെക്ക് കൊടുത്ത് ഒന്നേക്കാൽ ലക്ഷം വാങ്ങിയതാ കേസ്. നോൺ ബെയിലബിൾ വാറണ്ടായിരുന്നു. പെറ്റീഷ്ണർ നല്ല സ്വാധീനം ഉള്ളോരാ. അതോണ്ട് കയ്യോടെ പൊക്കിക്കൊണ്ട് വന്നിരിക്കാ."

"കഷ്ടം!"

"ഇവരൊക്കെ ഈ പ്രൊഫഷനന്നെ നാണക്കേടാ സാറെ. വക്കീലാന്ന് ജഡ്ജിക്കറില്ല്യാ. വിളിച്ച് മാറ്റി വെച്ചിരിക്കാ. ആള്ണ്ടെങ്കെ ജാമ്യം കിട്ടും. അല്ലങ്കെ ഇന്ന് ഉണ്ട തിന്നണ്ടി വരും. വീട്ടുകാരെ അറീക്കണോന്ന് ചോദിച്ചപ്പോ അവരാരും വരില്ലാന്നാ പറഞ്ഞെ. നടതള്ളിതാപ്പോ. ഞാൻ ഇങ്ങട് വിളിക്കാം. സാറൊന്ന് സംസാരിക്ക്. എന്തായാലും ഒര് വക്കീലല്ലേ?"

പോലീസുകാരൻ കൈകൊണ്ട് ആംഗ്യം കാട്ടിയപ്പോൾ ഐസക് കോടതിയുടെ വാതിലിനടുത്തേക്ക് നീങ്ങിവന്നു.

സായിനാഥ് അവന്റെ മുഖത്തേക്ക് തന്നെ സൂക്ഷിച്ചു നോക്കി.

"എന്നെ മനസിലായോ?"

"ഉവ്വ്." പതറിയ ശബ്ദം.

"ജാമ്യെടുക്കുണ്ടോ?"

"ജാമ്യക്കാരില്ല."

"വക്കീലാന്ന് പറഞ്ഞോ?"

"ഇല്ല."

"ഞാനെന്തെങ്കിലും ചെയ്തു തരണോ?"

"ഒര് ഹരജി എഴുതിതന്നാ സഹായായി."

"ഞാൻ കൊടുത്തേക്കാം. വക്കീലാന്ന് പറഞ്ഞ് സ്വന്തം നിലയില് ജാമ്യാപേക്ഷിച്ചേക്ക്. ചിലപ്പോ മജിസ്ട്രേറ്റ് തരും. വേറെ ആരെങ്കിലും അറിക്കേണ്ടതുണ്ടോ?"

"ആരൂല്ല."

സായിനാഥ് വാതിലിനടുത്തുനിന്നും പുറത്തേക്കു കടന്നു.

ജീവിതത്തിന്റെ വല്ലാത്തൊരു വൈരുധ്യം തന്നെ. ആർക്കും വേണ്ടാതായിരിക്കുന്നു. മുഖമുയർത്തി വർത്തമാനം പോലും പറയാനാവാതെ, കുറ്റബോധം മാത്രം തളം കെട്ടിയ തലച്ചോറുമായി, താൻ പഠിച്ച നിയമത്തിന്റെ തന്നെ ദയയും കാത്ത്....ഛെ! കാണേണ്ടിയിരുന്നില്ല. വെറുതെ ഓർമയിലോരോ ശാപക്കോലങ്ങൾ.

സായിനാഥ് ആളുകൾക്കിടയിലൂടെ വക്കീൽ ഗുമസ്തന്മാരിരിക്കുന്ന ക്ലാർക്ക് റൂമിലേക്ക് വേഗം നടന്നു. കോടതി പിരിയാൻ മിനിറ്റുകൾ മാത്രേ ബാക്കിയുള്ളു. ഹർജിയെങ്കിൽ ഹരജി. ജാമ്യം കിട്ടുകയാണെങ്കിൽ കിട്ടിക്കോട്ടെ.

അഞ്ച്

അക്രമത്തിന് ഇരയായിത്തീർന്നവർക്കോ, അവരുടെ കുടുംബങ്ങൾക്കോ, പ്രതികളിൽനിന്നും നഷ്ടപരിഹാരത്തിന് അവകാശമുണ്ടോയെന്ന് ഗോവിന്ദേട്ടൻ പലപ്പോഴും ചോദിച്ചിരുന്നു. അപ്പോഴൊക്കെ ഓരോരോ ഒഴിവുകഴിവുകൾ പറഞ്ഞ് പിൻമാറുകയാണ് ചെയ്തത്. ഇന്നലെ ഓഫീസിൽ വെച്ച് കണ്ടപ്പോഴും ഗോവിന്ദേട്ടൻ ഇതേ ചോദ്യം തന്നെ ആവർത്തിച്ചിരുന്നു. ആ സമയത്ത് എന്താണ് പറയേണ്ടതെന്നു പോലും അറിയാതെ വലഞ്ഞുപോയി.

അക്രമത്തിനിരയായിത്തീരുന്നവർക്ക് ഇന്ത്യയിലെ ക്രിമിനൽ നടപടിക്രമങ്ങളിൽ നൽകിയിരിക്കുന്ന പദവി തീർത്തും അപര്യാപ്തമാണെന്ന് ഗോവിന്ദേട്ടനോട് പലപ്പോഴും ആവർത്തിച്ച് പറഞ്ഞിട്ടുള്ളതാണ്. പക്ഷേ, ഗോവിന്ദേട്ടനെ സംബന്ധിച്ചിടത്തോളം നിയമങ്ങളെക്കാളുപരി ഒരു മനുഷ്യത്വപരമായ പരിഗണന കോടതി കാണിക്കാതിരിക്കുമോ എന്നാണ് എപ്പോഴും ചോദിക്കുന്നത്!. ക്രിമിനൽ നടപടിചട്ടങ്ങളിൽ നഷ്ടപരിഹാരങ്ങളെ സംബന്ധിച്ച് ചില വ്യവസ്ഥകളുണ്ടെങ്കിലും നിയമത്തിന്റെ മുമ്പിൽ തുല്യനീതി എന്ന ഭരണഘടനാവ്യവസ്ഥ നടപ്പാക്കുന്നതിന് നിലവിലുള്ള ചട്ടങ്ങൾ ഇപ്പോഴും പര്യാപ്തമല്ലെന്നു വേണം പറയാൻ.

നിയമം എപ്പോഴും അതിന്റെ നിയതമായ വഴിയിലൂടെ മാത്രമെ സഞ്ചരിക്കാറുള്ളൂ. അതുകൊണ്ടുതന്നെ രഘുനാഥനെതിരെ നഷ്ടപരിഹാരത്തിനായി ഒരു അഡീഷണൽ ഹരജി കൊടുക്കുക എന്നത് നിഷ്ഫലമായ ഒരു യത്നം മാത്രമാണ്. നിലവിലുള്ള കേസിൽ രഘുനാഥനെതിരെ ശിക്ഷ വിധിക്കുകയാണെങ്കിൽ മജിസ്ട്രേറ്റിന് ഒന്നുകിൽ തടവും പിഴയും ഒരുമിച്ചോ അല്ലെങ്കിൽ തടവുമാത്രമായോ വിധി പ്രസ്താവിക്കാവുന്നതാണ്. ഇപ്രകാരം പിഴയായി വിധിക്കുന്ന സംഖ്യ കോടതിയുടെ

യുക്തം പോലെ അക്രമത്തിനിരയായ ആൾക്കോ, അയാളുടെ കുടുംബത്തിനോ നൽകാനായി കൽപ്പിക്കാൻ വിവേചനാധികാരവുമുണ്ട്. എന്നാൽ ഒരു വേള പ്രതിയെ വെറുതെ വിടുകയാണെങ്കിൽ നഷ്ടപരിഹാരത്തിന്റെ പ്രശ്നമെ ഉദിക്കുന്നില്ല.

ബസിറങ്ങി ഗോവിന്ദേട്ടന്റെ വീട്ടിലേക്കു നടക്കുമ്പോൾ സായിനാഥ് ആശങ്കാകുലനായി. പല സന്ദേഹങ്ങൾക്കും ഉത്തരം കണ്ടെത്താനാകുന്നില്ല. അധികാരം കയ്യാളുന്ന സമ്പന്നമായ ഒരു വിഭാഗം രാജ്യത്തെ വിഭവങ്ങളെല്ലാം കയ്യടക്കുകയും, പൊലീസിനേയും ഗവൺമെന്റിനേയും പാട്ടിലാക്കുകയും, അതിനും പുറമെ കോടതിയെ കൂടി വശത്താക്കുകയും ചെയ്താൽ, സിവിലായും ക്രിമിനലായും ഉള്ള ഇന്ത്യൻ നിയമങ്ങളെല്ലാം പിന്നെ അവർക്കനുകൂലമായാണ് വ്യാഖ്യാനിക്കപ്പെടുക അഥവാ വ്യാഖ്യാനിക്കപ്പെടേണ്ടി വരിക. അങ്ങനെയായാൽ അശരണരും ദുർബലരുമായ മഹാഭൂരിപക്ഷം നിയമത്തെ അവരുടെ ശത്രുമാത്രമായി കാണാൻ തുടങ്ങും. ഗോവിന്ദേട്ടനെ പോലെയുള്ളവരുടെ ചോദ്യങ്ങൾക്കു മുമ്പിൽ ഉത്തരങ്ങൾ പറയാനാവാതെ നാക്കു കുഴഞ്ഞ്, ശരീരം തളർന്ന്, ഉഛ്വാസമില്ലാതെ.....

മണ്ണിടവഴി അവസാനിക്കുന്ന ക്ഷേത്രക്കുളത്തിനരികിലെത്തിയപ്പോൾ, താഴെ നെൽപ്പാടത്തിലേക്കു തിരിയുന്ന നെടുവരമ്പിലൂടെ സാവധാനം നടന്നു. നെടുവരമ്പ് നീണ്ടു കിടക്കുകയാണ്. വരമ്പിന്റെ ഇരുഭാഗത്തും കൊയ്ത്തു കഴിഞ്ഞ നവരകണ്ടങ്ങളിൽ സമൃദ്ധിയായി കായ്കറികൾ കൃഷിചെയ്തിരിക്കുന്നു. ചൂടിക്കയറുകൊണ്ട് വലിച്ചുകോർത്തു കെട്ടിയ പന്തലിനു താഴെ പടവലങ്ങളും പാവയ്ക്കകളും നിറയെ തൂങ്ങിക്കിടക്കുന്നു. മേൽകണ്ടങ്ങളുടെ അരികുകളിലായി തോടു കോരി, തീയ്യിട്ട്, വെള്ളം പാറ്റി, പാവി മുളപ്പിച്ചിരിക്കുന്ന ചീരതോട്ടങ്ങൾ. അതിനരികെ പാകമായ വെള്ളരിക്കകൾ കവുങ്ങിൻ പട്ടകൊണ്ട് പൊതയിട്ട് മൂടിവെച്ചിരിക്കുന്നു. കണ്ണു പറ്റാതിരിക്കാനായി ചാമ്പില കൊണ്ട് കെട്ടിയുണ്ടാക്കിയ നോക്കുകുത്തിയുടെ മൺതലയിൽ കിന്നാരം പറഞ്ഞിരിക്കുന്ന തൊപ്പിക്കിളികൾ.

വരമ്പ് തിരിയുന്ന ഒരു കൈത്തോടിനു വക്കത്തെത്തിയപ്പോൾ സായിനാഥ് മുഖമൊന്നു കഴുകാനായി വെള്ളത്തിലേക്കിറങ്ങി. തോടുവക്കത്തെ ചുള്ളിക്കൂട്ടങ്ങൾക്കരികിൽ നിറയെ കീടനാശിനികളുടെ ഒഴിഞ്ഞ ടിന്നുകളും ഉറകളും കൂട്ടിയിട്ടിരിക്കുന്നു. അതു കണ്ടപ്പോൾ സായിനാഥിനെന്തോ ഒരു വല്ലായ്ക തോന്നി. വിളവെടുപ്പിന്റെ തലേദിവസം കൂടി ഇതടിച്ചിട്ടാണ് പച്ചക്കറികൾ മാർക്കറ്റിലെത്തുക. എന്തു ചെയ്യാം.? നിയമം ഒരെ സമയം രക്ഷിക്കുമ്പോൾ തന്നെ ശിക്ഷിക്കുകയും ചെയ്യുന്നു എന്നുള്ളതാണ് അതിജീവനത്തിന്റെ മറ്റൊരു തത്വശാസ്ത്രം.

വരമ്പ് തിരിഞ്ഞ് സായിനാഥ് ഒരൊറ്റയടി പാതയിലെത്തി. അത് ചെന്ന് അവസാനിക്കുന്നത് ഗോവിന്ദേട്ടന്റെ വീട്ടുമുറ്റത്താണ്. നിറം മങ്ങിയ വെള്ളക്കുമ്മായം പൊളിഞ്ഞടർന്നു നിൽക്കുന്ന ഒരു പഴയ ഇരുനില ഓടു

വീട്. വീടിന്റെ കാലനയ്ക്കൽ മുഴുവൻ മൺപുറ്റുകളും കുഴിയാന പൊത്തുകളുമാണ്. പൊട്ടിപ്പൊളിഞ്ഞു കിടക്കുന്ന തുളസിത്തറയിൽ പുല്ലുകൾ പടർന്നുനിൽക്കുന്നു. തൊടിനിറയെ വൃശ്ചികകാറ്റിൽ കൊഴിഞ്ഞു കിടക്കുന്ന ചപ്പുചവറുകൾ. ഉപയോഗശൂന്യമായ പാഴ്‌വസ്തുക്കൾ അടുക്കിവെച്ചിരിക്കുന്ന പശുത്തൊഴുത്തിനടുത്ത്, ചിക്കുപായയിൽ ഉണക്കാനിട്ടിരിക്കുന്ന പുഴുങ്ങിയ നെല്ലിനരികെ കാക്കകളേയും കോളികളേയും ആട്ടാനെന്ന വ്യാജേന വെയിൽ കാഞ്ഞൊരു പൂച്ചക്കുട്ടി ചുരുണ്ടുകൂടിയിരുന്നുറങ്ങുന്നു.

ഉമ്മറത്താരേയും കാണാതായപ്പോൾ സായിനാഥ് തെക്കേപ്പുറത്തെ ചാച്ചെറക്കിലേക്ക് നടന്നു.

ഓട്ടചിരട്ടയിൽ മണ്ണുവാരി കഞ്ഞിയും കറിയും വെച്ച് കളിക്കുകയായിരുന്ന അമ്മുക്കുട്ടി സായിനാഥിനെ കണ്ടപ്പോൾ ഒരു നിമിഷം മിഴിച്ചു നിന്നുപോയി.

ആൾത്തിരക്കാർന്ന കോടതിവരാന്തകളിൽ കറുത്ത കോട്ടുകളിട്ട് ആളുകളെ പേടിപ്പിക്കുന്ന വക്കീലിനെ, മുണ്ടും ഷർട്ടുമായി പെട്ടെന്ന് മുമ്പിൽ കണ്ടപ്പോൾ അമ്മുക്കുട്ടിയുടെ കുഞ്ഞുമനസിന് വിശ്വസിക്കാനായിട്ടുണ്ടാവില്ല.

"എന്താ ഇങ്ങനെ നോക്കുന്നത്? "

ഒരു നിമിഷത്തെ വിസ്മയവും അമ്പരപ്പുമകന്നപ്പോൾ അമ്മുക്കുട്ടി ഹൃദ്യമായി ചിരിച്ചു.

"വക്കീലങ്കിൾ!!"

അവളുടെ ചുണ്ടുകൾ വിറയാർന്നു.

"മുത്തശ്ശൻ എവ്ടെ അമ്മുക്കുട്ടി?"

"മുത്തശ്ശാ!" അവൾ ഉറക്കെ വിളിച്ചുകൊണ്ട് വീടിനുള്ളിലേക്കോടി.

സായിനാഥ് ഉമ്മറത്തേക്കു നടന്ന്, ചെരിപ്പൂരിവെച്ച്, ചവിട്ടുകല്ലിന്മേലിരിക്കുന്ന ഓട്ടുകിണ്ടിയിൽനിന്നും കുറച്ച് വെള്ളമെടുത്ത് കാലുകഴുകി മുഖമുയർത്തിയപ്പോഴേക്കും, വാതിൽ തുറന്ന് ഗോവിന്ദേട്ടൻ അടുത്തേക്ക് വന്നു.

"സാറിന്നുവരൂന്ന് നിരീച്ചില്ല്യാ."

"വൈകിച്ചാ പിന്നെ വരവുണ്ടാവില്ല്യാ.....ഇന്നാണെങ്ങെ കോടതി മുടക്കല്ലേ."

സായിനാഥ് തളത്തിലേക്കു കടന്ന് ഒരു മരക്കസേരയിലിരുന്നു. തളത്തിൽ ഈ മരക്കസേരയൊഴിച്ചാൽ ഒട്ടുമുക്കാൽ സ്ഥലത്തും ഇരുട്ട് കൂടുകൂട്ടിയിരിക്കുകയാണ്. തുറന്നിടാത്ത ജനവാതിലുകൾക്കരികെ വലകെട്ടി പാർക്കുന്ന എട്ടുകാലികൾ. മച്ചിനു താഴെ ചുരുണ്ടു കൂടിയിരിക്കുന്ന വലിയ ഗൗളികൾ.

"എവ്ട്യാ കുറിപ്പുകളുണ്ടെന്ന് പറഞ്ഞേ?"

"സാറ് വാ."

സായിനാഥ് ഗോവിന്ദേട്ടന്റെ കൂടെ ഗോവണികയറി രുഗ്മണിയുടെ മുറിയിലെത്തി. ഇടനാഴി മുഴുവൻ മങ്ങിയ ഇരുട്ടാണ്. ഗോവിന്ദേട്ടൻ പുറത്തേക്കുള്ള ഒരു ജനവാതിലിന്റെ കതകുതുറന്നപ്പോൾ വെളിച്ചം മടിച്ച് മടിച്ച് ഉള്ളിലേക്കു വന്നു.

മുറിയുടെ മൂലയിൽ മാറാലയിൽ പൊതിഞ്ഞ് ചാരിവെച്ചിരിക്കുന്ന ഒരു പഴയ തമ്പുരു. അതിനരികെ ക്ലായ്പ് കയറിയ ഒരിലത്താളം. അഴയിൽ തൂക്കിയിട്ടിരിക്കുന്ന സാരികളും മുണ്ടുകളും. മേശപ്പുറത്ത് കെട്ടിവെച്ചിരിക്കുന്ന പഴയ ആഴ്ചപതിപ്പുകളും പുസ്തകങ്ങളും. മരസ്റ്റാന്റിൽ മഷിവറ്റിപോയ മഷികുപ്പികളും പേനകളും.

ഒറ്റക്കതകുള്ള ജാലകത്തിനരികെ മണ്ണുകൊണ്ടുള്ള വലിയൊരു വേട്ടാളൻ കൂട്. അതിന്റെ ദ്വാരത്തിനുമുമ്പിൽ പൂതലിച്ച ഒരു പൂമ്പാറ്റ ചിറക് മാറാലയിൽ തൂങ്ങികിടക്കുന്നു.

ഗോവിന്ദേട്ടൻ ചുമരിൽ തൂക്കിയിട്ടിരിക്കുന്ന ഒരുപഴയ തിയ്യതി കലണ്ടർ ആണിയിൽനിന്നും ഊരിയെടുത്തപ്പോൾ, ചുമരിൽ പെൻസിൽകൊണ്ട് കുനുകുനുന്നനെ കുറിച്ചിട്ടിരിക്കുന്ന ചില കുറിപ്പുകൾ. സായിനാഥ് അടുത്തുചെന്ന് സൂക്ഷിച്ചുനോക്കി.

"– മെയ്മാസം മൂന്നാംതിയ്യതി അച്ഛൻ നിലംവിറ്റിട്ടെടുത്തു തന്ന അരപവ്വന്റെ ആറുവളകൾ രഘുചേട്ടന് ഊരിക്കൊടുത്തു."

"–ഒക്ടോബർ പതിനഞ്ചാംതിയ്യതി വൈകീട്ട് രഘുചേട്ടൻ മദ്യപിച്ചുവന്ന് വഴക്കുണ്ടാക്കിയപ്പോൾ അമ്മുന്റെ രണ്ട് തളകളും എന്റെ ജിമ്ക്കിയും എടുത്തുകൊടുത്തു."

"–നവംബർ പന്ത്രണ്ടാംതിയ്യതി കുറികമ്പനിക്കു ഷയറുകൊടുക്കണം എന്നുപറഞ്ഞ് പെട്ടിയിലുണ്ടായിരുന്നതാലിചെയ്യനും, അമ്മൂന്റെ അരഞ്ഞാണോം, രണ്ട് തടവളകളും എടുത്തുകൊണ്ടുപോയി."

പിന്നേയും ചിലകാര്യങ്ങൾ കൂടി കുറിച്ചിട്ടുണ്ടെങ്കിലും ഒട്ടുമുക്കാലും ആക്ഷരങ്ങൾ മാഞ്ഞ് അവ്യക്തമായിരുന്നു.

"രുഗ്മിണി ഡയറി എഴുതാറുണ്ടെന്നാണല്ലോ പറഞ്ഞത്."

"അവളെല്ലാം എഴുതിവെക്കാറുണ്ട്. എന്നാ ഇവ്ടെ കുറിച്ചിട്ടിരിക്കുന്നത് കുറച്ചൂസം മുമ്പ് ഞാൻ അവിചാരിതമായി എന്തൊ തെരഞ്ഞപ്പോ കണ്ടെത്തീയതാ. സാറിനെകൂടി ഒന്നുകാണിച്ചുതരാൻ വേണ്ടീട്ടാ കഴിയാണെങ്കിൽ ഒന്നു വരാൻപറഞ്ഞത്."

"ഇനിയിപ്പോ ഇത് കേസിലേക്കൊന്നും ഉപയോഗിക്കാൻ പറ്റില്ല ഗോവിന്ദേട്ടാ. ഒന്നാമത്തേത്, വർഷങ്ങൾതന്നെ കഴിഞ്ഞു. നമ്മള് കേസാവശ്യാർഥം കൃത്യമമായി എഴുതിയുണ്ടാക്കിയതാണെന്നെ കമ്മീഷൻവെച്ച് തെളിവെടുത്താൽ പോലും പറയുള്ളൂ. രുഗ്മിണി മരിച്ചൊടന്യന്നെ കാണ്വായ്ർന്നെങ്കിൽ പോലീസ് റിപ്പോർട്ടിലെങ്കിലും എഴുതിചേർക്കായ്രുന്നു."

"സാരല്ല്യാസാറെ...... സാറിന്യൊന്ന് കാണിച്ചരണംന്നെ ഉണ്ടായിരുന്നുള്ളൂ. പറ്റ്വാണെങ്കിൽ, അത്രമാത്രം!"

"വേണ്ട ഗോവിന്ദേട്ടാ."

"പക്ഷേ, ഓരോന്നാലോചിക്കുമ്പോ എന്റെ ചങ്ക് തകര്വാ സാറെ. എത്ര്യ്യാക്കെ സഹിച്ചിട്ടാ എന്റെ മോള് അവസാനം.....അവള് പലതും ഞങ്ങളെ അറിയിക്കാറില്ല്യായ്രുന്നു."

വേദനകളുടെ മൂകമായ ശൈത്യം തന്നിലേക്കും അരിച്ചു കയറുകയാണ്. എന്തുപറയണമെന്നറിയാതെ സായിനാഥ് തലതാഴ്ത്തി, മുറിയിൽ നിന്നും പുറത്തു കടന്നു.

ഗോവിന്ദേട്ടൻ പതിയെ വാതിൽപാളികൾ ചാരി ഓടാമ്പലിട്ടു.

"ബാലന്റെ മുറ്യായ്രുന്നു സാറെ ഇത്. അവന്റെ എഴുത്തും വായനേ്യാക്കെ ഇവ്ട്യായ്രുന്നു. അവൻ പോയപ്പോ രുഗ്മിണി വന്നാ കിടക്ക്യായ്രുന്നു. ഇപ്പൊ അവളും പോയി. ഇനി ആര് വരാൻ? അതോണ്ട് ഇതാരും തൊറക്കാറെല്ല്യാ! ഇവ്ടെക്കാരും വരാറൂല്ല്യാ."

സായിനാഥ് മെല്ലെ ഗോവണിയിറങ്ങി.

"ബാലൻ ചിലപ്പോ....."

"ആർക്കറിയാം സാറെ?!"

ഇരുന്ന കസേരക്കടുത്തുള്ള മരത്തിന്റെ സ്റ്റൂളിന്മേൽ ദേവകിയമ്മ ഒരു ഗ്ലാസ്സ് കട്ടൻ ചായയും കണ്ണൻപഴവും കൊണ്ട് വന്ന് വെച്ചിരുന്നു.

സായിനാഥ് ചായകുടിച്ചശേഷം, പഴമെടുത്ത് അമ്മുക്കുട്ടിയുടെ കയ്യിൽ കൊടുത്തു.

"അമ്മൂമ്മേം മുത്തശ്ശനേം നന്നായി നോക്കണം കേട്ട്വോ."

സായിനാഥ് അവളുടെ പുറത്തുതട്ടി.

"ഞാനിറങ്ങ്വാ ഗോവിന്ദേട്ടാ. കൊറച്ച് തെരക്ക്ണ്ട്."

"ഞാനൊരു റിക്ഷ വിളിക്കാം. സാറിരിക്ക്."

"വേണ്ട ഗോവിന്ദേട്ടാ. ഞാൻ നടന്നോണ്ട്. ഇവ്ട്യ്യാക്കൊന്ന് കാണേം ചെയ്യാലോ."

സായിനാഥ് പുറത്തേക്കിറങ്ങി വേഗം നടന്നു. നനഞ്ഞ പാടവരമ്പിന് മുകളിൽ പോക്കുവെയിൽ പരന്നുകിടക്കുന്നു. അമ്പലക്കുളം കടന്ന് മണ്ണിടവഴിയിലേക്കിറങ്ങിയപ്പോൾ അമ്പലത്തിലെ പൂരം പുറപ്പാടിന്റെ കാളകളിയും പൂതനും ചെറിയ പുഴകടന്നു വരുന്നതു കണ്ടു. കുരുത്തോലകൾ തോരണം ചാർത്തിയ രണ്ട് മരക്കാളകളെ പച്ചമുളക്കാലുകളിൽ ഉറപ്പിച്ച് ഈരണ്ട് പേർ തോളിൽ വെച്ചിരിക്കുന്നു. കച്ചമുണ്ട് ചുറ്റിയ രണ്ട് ചെണ്ടക്കാർ ഇടയ്ക്കിടയ്ക്ക് ചെണ്ടയിന്മേൽ ദേശക്കാരെ തങ്ങളുടെ വരവറിയിച്ചുകൊണ്ട് കൊട്ടുന്നുണ്ട്. കാളകളിക്കാരെ പിന്തുടർന്ന് ഓടിവരുന്ന കുറെകുട്ടികൾ. സായിനാഥ് കുറെ നേരം അവർ അമ്പലപ്പറമ്പിലേക്കു നടന്നകലുന്നതുവരെ അവരെതന്നെ നോക്കിനിന്നു.

ആറ്

രാവിലെ ഷെൽഫ് വൃത്തിയാക്കുമ്പോൾ അനിലിന്റെ ഫോട്ടോ താഴെ വീണ് ചില്ലുകൾ തകർന്നു. പൊട്ടിയ ചില്ലുകൾ പെറുക്കികളഞ്ഞത് സീതപ്പെണ്ണാണ്. അവൾ പോയികഴിഞ്ഞപ്പോൾ അനിലിനെ കുറെ നേരം നെഞ്ചോട് ചേർത്ത് പിടിച്ച് വിങ്ങിപ്പൊട്ടി. ആ നേരത്തെല്ലാം പപ്പാ മുറ്റത്തുലാത്തി പ്രാവുകൾക്ക് തീറ്റിയിട്ട് കൊടുക്കുകയും അവയോട് കുശലം പറയുകയുമായിരുന്നു. ചുമരിൽ തൂക്കിയിട്ടിരിക്കുന്ന അമ്മയുടെ പഴയ ബ്ലാക്ക് ആന്റ് വൈറ്റ് പെയിന്റിംഗിലേക്ക് അപൂർണ സൂക്ഷിച്ചു നോക്കി. ഒരു വേള അമ്മ തന്നേയും സൂക്ഷിച്ചു നോക്കുകയാണെന്ന് തോന്നിയപ്പോൾ വാതിൽ ചാരി പുറത്തുകടന്നു.

വീട്ടിൽ പലതിനും അടുക്കും ചിട്ടയുമില്ലാതായിട്ടുണ്ട്. പത്രങ്ങളും മാഗസിനുകളും റാപ്പറ് പോലും പൊട്ടിക്കാതെ സോഫയിൽ കൂട്ടിയിട്ടിരിക്കുന്നു. പപ്പാ വായന നന്നെ കുറഞ്ഞിട്ടുണ്ട്. ടീപ്പോയിന്മേൽ മേൽവിലാസം പോലും നോക്കാതെ എഴുത്തുകൾ ക്രമം തെറ്റി കിടക്കുന്നു. ഹാളിന്റെ മധ്യത്തിൽ പപ്പാ കെട്ടിതൂക്കിയിട്ടിരിക്കുന്ന നെൽക്കതിരുകളിൽ മാറാല കെട്ടിയിരിക്കുന്നു. പപ്പാ ഇതൊന്നും ഇപ്പോ തീരെ ശ്രദ്ധിക്കാറേയില്ല. ആരെങ്കിലും ഫോൺ വിളിച്ചാൽ പോലും മറുപടി പറയുന്നത് സീതപെണ്ണാണ്.

രാവിലെ ഇഡ്ഡലിയുണ്ടാക്കി വെച്ചിരുന്നെങ്കിലും ഒന്നിനും ഒരു രുചി തോന്നിയില്ല. ഡ്രസ്സ്മാറി കോടതിയിലേക്കിറങ്ങാൻ നേരത്ത് സീതപെണ്ണ് എന്തോ ചോദിച്ചെങ്കിലും അത് കേട്ടില്ലെന്ന് ഭാവിച്ച് വണ്ടി സ്റ്റാർട്ടാക്കി വേഗം പോന്നു.

ഓഫീസിലെത്തിയപ്പോൾ പിള്ളച്ചേട്ടൻ ഉമ്മറത്തു തന്നെയുണ്ട്.

“വക്കീല് വന്നത് നന്നായി. ഞാൻ എന്താ വേണ്ടതെന്നറിയാതെ ഇങ്ങനെ നിൽക്കായിരുന്നു. സായി സാറെ വിളിച്ചിട്ട് കിട്ടുണൂല്ല്യാ. ”

"എന്താ കാര്യം?"

"ഒരാള് വന്ന് കൊറെ നേരായി ഇരിക്കണു. എന്താന്ന് ചോദിച്ചിട്ട് വക്കീലിനൊന്ന് കാണണംന്നല്ലാതെ വേറ്യൊന്നും പറേണില്ല."

അപൂർണ ഓഫീസിന്റെ ഹാഫ് ഡോർ തുറന്ന് അകത്തേക്ക് കടന്നു.

"അയാളോട് വരാൻ പറയൂ."

"ഓ."

അപൂർണ കസേരയിലിരുന്ന് ഡെയിറ്റ് കലണ്ടർ മാറ്റുമ്പോഴേക്കും അയാൾ വാതിലിനു മീതെ മുഖം കാണിച്ചു.

"വരൂ."

ഏകദേശം ഒരു അറുപത് അറുപത്തി രണ്ട് വയസ്സ് പ്രായം തോന്നുന്ന കറുത്തു മെലിഞ്ഞ ശരീരപ്രകൃതി. ക്ഷൗരം ചെയ്യാത്ത മുഖത്ത് നിറയെ വെളുത്ത കുറ്റി രോമങ്ങൾ. എണ്ണമയമില്ലാത്ത നീണ്ട മുടി. നരച്ച് തുളകൾ വീണ അരക്കയ്യൻ ഷർട്ടും മങ്ങിയ വെള്ളമുണ്ടും. നെറ്റിയിൽ ഒരു വലിയ കറുത്ത വടു. മുൻനിരയിലെ ഒരു പല്ല് പാതി പൊട്ടി പോയിരിക്കുന്നു. കയ്യിൽ ഒരു കടലാസ് പൊതിയിൽ എന്തൊക്കെയോ രേഖകൾ ഭദ്രമായി കരുതിയിട്ടുണ്ട്.

അയാൾ വിനീതനായി കൈകൾ കൂപ്പി.

"ഇരിക്കൂ."

അൽപ്പം ആശങ്കകളോടെ അയാൾ സാവധാനം ഇരുന്നു.

"എന്താ?" അപൂർണ റൈറ്റിംഗ് പേഡും സ്ക്രബ്ലിങ് പാഡും പുറത്തെടുത്തു. "പറയൂ."

"എന്റെ പേര് മുരുകയ്യൻ. തമിഴ്നാട്ടിൽ നിന്നും മുപ്പത് വർഷം മുമ്പ് കേരളത്തിലെത്തി ഇവിടെ പശുവിനെ കറന്നും പാൽ വിറ്റും ജീവിക്കുന്നവരാണ് ഞങ്ങൾ. ഇവിടെ സ്വാമി റോഡിലെ മാരിയമ്മ കോവിലിന്റെ സമീപത്താണ് താമസം."

തെളിച്ചമാർന്ന മലയാളം. ഹൃദ്യവും വേദനയോടെ തുളച്ചുകയറുന്നതുമായ സംഭാഷണ രീതി. തമിഴരിൽ വളരെ അപൂർവമായേ ഇങ്ങനെയുള്ളവരെ കണ്ടിട്ടുള്ളൂ.

മുരുകയ്യൻ കസേരയിൽ മുന്നോട്ടാഞ്ഞിരുന്ന് കയ്യിലിരുന്ന കടലാസ് പൊതി മേശമേൽ വെച്ചു.

"എന്റേത് കൊറച്ച് നീണ്ട കഥയാ സാർ. ഞാൻ പറഞ്ഞോട്ടെ.?"

"എന്താണെങ്കിലും പറയൂ."

"ഞാനും എന്റെ ഭാര്യ കാവേരിയും മകൾ മുത്തുലക്ഷ്മിയും അടങ്ങുന്നതാണ് എന്റെ കുടുംബം. എന്റെ മകൾക്ക് പന്ത്രണ്ട് വയസ്സ് പ്രായമായിരുന്നു. മിടുക്കിയായിരുന്ന എന്റെ പൊന്നുമകൾ ഏഴാം തരത്തിലാണ് പഠിച്ചിരുന്നത്. സാറ് പേപ്പറിൽ വായിച്ചു കാണുമോന്നറിയില്ല. ഇക്കഴിഞ്ഞ സെപ്തംബർ മാസം പതിമൂന്നാം തിയതി, അതായത് ഇന്നേക്ക് ആറു മാസം മുമ്പ് ഉച്ചയ്ക്ക് രണ്ടര മണിയോടെ എന്റെ പൊന്നുമകൾ എന്റെ വീട്ടിൽ വെച്ച് ക്രൂരമായി കൊല്ലപ്പെട്ടു."

മുരുകയ്യൻ കൈത്തണ്ടകൊണ്ട് കണ്ണുനീർ തുടച്ചു.

"ഞാൻ പാല് കറന്ന് കടകളിലും വീടുകളിലും കൊണ്ട് കൊടുക്കാൻ പോയിരിക്കുകയായിരുന്നു. അയൽപക്കത്ത് താമസിക്കുന്ന എന്റെ തങ്കച്ചിയുടെ വീട്ടിൽ പോയിരുന്ന ഭാര്യ തിരിച്ചുവരുമ്പോഴാണ് രക്തത്തിൽ കുളിച്ചു കിടക്കുന്ന മകളെ കണ്ടത്. അവളുടെ തലയ്ക്കും കഴുത്തിനും ഒക്കെ വെട്ടേറ്റിരുന്നു. പെൺകുട്ടിയായതിനാൽ ഞങ്ങൾ തന്നെ ഞങ്ങളുടെ പൊന്നുമകളെ കൊന്നതാണ് എന്ന നിഗമനത്തിലായിരുന്നു തുടക്കം മുതലേ ഈക്കാര്യത്തിൽ പൊലീസിന്റെ ഭാഗത്തുനിന്നുള്ള സമീപനം. അത്തരത്തിലുള്ള ഒരു തീരുമാനത്തിലെത്താൻ പൊലീസിനെ സഹായിച്ചത് ഏറെക്കുറെ ഞങ്ങളുടെ ആൾക്കാർ തന്നെയായിരുന്നു. അവരുടെയെല്ലാം ബലമായ സംശയം എന്റെ പൊന്നുമകളെ കൊന്നത് ഞാൻ തന്നെയാണെന്നാണ്. ഇതുകൂടി കേട്ടതോടെ ഞാനും എന്റെ ഭാര്യയും ആകെ തകർന്നു പോയി സാറെ. കൂടാതെ ഞങ്ങളെ പൊലീസ് നിരന്തരം ചോദ്യം ചെയ്യാനും ശാരീരികമായും മാനസികമായും ഉപദ്രവിക്കാനും തുടങ്ങി. എന്നാൽ പൊലീസ് ഏൽപ്പിച്ച വേദനയെക്കാൾ ഒക്കെ ഉപരിയായിരുന്നു സ്വന്തം പൊന്നുമകളെ കൊന്നവർ എന്ന ആരോപണം. തുടർന്ന് കൊല നടന്ന് കുറച്ചു ദിവസം കഴിഞ്ഞപ്പോൾ രാസപരിശോധനാ ഫലം പുറത്തുവന്നു. അത് വന്നപ്പോഴാണ് മറ്റൊരു കാര്യം കൂടി അറിയുന്നത്. മരണത്തിനു മുമ്പ് എന്റെ പൊന്നു മകൾ ശാരീരികമായി പീഡിപ്പിക്കപ്പെട്ടിരുന്നു എന്ന്. അത് ഞങ്ങളെ ശരിക്കും തളർത്തി. കാവേരിയുടെ മാനസികാവസ്ഥ തന്നെ തകിടം മറിഞ്ഞു. അവൾ രാത്രി ഉറങ്ങാതായി. ആരെകണ്ടാലും പേടിച്ച് കരയാൻ തുടങ്ങി. ഇപ്പോൾ അവളൊരു സർക്കാർ വക മാനസികരോഗാശുപത്രിയിലാണ് സാർ....."

അപൂർണ കണ്ണാടയൂരി മേശമേൽ വെച്ച് ബാഗിൽ നിന്ന് തുവ്വാലയെടുത്ത് മുഖം തുടച്ചു. മനസ്സ് വല്ലാതെ അസ്വസ്ഥമാവുകയാണ്. ഒരു ഗ്ലാസ്സ് തണുത്ത വള്ളം കിട്ടിയാൽ കുടിക്കാമായിരുന്നെന്ന് തോന്നി.

മുരുകയ്യൻ കടലാസ് പൊതി സാവധാനം അഴിച്ച് ചില പത്രിറിപ്പോർട്ടുകളും പോലീസ് രേഖകളും പിന്നെ മുത്തുലക്ഷ്മിയുടെ ഒരു ഫോട്ടോയും എടുത്ത് അപൂർണയ്ക്ക് കൊടുത്തു.

അപൂർണ ഫോട്ടോ ഒന്നേ നോക്കിയുള്ളൂ. സീതപ്പെണ്ണിനെപോലെ...

മുരുകയ്യൻ ഫോട്ടോ വാങ്ങി പൊതിയിൽ തന്നെ വെച്ചു.

"സാറെ, പൊലീസ് എന്റെ പൊന്നു മകളുടെ മരണത്തിന് കേസെടുത്തെങ്കിലും ഇതുവരേയും യാതോരാളേയും പിടിച്ചിട്ടില്ല. കൊല നടന്ന സമയത്ത് എന്റെ വീട്ടിൽ നിന്ന് കോടാലിയുമായി ഒരാൾ ഇറങ്ങിവരുന്നത് കണ്ടുവെന്ന് എന്റെ അയൽവക്കത്തുള്ള ഒരു സ്ത്രീ അവളെ പോലീസ് ഹിപ്പ്നോ അനാലിസിനു വിധേയമാക്കിയപ്പോൾ പറഞ്ഞിരുന്നു. ഞങ്ങളുമായി ശത്രുതയുള്ള ഒര് അയൽക്കാരൻ തന്നെയായിരുന്നു ആ വ്യക്തി. തമിഴ്നാട്ടുകാരൻ തന്നെയായ അയാൾക്കും പശു കറവ തന്നെയാണ് തൊഴിൽ. പക്ഷേ, അയാൾക്ക് ഇന്ന് വലിയ തൊഴുത്തും

നൂറോളം പശുക്കളുമൊക്കെയായി വലിയ നിലയിലാണ്. അയാൾ ഒരിക്കൽ എന്റെ സ്നേഹിതന്റെ പശുവിനെ വാങ്ങുന്നതിന് സമീപിച്ചിരുന്നു. അന്ന് സ്നേഹിതൻ പറഞ്ഞ വില അയാൾക്ക് ഹിതമായിരുന്നില്ല. ആ ദേഷ്യത്തിന് അയാൾ തീറ്റേല് വിഷം കലർത്തി ആ പശുവിനെ കൊന്നുകളഞ്ഞു. ഇതിനെതിരെ എന്റെ സ്നേഹിതൻ കേസ് കൊടുത്തിരുന്നു. അതിൽ ഞാൻ അയാൾക്കെതിരെ സാക്ഷി പറഞ്ഞിരുന്നതിനാൽ എന്നെ കാണിച്ചു തരാമെന്ന് പറയാറുണ്ടായിരുന്നു. ഇതാണ് ശത്രുതയ്ക്കുള്ള കാരണം. സംഭവം പുറത്തു പറഞ്ഞാൽ തനിക്കും ആ ഗതി വരുമെന്ന് അയാൾ ഭീക്ഷണിപ്പെടുത്തിയതുകൊണ്ടാണ് ഈ വിവരം ആരോടും പറയാതിരുന്നതെന്നും ആ സ്ത്രീ ഹിപ്പ്നോട്ടിസത്തിൽ വെളിപ്പെടുത്തിയിരുന്നു. തുടർന്ന് പൊലീസ് ഇയ്യാളെ വിളിച്ച് ചോദ്യം ചെയ്തെങ്കിലും തെളിവില്ലെന്നു പറഞ്ഞ് അന്വേഷണം അവസാനിപ്പിച്ചു. ഇപ്പോഴാണെന്നു വെച്ചാൽ മുഖ്യ സാക്ഷിയായ ആ സ്ത്രീ ഞങ്ങളുടെ സ്ഥലത്തു നിന്നും വീട് വിറ്റ് എവിടേക്കോ പോയി. ഞാൻ മുഖ്യമന്ത്രിക്കും, ആഭ്യന്തരമന്ത്രിക്കും, രാഷ്ട്രപതിക്കും തുടങ്ങി എല്ലാവർക്കും പരാതികളയച്ചു. ഇപ്പൊ പൊലീസ് സ്റ്റേഷനിലേക്ക് ചെല്ലുമ്പോൾ അവര് ഇനി ഇവിടേക്ക് അന്വേഷണം എന്ന് പറഞ്ഞ് വന്നാ കയ്യും കാലും തല്ലിയൊടിക്കുന്നാ എന്നോടു പറയുന്നത്. ഈയ്യൊര് അവസ്ഥേല് കോടതിൽ പോയ എന്തേലും ഗുണം കിട്ട്വോന്നറിയാനാ ഞാൻ ഇങ്ങോട്ടു വന്നത്?"

"ഈയ്യൊരവസ്ഥേല് ഇനി മുരുകയ്യന് ചെയ്യാനുള്ളത് ഇവിടുത്തെ കോടതികളിലില്ല."

"അതെന്താ വക്കീലെ അങ്ങനെ പറയുന്നത്? ഞാൻ അന്യനാട്ടുകാരനായതുകൊണ്ടാണോ? അതോ പണവും സ്വാധീനവും ഇല്ലാത്തതുകൊണ്ടാണോ എനിക്ക് നീതി നിഷേധിക്കുന്നത്?"

"എന്താ മുരുകയ്യാ ഇത് ! ആ ഒര് അർഥത്തിലല്ല ഞാൻ പറഞ്ഞത്."

"മടുത്തു സാറെ. എല്ലാവരും ഒരു കുറ്റവാളിയെപോലെയാണ് എന്നെ കാണുന്നത്. എനിക്ക് ഇന്ന് എല്ലാം നഷ്ടപ്പെട്ടു. എന്നാലും എന്റെ പൊന്നുമോളെകുറിച്ചോർക്കുമ്പോ........സാറിനറിയോ, പോലീസെന്നോട് ഇന്നലെ ചെന്നപ്പോ പറയ്വാ– നീ തന്നെയല്ലേടാ പട്ടീ ആ കൊച്ചിനെ കൊന്നതെന്ന്. അതിന്ള്ള തെളിവ്കള് അവർടെ കയ്യിലുണ്ടത്രെ. ദൈവത്തിനു പോലും എന്നെ വേണ്ടാതായിരിക്കുന്നു. സാറെ..."

"ഞാൻ പറഞ്ഞത് ഇനി ഇവിടുത്തെ കോടതികളിലല്ല മുരുകയ്യൻ കേസ് കൊടുക്കേണ്ടത് എന്ന അർഥത്തിലാണ്."

"പിന്നെ എവ്ട്യാ സാറെ തമിഴ്നാട്ടിലാണോ?"

"അല്ല. എറണാകുളത്ത് ഹൈക്കോടത്യേ പോണം. അവിടെ പോയി ഏതെങ്കിലും വക്കീല് മുഖാന്തിരം ഈ കേസ് ക്രൈംബ്രാഞ്ചിനെ കൊണ്ടോ സി ബി ഐയെ കൊണ്ടോ അന്വേഷിക്കാനുള്ള ഉത്തരവു വാങ്ങണം. എന്നാലെ അന്വേഷണത്തിൽ ഒരു വ്യത്യാസം വരൂ. പൊലീസ് ഇനി അന്വേഷിച്ചിട്ട് ഒരു കാര്യേല്ലാ."

"അവിടെ എനിക്കാരേം പരിചയമില്ല സാറെ. പിന്നെ സാമ്പത്തിക മായി..........."

അപൂർണ മേശവലിപ്പിൽ നിന്നും ഒരു ഡയറിയെടുത്ത് പേജുകൾ മറിച്ചു. പിന്നെ പേനയെടുത്ത് ഒരു പേപ്പറിൽ വിലാസമെഴുതി മടക്കി മുരുകയ്യന്റെ കയ്യിൽ കൊടുത്തു.

"എന്റെ ഒര് സുഹൃത്തിന്റെ പേരും വിവരവുമാണിത്. മുരുകയ്യൻ നാളെ തന്നെ പോയി കണ്ടോളൂ. അവര് എന്തെങ്കിലും ചെയ്തു തരാതി രിക്കില്ല."

മുരുകയ്യൻ മേശമേൽ വെച്ചിരുന്ന രേഖകളെല്ലാം വീണ്ടും കടലാസ് പൊതിക്കുള്ളിൽ ഭദ്രമായി എടുത്തു വെച്ച്, പോക്കറ്റിൽ നിന്നു അമ്പ തിന്റെ ഒരു മുഷിഞ്ഞ നോട്ടെടുത്ത് മേശമേൽ വെച്ചു.

"ഇതെ എന്റെ കയ്യിലുള്ളൂ. സന്തോഷത്തോടെ വാങ്ങണം."

"ഞാനതിന് മുരുകയ്യന് യാതൊന്നും ചെയ്തു തന്നില്ലല്ലോ ഫീസു വാങ്ങാൻ. ഇത് മുരുകയ്യന്റെ കയ്യിലന്നെ ഇരിക്കട്ടെ."

പാവം മുരുകയ്യൻ, കണ്ണീർ തുടച്ചുകൊണ്ട് അമ്പതിന്റെ നോട്ട് വീണ്ടും തന്റെ പോക്കറ്റിൽ തന്നെയിട്ടു.

"സാറെകുറിച്ച് ഞാനെന്റെ കാവേര്യോട് പറയും...."

മുരുകയ്യൻ കൈകൾ കൂപ്പി എഴുന്നേറ്റു.

"പോയി വരട്ടെ സാർ."

"അങ്ങന്യാവട്ടെ."

മുരുകയ്യൻ അരവാതിൽ തുറന്ന് പുറത്തേക്കിറങ്ങി. തെല്ലിട കഴി ഞ്ഞപ്പോൾ ഓഫീസിന്റെ വെളിയിൽ വീണ്ടും ആരുടെയോ സംസാരം കേട്ടു.

ജനവാതിലിന്റെ കർട്ടൺ മാറ്റി നോക്കിയപ്പോൾ സുരേഷും മരിയയും കേസുകഴിഞ്ഞ് ഫയലു കൊണ്ടു വെയ്ക്കാൻ വരികയാണ്. അപൂർണ കസേരയിൽ കണ്ണുകൾ ഇറുകെ പൂട്ടി ചാരികിടന്നു. വല്ലാത്ത ഇരുട്ട്. ഇരുട്ട് മാത്രം.

ഏഴ്

മൂർത്തിസാർ വല്ലാതെ ക്ഷീണിതനായിരുന്നു. നരച്ചകാവി ജുബ്ബക്കും പാൻസിനുമുള്ളിൽ എല്ലുന്തിയ ശരീരം. നീട്ടി വളർത്തിയ നരച്ച താടിയുംമുടിയും. ചെളിപിടിച്ച കൈനഖങ്ങൾ. ആശുപത്രിക്കിടക്കയുടെ ചുവരരികിലായി കൂട്ടിയിട്ട പഴം തുണിക്കെട്ടുകൾപോലെ ചുരുണ്ടുകൂടി; ആദ്യം കണ്ടപ്പോൾ അതാണ് തോന്നിയത്.

സായിനാഥ് ചെന്നപ്പോൾ മുറിക്കുള്ളിൽ സീതപ്പെണ്ണ് മാത്രെ ഉണ്ടായിരുന്നുള്ളൂ. വക്കീലെന്തോ മരുന്നു വാങ്ങാനായി പുറത്തുപോയിരിക്കുകയാണെന്ന് അവൾ പറഞ്ഞു.

സീതപെണ്ണ് പതിനാല് പതിനഞ്ച് വയസ്സോളം പോന്ന ഒരു നാടോടിയാണ്. മൂർത്തിസാർ തമിഴ്നാട്ടിലെ ഒരു ട്രൈബൽ ഏരിയായിൽ ഒരു വിദേശപത്രത്തിന്റെ വികസനോന്മുഖ പ്രോജക്ടുമായി ബന്ധപ്പെട്ട് പ്രവർത്തിക്കുന്ന സമയത്ത് കൂടെ കൂട്ടിയതാണ് ആരോരുമില്ലാത്ത ഇവളെ. അന്നവൾക്ക് എട്ടോ ഒമ്പതോ വയസ്സെ വരൂ.

മൂർത്തിസാർ അവൾക്ക് എല്ലാമാണ്. അച്ഛനും അമ്മയും അങ്ങനെയെല്ലാം. സ്കൂളിൽപോകാൻ താൽപ്പര്യമില്ലാതിരുന്ന സീതപ്പെണ്ണിനെ കൈവേലകൾ പഠിപ്പിച്ചതും നിർബന്ധിച്ച് അക്ഷരങ്ങൾ പഠിപ്പിച്ചതും മൂർത്തിസാറായിരുന്നു. സീതപെണ്ണിനെകുറിച്ച് പറയുമ്പോഴൊക്കെ മൂർത്തിസാർ പറയുമായിരുന്നു; എനിക്ക് പിറക്കാതെ പോയ മകളാണിവളെന്ന്. അതുകേൾക്കുമ്പോൾ സീതപെണ്ണ് അവളുടെ തമിഴും മലയാളോം ചേർന്ന ഒരു പ്രത്യേക ശബ്ദത്തോടെ വായ് തുറന്ന് ചിരിക്കുന്നതു കാണാൻ അവാച്യമായോരനുഭൂതിയാണ്. ഇന്നിപ്പോൾ സീതയെ കണ്ടപ്പോഴും ആദ്യം ശ്രദ്ധിച്ചത് ആ ചിരിക്കുന്ന മുഖം തന്നെയായിരുന്നു. പക്ഷേ അനിലിന്റെ മരണശേഷം അവളിലും ഒരുപാട് മാറ്റങ്ങൾ വന്നുചേർന്നതുപോലെ സായിക്കുതോന്നി.

സീതപ്പെണ്ണിനെ അന്വേഷിച്ച് ആരും ഇതുവരെ വന്നിട്ടില്ല. അങ്ങനെ ഒരാൾ ഇനി അന്വേഷിച്ചു വരുമെന്ന വിചാരവും മൂർത്തിസാറിനില്ല. അന്ന് സീതപ്പെണ്ണിനെ കൂടെ കൊണ്ടു വരുമ്പോഴെ ഒപ്പമുണ്ടായിരുന്ന പളനി സ്വാമി പറഞ്ഞിരുന്നത്രെ; ഇവ്ടെ പെണ്ണായി പിറന്നാ ആർക്കും വേണ്ട സാറെയെന്ന്. കാരണം അന്നവിടെ പെൺകുട്ടികളായ ചോരക്കുഞ്ഞുങ്ങളെ ശ്വാസം മുട്ടിച്ച് കൊന്ന ഏറെ വാർത്തകൾ പുറം ലോകത്തറിഞ്ഞ് പ്രശ്നങ്ങൾ നടക്കുന്ന കാലമായിരുന്നു. അങ്ങനെ ആരുടെയോ മരണക്കിടക്കയിൽ നിന്നും രക്ഷപ്പെട്ടവളായിരിക്കണം ആർക്കും വേണ്ടാത്ത ഈ കുഞ്ഞുസുന്ദരിപ്പെണ്ണ്.

സായിനാഥ് ഒരു കസേരയെടുത്ത് മൂർത്തിസാറിന്റെ കിടക്കയോട് ചേർത്തിട്ട് അതിലിരുന്നു.

"സാറ് നല്ല ഉറക്കമാണല്ലോ സീതെ?"

"രാത്ത്രി തൂക്കമെ ഇല്ലെ സാർ. എപ്പോതും വേദന താൻ....."

"ഡോക്ടറ് വന്നിരുന്നോ?"

"വന്ത് പോച്ച് സാർ.......നാൻ സാറെ കൂപ്പ്ട്ലാമാ?"

"സാറിന് ബുദ്ധിമുട്ടാവോ?"

"ഇല്ലെ. വക്കീലെ പാത്താൽ സാറുക്ക് റൊമ്പ സന്തോഷമാകും."

സീതപെണ്ണ് മൂർത്തിസാറിന്റെ പുറത്ത് പതുക്കെ തട്ടിയപ്പോൾ സാറുണർന്നു. സായിനാഥ് മൂർത്തിസാറിനെ മെല്ലെ എഴുന്നേൽക്കാൻ സഹായിച്ച്, ചുമരിൽ ചാരിയിരുത്തി.

"രണ്ട് ഗ്ലാസ്സ് ചായെടുക്ക് സീതാ."

"ദോവരേൻ....." സീത ഫ്ളാസ്ക്കെടുത്ത് വാതിൽ തുറന്ന് പുറത്തേക്കിറങ്ങി: "അഞ്ച് നിമിഷം സാർ."

"ഓ! മൈഡിയർ നോട്ടി ഗേൾ, തിരക്ക് വേണ്ട. മെല്ലെ വന്നാ മതി." അതും പറഞ്ഞ് മൂർത്തിസാർ സായിനാഥിനെ നോക്കി. "ലുക്ക് മിസ്റ്റർ സായിനാഥ്. ഷീ ഈസ് ഇന്നസെന്റ് ഫൂൾ. അല്ലെങ്കിൽ ഞാനിവളെ വക്കീലാക്കിയേനെ. വാട്ട് എ ലോയൽറ്റി ഈസ് ദിസ്?! പരസ്പരം കൊന്നുതിന്നുന്ന മനുഷ്യവർഗത്തിനിടയിൽ ഇവര്യൊക്കെ കണ്ട് പഠിക്കണം...അതിന് നാമെല്ലാം മനുഷ്യജീവികളാണെന്ന അവബോധം യുദ്ധത്തിലൂടെയും രാഷ്ട്രീയത്തിലൂടെയും നമുക്ക് നഷ്ടമായിരിക്കുന്നു അല്ലേ സായി? മനുഷ്യനിന്ന് വിശ്വാസില്ലാത്തത് മനുഷ്യനിൽ മാത്രമാണ്. ആ ഒരു കാലമായതുകൊണ്ടാണ് ആരോഗ്യമില്ലാത്ത ആത്മീയത, സിദ്ധന്മാർ, കൂടോത്രം, ഏലസ്സുകെട്ടൽ, ബെർത്ത് സ്റ്റോൺ തുടങ്ങിയ അതീവ ഗുരുതരമായ വിശ്വാസങ്ങൾ കടന്നുവരുന്നത്. ആരോ പറഞ്ഞപോലെ നീതി നാമെല്ലാം ഇഷ്ടപ്പെടുന്നില്ലേ സായി? പക്ഷേ നീതിമാന്മാരെ വളരെ കുറച്ചല്ലേ ഇഷ്ടപ്പെടുന്നുള്ളൂ. .... യു ഹാവ് എ സിഗരറ്റ്?"

"എടുത്തിട്ടില്ല്യാ.........ഞാൻ വേണേൽ വാങ്ങികൊണ്ട്രാം."

"നോ. വലിയ്ക്കരുതെന്നാ ഓർഡർ. ബട്ട്, ഐ കാൺഡ്. സായിനാഥിനറിയോ? ഞാൻ ആദ്യമായി മദ്യപിച്ചത് എന്റെ മീനാക്ഷിക്ക് രക്താർബുദമാണെന്ന് ഡോക്ടർ കുൽക്കർണി സ്ഥിരീകരിച്ച ദിവസാ. സ്റ്റിൽ ഐ റിമംബർ സായി. പിന്നെ മദ്യമെന്റെ സന്തതസഹചാരിയായി

മാറി. ദോസ്തോസ്കിയുടെ വാക്കുകൾ കടമെടുത്ത് പറയാണെങ്കിൽ, വേദനകളിൽ ഞാൻ മദ്യപിച്ചുകൊണ്ട് എന്റെ സ്വാർഥമായ സന്തോഷങ്ങളിൽ രമിച്ചു..........." മൂർത്തിസാറിന്റെ ശബ്ദമുയർന്നപ്പോൾ ചാരിയിട്ട വാതിൽ പഴുതിലൂടെ ഡ്യൂട്ടി നേഴ്സ് എത്തിച്ചുനോക്കി.

"സാറധികം സംസാരിക്കരുത്."

"യെസ് മേഡം. താങ്ക്സ് യുവർ കൈന്റ് അഡൈ്വയ്സ്..........ബട്ട് ലുക്ക് മിസ്റ്റർ സായി, എനിക്കെങ്ങനെ സംസാരിക്കാതിരിക്കാൻ കഴിയും? അവർക്കുപേടി എന്റെ മരണത്തിലാണ്. ബട്ട്, സായി യു നോ? ഐയാം ആൾവേയ്സ് പ്രിപ്പയേർഡ് റ്റു ഡത്ത്, നൗ ഇറ്റ്സെൽഫ് ആൾസോ! മരണത്തിനോടെനിക്ക് ഒരപേക്ഷമാത്രേയുള്ളൂ. നീ, ആരേയും അറിയിക്കാതെ വരണം........ സായിക്കു തോന്നാം, ഞാനൊരു അരാജകവാദിയാണെന്ന്. അഥവാ, ആൾക്കഹോളിക് സ്കീസൊഫ്രേനിയയാണെന്ന്. ബട്ട്, ലുക്ക് മിസ്റ്റർ സായി, എന്റെ ജീവിതം എന്നും അങ്ങനെയായിരുന്നു. എന്നോടൊരിക്കലും ജീവിതം നന്ദികാണിച്ചിട്ടില്ല. ദുരന്തങ്ങൾ മാത്രം വേട്ടയാടി പിടിച്ചൊരു ശിഥില ജന്മമാണെന്റേത്. ഇനി മരണംകൊണ്ടു പോലും എനിക്കെന്റെ ജീവിതത്തെ പരാജയപ്പെടുത്താനാവാത്ത വിധം ഞാൻ തളർന്നുപോയിരിക്കുന്നതായി തോന്നുന്നു സായി..........."

"സാറ് വല്ലാതെ ഇമോഷണലാവുന്നു."

"നോബോയ്. നെവർ! യുനോ, ഇപ്പൊ ഞാനെന്റെ കുഞ്ഞുങ്ങളെപ്പറ്റി പോലും ചിന്തിക്കാറില്ല. പക്ഷേ, എന്റെ മകന്റെ മരണശേഷം അപൂർണ ചിരിക്കുന്നതെ ഞാൻ കണ്ടിട്ടില്ല..........അവൾ ചിരിക്കാൻ പോലും മറന്നുപോയിരിക്കുന്നു."

"കേസിനെന്തെങ്കിലും?"

"പൊലീസ് ഈസ് ഇൻവസ്റ്റിഗേറ്റിംഗ്. ബട്ട് ഐ ഹേവ് ലിറ്റിൽ ഹോപ്പ്. അവന്റെ മരണശേഷം അവന്റെ പല സുഹൃത്തുക്കളും എന്നെ സമീപിച്ചിരുന്നു. ഐ ഡോണ്ട് നോ സായി വാട്ട് ഐയാം ഡൂയിംഗ്............." മൂർത്തിസാർ സാവധാനം കട്ടിലിലേക്കു തല ചാച്ചുകൊണ്ടിരുന്നു. പാതി മയക്കത്തിന്റെ ആലസ്യത്തോടെ അടഞ്ഞുപോകുന്ന കണ്ണുകൾ.. താഴ്ന്നുപോകുന്ന സ്വരം........

"സിന്തഗി ബഡിയാ ഹെ ഭായ് ബഹുത്ത് ബഡിയാ.........എന്റെ സുഹൃത്ത് സുദാംശു പട്ടേൽ എപ്പോഴും പറയുമായിരുന്നു...........കനലിൽ ചുട്ടെടുത്ത് ഉപ്പും ചെറുനാരങ്ങാനീരും പുരട്ടിയ ചോളോപൊതി കൊറിച്ച്, കടുകെണ്ണ മണക്കുന്ന ചൗക്കിലൂടെ കവിതയും വിപ്ലവവും പങ്കുവെച്ച് ഇങ്ങനെ നടന്നു.....നടന്ന്..........." ഏതോ സൂക്ഷ്മ സുഷുപ്തിയുടെ ആഴക്കയങ്ങളിൽ നങ്കൂരമിട്ടിരിക്കുന്ന മൂർത്തിസാറിനെ ഇനി ഉണർത്തേണ്ടതില്ലെന്നു കരുതി സായിനാഥ് ഒരു പുതപ്പെടുത്ത് മൂർത്തിസാറിനെ പുതപ്പിച്ച ശേഷം, കസേരയിൽ നിന്നും എഴുന്നേറ്റു.

മേശക്കരികെ ഒതുക്കിവെച്ചിരിക്കുന്ന മരുന്നു കുപ്പികൾക്കരികെ കവർ കീറിപോയ മാർക്കേസിന്റെ 'ഏകാന്തതയുടെ നൂറുവർഷങ്ങൾ'. അതിനടുത്ത് നിമിഷ സൂചികൾ കൊഴിഞ്ഞുവീണ് തുകൽസ്ട്രാപ്പ് പിഞ്ഞിയ ഒരു പഴയ സ്വിസ് മെയ്ഡ് വാച്ച്. അല്ലികൾ പൊളിച്ചെടുത്ത വാടിയ

നാരങ്ങാതൊലി. ചായലകൊറ്റൻ നിറഞ്ഞ ഗ്ലാസ്സുകളും ഒഴിഞ്ഞ മരുന്നു കുപ്പികളും. ചുമരിൽ തൂക്കിയിട്ടിരിക്കുന്ന സ്കാനിംഗ് റിപ്പോർട്ട്.

അനിലിന്റെ മരണശേഷമാണ് മൂർത്തി സാർ ഇത്രയും ക്ഷീണിതനായത്. മുഖത്തെ ഓജസ്സും ഉന്മേഷവും എങ്ങോ പോയ് മറഞ്ഞിരിക്കുന്നു. കറുത്ത കലകൾ വീണ് പീളയൊട്ടിയ കണ്ണുകളിൽ ഒരു നൂറ്റാണ്ടിന്റെ ജീവിത നൈരാശ്യങ്ങൾ കൂടു കൂട്ടിയിരിക്കുന്ന പോലെ. വാക്കുകളിലെ നിസ്സംഗതകളും അക്ഷരങ്ങളിലെ അവ്യക്തതകളും ദ്യോതിപ്പിക്കുന്നത് പ്രതീക്ഷകൾ പോലും അറ്റു പോയ ഒരാളുടെ അവസാനത്തെ നീണ്ട യാത്രകളെകുറിച്ച് മാത്രമാണ്.

സായിനാഥ് വാതിൽചാരി ആശുപത്രി വരാന്തയിലൂടെ പുറത്തേക്കു നടന്നു. രണ്ടാമത്തെ നിലയുടെ താഴെ കൗണ്ടറിനടുത്തെത്തിയപ്പോൾ അപൂർണയും സീതയും മുമ്പിലെത്തി.

"മരുന്ന് കിട്ടാൻ തെല്ല് താമസിച്ചു......"

അപൂർണ കുപ്പികളും മറ്റ് ചില കടലാസ് പൊതികളും സീതയെ ഏൽപ്പിച്ചു.

"ചെല്ല്. ഞാനിപ്പൊവരാം."

സീതപെണ്ണ് ഗോവണി കയറിപോയപ്പോൾ അപൂർണ കർച്ചീഫെടുത്ത് മുഖം തുടച്ചു.

"സായിവാ, ഒരു ചായ കഴിക്കാം."

കാന്റീനിലെത്തിയപ്പോൾ തിരക്ക് കുറവായിരുന്നു. രണ്ട് ചായക്ക് ഓർഡർകൊടുത്ത് ആളൊഴിഞ്ഞൊരു മൂലയിൽ ഒതുങ്ങിയിരുന്നു.

"അച്ഛൻ കുറെ സംസാരിച്ചു."

"എന്നോടധികം സംസാരിക്കാറില്ല."

"ഞാൻ ആദ്യമായിട്ടാ ഇങ്ങനെ........"

"എനിക്കിപ്പോ പലതിലും ഒന്നും തോന്നാറില്ല."

"എന്നാലും.............?"

"മരുന്നെല്ലാം കൃത്യമായി കൊട്ക്കാറ്ണ്ട്. പിന്നെ, പലപ്പോഴും........."

"എനിക്കറിയാം!"

"ഇന്നലെ അച്ഛന്റൊരു പഴയ സുഹൃത്ത് വീട്ടിൽ വന്നിരുന്നു."

"ഉം."

"അറുപതുകളിലെ തീപ്പൊരി കോളമിസ്റ്റാ. ഇപ്പൊ അതൊക്കെ വിട്ടു. ബിസിനസ്സാ. അഡ്വർടൈസ്മെന്റ്. വേണ്ട പണം. ആള്ടെ മകൻ ഒരു കൊലപാതകകേസില് ഒളിവിലാ. പേപ്പറില് സായി വായിച്ചു കാണും. ആൽബത്തില് അഭിനയിക്കാനെന്നു പറഞ്ഞ് ഒരു പയ്യന്റെ കയ്യീന്ന് ലക്ഷങ്ങള് വാങ്ങി കൊന്നു കളഞ്ഞതാ കേസ്. വേറെ ചിലരുകൂടിയുണ്ട്. പഴയ പരിചയം വെച്ച് വന്നതാ."

"എന്ത് പറഞ്ഞു?"

"അയാൾക്ക് പണം ഒര് പ്രശ്നല്ലാന്നു പറഞ്ഞു."

"ഷിറ്റ്! ഡിക്കൻസ് പറഞ്ഞത് എത്രയോ ശരിയാണ്. നല്ല വക്കീലന്മാരെ വളർത്തുന്നത് ചീത്ത മനുഷ്യരാണ്..........."

"രക്ഷിക്കാനും ശിക്ഷിക്കാനും ഒരേ കൈകൾ അല്ലേ വക്കീലേ? ജീവിതത്തിന്റെ വല്ലാത്തൊരു വൈരുധ്യം തന്നെ."

"നമ്മളുടേയും.........."

"പക്ഷേ?"

"യെസ്! ഐ നോ. പക്ഷേ, യജ്ഞഭാവത്തോടുകൂടി ചെയ്യുന്ന ഒരു കർമമാണ് എന്റെ വക്കീൽ പണിയെന്ന് ഒരിക്കലും പറയാൻ ഞാൻ അർഹനല്ലെന്നും എനിക്കറിയാം."

പുറത്ത് ശക്തിയായി മഴപെയ്യാൻ തുടങ്ങി. കേന്റീനിന്റെ ഇരുമ്പു ഷീറ്റുകൾക്കു മുകളിൽ മഴയുടെ വിരസധ്വനികൾ ഉയർന്നു താഴുന്നു.

ഗ്രില്ലിനിടയിലൂടെ ചൂഴ്ന്നു വരുന്ന തണുത്തകാറ്റ്. ഭൂമിയുടെ നനവിൽ നിന്നും സുരക്ഷിതത്വം തേടി ചായം തേഞ്ഞ ചുമരിലൂടെ പാഞ്ഞ് പോയ്കൊണ്ടിരിക്കുന്ന കരിയുറുമ്പുകൾ.

"സായി, ഞാനിപ്പൊ ഈ പ്രൊഫഷൻ നിറുത്തേണ്ടതിനെ കുറിച്ച് ആലോചിച്ച് തുടങ്ങി."

"വാട്ട് യു സെ?"

"യെസ് ! ഡെഫനിറ്റ്ലി. കേൾക്കുമ്പോ നിനക്ക് ഫീൽ ചെയ്യുന്നറിയാം. പക്ഷേ എന്റെ സാഹചര്യങ്ങള് എന്നെ അതിന് പ്രേരിപ്പിച്ചുകൊണ്ടിരിക്കാണ്. വേണമെന്ന് വെച്ചിട്ടായിരുന്നില്ല. സംഭവിച്ച് പോയ്ക്കൊണ്ടിരിക്കാണ്. വേണമെങ്കിൽ നമുക്കതിനെ 'വിധി' യെന്നോ 'നിയോഗ' മെന്നോ 'കർമ്മദോഷ' മെന്നോക്കെ പേരിട്ട് വിളിക്കാം. പക്ഷേ, ഐയാം നോട്ട് റെഡ്ഡി.....നിനക്കറിയോ ഇനി വൈകാതെ ഒരുനാൾ.........."

"സ്റ്റോപ്പിറ്റ് !! നമുക്കിവിടെ വെച്ച് നിറുത്താം. ഞാനും ഒരു മനുഷ്യൻ തന്നെയാണ്."

"അവിടെയാണ് ഞാനെപ്പോഴും പരാജയപ്പെട്ട് പോകുന്നത് എന്നു കൂടിയറിയുക."

"അപൂർണാ നീ പലപ്പോഴും നിന്നെക്കുറിച്ച് മാത്രമാണ് ചിന്തിക്കുന്നത്. നിന്റെ വേദനകൾ, നിന്റെ വിഹ്വലതകൾ, നിന്റെ നിരാശ്രയത്വങ്ങൾ, അങ്ങനെ....നമുക്കിടയിൽ ഇത് ആദ്യമായിട്ടാണെന്നുകൂടി പറയാതെ വയ്യ! എനിക്കു തോന്നാറുണ്ട് ഞാൻ പലപ്പോഴും വല്ലാതെ ഒറ്റപ്പെട്ട് പോകുന്നുവെന്ന് പക്ഷേ, അപ്പോഴെല്ലാം...."

സായിനാഥ് കസേരയിൽ നിന്നും എഴുന്നേറ്റ് പുറത്തേക്കു നടന്നു. തെല്ല് നേരം എന്തോ സംശയിച്ച് നിന്നശേഷം അപൂർണയും എഴുന്നേറ്റു.

മഴ കുറേശ്ശെ ശമിച്ചിട്ടുണ്ട്. ഇറവെള്ളം വീണ് വരാന്ത മുഴുവനും നനഞ്ഞൊട്ടിയിരിക്കുന്നു. ഒഴിഞ്ഞ ഗ്ലൂക്കോസ് കുപ്പികൾ കൂട്ടിയിട്ടതിന്റെ അരികിൽ ഒരു ചെറിയ പൂച്ചക്കുട്ടി മഴയിൽ നിന്നും രക്ഷപ്പെട്ട് ചുരുണ്ടു കൂടി കിടക്കുന്നു. മരുന്നു വാങ്ങിക്കാൻ ക്യൂ നിൽക്കുന്നവരുടെ നീണ്ട നിര കടന്ന് ഗെയിറ്റിനരികിലെത്തിയപ്പോൾ സായി പറഞ്ഞു.

"നാളെ മുത്തശ്ശന്റെ ശ്രാദ്ധാ. ഞാനല്പം വൈകും..........അമ്മയെ കൊണ്ടുപോണം."

മഴ പിന്നേയും ചാറാൻ തുടങ്ങി. സായിഗേറ്റു കടന്ന് റോഡിനുചേരെ വേഗം നടന്നു. അപ്പോൾ അപൂർണ മുകളിലത്തെ നിലയിലേക്കുള്ള ലിഫ്റ്റിന്റെ വരവും കാത്ത്...........

എട്ട്

കുടുംബകോടതിയിൽ കേസ് വിളിച്ചപ്പോൾ നട്ടുച്ചയായി. കോടതിയിൽ നല്ല തിരക്കായിരുന്നു. നിന്ന് തിരിയാൻ പോലും പഴുതില്ലാത്ത വിധം ആളുകളെ കൊണ്ട് കോടതിമുഴുവനും കുത്തി നിറച്ചിരിക്കുന്നു. കൊച്ച് കുഞ്ഞുങ്ങളുടെ നിലവിളികൾകൊണ്ട് കുടുംബകോടതി എപ്പോഴും അസ്വസ്ഥമാണ്. നാൾക്കുനാൾ ഏറിവരുന്ന ശിഥിലമായ കുടുംബ ബന്ധങ്ങളുടെ നേർ ചിത്രങ്ങളാണ് കുടുംബകോടതികളെന്ന് സായിനാഥിന് തോന്നാറുണ്ട്. രാവിലെ കോടതി തുറക്കുമ്പോഴേക്കും ആളുകൾ എത്തികൊണ്ടിരിക്കും. സ്ത്രീകളും കുട്ടികളും പ്രായമായവരുമായി അശരണരായ വലിയൊരു ജനക്കൂട്ടം തന്നെ എപ്പോഴും കുടുംബകോടതിയിൽ ഉണ്ടാവും. ശത്രുതയുടേയും പകയുടേയും തിമിരം ബാധിച്ച കണ്ണുകളുമായി വരാന്തകൾതോറും കയറിയിറങ്ങുന്ന അവരിൽ ഒട്ടുമുക്കാൽ പേരും വൈകിട്ട് അഞ്ചുമണിയോടെ കോടതിയിറങ്ങുമ്പോൾ ആരെയൊക്കെയോ ശപിച്ചു കൊണ്ടും പഴി പറഞ്ഞുകൊണ്ടും പിരിഞ്ഞു പോകുന്നതും കാണാം.

കേസ് മാറ്റിവെച്ചകാരണം ഗോവിന്ദേട്ടനും ദേവകിയമ്മയും കൂടി അമ്മുക്കുട്ടിയേയും കൊണ്ട് ഒരു ചായക്കടയിലേക്ക് ഭക്ഷണം കഴിക്കാൻ പോയി.

കോടതി ഓഫീസിന്റെ ആളൊഴിഞ്ഞൊരു കസേരയിൽ ചെന്നിരുന്ന് സായിനാഥ് ഫയലുകളെല്ലാം വീണ്ടും ഒന്ന് മറിച്ചു നോക്കി കൊണ്ടിരുന്നു.

കൗൺസലിംഗ് റൂമിന്റെ ഉള്ളിൽ നിന്നും കരഞ്ഞു കലങ്ങിയ മുഖവുമായി കുട്ടികളേയും‌കൊണ്ട് ഇറങ്ങിവന്ന ഒരു സ്ത്രീ ആരോടെന്നി

ല്ലാതെ എന്തൊക്കെയോ ബഹളം വെക്കുന്നു. അവരുടെ ഭർത്താവെന്നു തോന്നുന്ന ഒരാൾ തിയ്യാളുന്ന മുഖവുമായി അവരെ തന്നെ തറച്ചുനോക്കി നിൽക്കുന്നുണ്ട്. തെല്ലിടതീർന്നപ്പോൾ കോടതി കവാടത്തിൽ നിന്നിരുന്ന ഒരു വനിതാ പൊലീസുകാരി ആ സ്ത്രീയെ ഉന്തിതള്ളി, ചീത്ത വിളിച്ച് പുറത്തേക്ക് കൊണ്ടുപോകുന്നതു കണ്ടു. അവർക്കു പിന്നാലെ കരഞ്ഞ് കൊണ്ടോടുന്ന ഒരാൺകുട്ടിയും പെൺകുട്ടിയും.

ഇതു കണ്ടിട്ടാണെന്നു തോന്നുന്നു കോടതി ഓഫീസിലെ സ്റ്റാഫു കളെല്ലാം ചിരിയോടു ചിരിയാണ്. അവരെ സംബന്ധിച്ചിടത്തോളം കുടുംബകോടതിയവർക്കൊരു അമ്യൂസ്മെന്റ് പാർക്ക് പോലെയാണ്.

സായിനാഥ് അന്യായം ഒന്നുകൂടി വായിച്ചുനോക്കി. രഘുനാഥൻ എടുത്തുപറ്റിയ രുഗ്മിണിയുടെ ആഭരണങ്ങളും രൂപയും രുഗ്മിണി രഘു നാഥന്റെ വീട്ടിൽ നിന്നും അവസാനമായി പോരുന്ന സമയത്ത് കൊണ്ടുപോന്നിരുന്നു എന്നാണ് അവരുടെ വാദം. അത് കാണിക്കുന്ന ചില വ്യാജരേഖകളും അവരുടെ ഭാഗത്തുനിന്നും ഹാജരാക്കിയിട്ടുണ്ട്.

കുടുംബകോടതി ഒട്ടുമിക്കപ്പോഴും സ്ത്രീകളുടെകൂടെനിന്നാണ് കാര്യങ്ങൾ നോക്കി കാണുക എന്നു പറയാറുണ്ടെങ്കിലും കോടതിക്കെ പ്പോഴും തെളിവുകളാണ് ആവശ്യം. അത് ഹാജരാക്കാൻ കഴിയാത്തവർ നീതിയെക്കുറിച്ച് ചിന്തിക്കരുത്. ഇനി തെളിവുകൾ ഹാജരാക്കിയാൽ തന്നെ ഒരു കോടതിക്ക് സ്വാതന്ത്രമായി കൽപ്പിച്ചു കൊടുത്തിട്ടുള്ള ഡിസ്ക്രെഷനറി പവർ പോലും മറ്റൊരു കടമ്പയാണ്. ഇതുകൊണ്ടൊ ക്കെകൂടിയാവണം ഏതോ ഒരു വിദ്വാൻ നിയമം എട്ടുകാലി വല പോലെയാണെന്ന് വ്യാഖ്യാനിച്ചത്!

ഗോവിന്ദേട്ടൻ കാപ്പികഴിച്ച് വന്നപ്പോഴേക്കും ശിരസ്താറുടെ ചേമ്പ റിൽ നിന്നും കേസ് വിളിച്ചു. രഘുനാഥൻ ഫയൽ ചെയ്ത ജി ഒ പി പ്രകാരം കേസ് ദിവസം അമ്മുകുട്ടിയെ ശിരസ്താറുടെ മുമ്പിൽ വെച്ച് രഘുനാഥനെ കാണാനും സംസാരിക്കാനും കോടതി അനുവാദം നൽകി യിട്ടുണ്ട്.

രഘുനാഥനും അവരുടെ ഭാഗം വക്കീലായ ശ്രേയസ്സ് ചാക്കോയും ശിരസ്താറുടെ ചേമ്പറിലേക്ക് കയറി പോകുന്നതു കണ്ടപ്പോൾ അമ്മു ക്കുട്ടി കരയാൻ തുടങ്ങി.

അമ്മുകുട്ടിക്ക് അച്ഛനായ രഘുനാഥനെ കാണുന്നതുപോലും പേടി യായിരുന്നു. അതിനുള്ള പ്രധാനകാരണം അമ്മയുടെ നേരെ അച്ഛൻ കാട്ടി യിരുന്ന ക്രൂരതകളും അവസാനം ആയത് അമ്മയുടെ മരണത്തിൽ വന്ന് കലാശിച്ചതും അമ്മുക്കുട്ടിയിൽ ഉണ്ടാക്കിയിട്ടുള്ള ആഘാതമായിരിക്ക ണം. പലപ്പോഴായി ഇതവൾ തന്റേതായ ഭാഷയിൽ പറഞ്ഞിട്ടുമുണ്ട്. ഇത്തരം കാര്യങ്ങൾ കുട്ടികളിലുണ്ടാക്കുന്ന മാനസികവൈകല്യങ്ങളെ കുറിച്ച് ആരും ചിന്തിക്കാറില്ല. പരസ്പരമുള്ള പകയുടേയും വിദ്വേഷത്തി ന്റേയും പോർവിളികളിൽ നിസ്സഹായരായി ചിറകറ്റു വീഴുന്നത് എപ്പോഴും കുഞ്ഞുങ്ങളാണ്.

അമ്മുക്കുട്ടിയുടെ കരച്ചിലു കണ്ടപ്പോൾ ഗോവിന്ദേട്ടനും ദേവകിയമ്മയും കണ്ണീരുവാർക്കാൻ തുടങ്ങി.

"കോടതീക്കാണെങ്കിൽ രാവിലെ മുതൽ ക്ടാവ് ഇല്ലാന്നു പറേണതാ വക്കീലേ."

ഗോവിന്ദേട്ടൻ ടൗവ്വലെടുത്ത് മുഖം തുടച്ചു. "ഈ കൂടിക്കാഴ്ച്ചൊന്ന് അവസാനിപ്പിക്കാൻ വല്ല വഴീണ്ടോ സാറെ?"

"ജഡ്ജി സമ്മതിക്കില്ല ഗോവിന്ദേട്ടാ. വെറുതെ പറഞ്ഞുനോക്കാന്ന് മാത്രം. എന്തായാലും അച്ഛനല്ലാതാവുന്നില്ലല്ലോ? പിന്നെ, ഇതൊക്കെ അവർക്കും അറിയാതല്ല. നിങ്ങളോടുള്ള ഒരു വാശ്യാണെന്ന് കൂട്ടിക്കോളൂ. ക്രിമിനൽ കേസ് കൊടുത്തില്ലേ?"

"ആ വക്കീലിനോടൊന്ന് പറഞ്ഞുനോക്ക്യാലോ?"

"അതിന് മെനക്കെടാതിരിക്കാ ബുദ്ധി. വക്കീല്മാർക്കെപ്പോഴും അവനോന്റെ കക്ഷ്യാവലുത്. പിന്നെ അങ്ങന്യെള്ളോരാവണം. അൽപ്പം വേറിട്ടൊക്കെ ചിന്തിക്കുന്നവർ. അത് ഞങ്ങളുടെ സമൂഹത്തിൽ വളരെ കമ്മ്യാ. ഞാനൊരിക്കെ ശ്രേയസ്സിനോട് സംസാരിച്ചതാ. അവർക്കീ കരച്ചിലും പിഴിച്ചലൊന്നും ഒരു വിഷയല്ല ഗോവിന്ദേട്ടാ...... സ്വന്തം പേരിന്റെ അർഥം പോലും പിടിയില്ലാത്തവനാ. പിന്നല്ലേ? "

സായിനാഥ് അമ്മുക്കുട്ടിയുടെ കയ്യിൽ പിടിച്ച് ശിരസ്താറുടെ ചേമ്പറിനുള്ളിലേക്കു കടന്നു. രാവിലെ കടന്നുകൂടിയ മറ്റൊരു കുടുംബവും അതിനുള്ളിലുണ്ട്.

അമ്മുക്കുട്ടിയെ കണ്ടപ്പോൾ രഘുനാഥൻ പോക്കറ്റിൽനിന്നും ഒരു ചെറിയ പാക്കറ്റ് ചോക്കലേറ്റ് എടുത്ത് അവൾക്കു നേരെ നീട്ടി. പക്ഷേ അവളത് നോക്കുകപോലും ചെയ്യാതെ വാതിൽ ചാരെ നിന്നിരുന്ന മുത്തച്ഛനേയും അമ്മൂമ്മയേയും ശ്രദ്ധിച്ചുകൊണ്ട് സങ്കടപ്പെട്ടു.

അമ്മുക്കുട്ടിയുടെ അവഗണന കണ്ടപ്പോൾ രഘുനാഥൻ ശിരസ്താറോട് ചൊടിച്ചു.

"നോക്കണം സാറെ, ഞാനിവ്ള്ടെ തന്ത്യാ. എന്നിട്ട് എന്നെ കണ്ടാ മിണ്ടര്ത്, നോക്കര്ത്, തന്നാ ഒന്നും വാങ്ങര്ത് എന്നൊക്കെ ഭീഷണിപ്പെടുത്തി പഠിപ്പിച്ച് വിട്ടിരിക്ക്യാ ഈ ജന്തുനെ ആ പെരട്ട തന്ത്യേം തള്ളേം."

"അൽപ്പം കൂടി മാന്യമായി സംസാരിക്കാം." സായിനാഥ് രഘുനാഥിന്റെ മുഖത്തേക്കു നോക്കി.

"എനിക്കിത്ര മാന്യതയെള്ളൂ. വക്കീലിതില് എടപെടണന്നില്ല്യാ."

"തർക്കം പൊറത്ത് മതി." ശിരസ്താർ ഫയലിൽനിന്ന് തലയുയർത്തി അമ്മുക്കുട്ടിയെ നോക്കി. "എന്താകുട്ടിക്ക് അച്ഛൻ തരണത് വാങ്ങിക്കൂടെ. എന്തിനാ ഇത്ര വാശി? ഇതൊന്നും നല്ലതല്ല."

"അൽപ്പം സ്നേഹത്തോടുകൂടി അവളെ തിരിച്ചറിയാൻ കഴിഞ്ഞാൽ ഇതിന്റ്യൊന്നും ആവശ്യല്ല്യാ." ഗോവിന്ദേട്ടൻ താഴ്മയോടുകൂടി ശിരസ്താറോടു പറഞ്ഞു.

“സ്നേഹം!! മാങ്ങാത്തൊലി. എല്ലാറ്റിനും കാരണം ഈ ഒണക്ക കെഴവനാ...”

രഘുനാഥന്റെ ശബ്ദമുയർന്നപ്പോൾ ഗോവിന്ദേട്ടനിൽ ഭൂതകാലം ഒരു അണലിയെ പോലെ തിണർത്തു.

“എടാ മഹാപാപി! എന്റെ കുഞ്ഞിനെ നീ കൊന്നു കളഞ്ഞില്ലേടാ രക്തദാഹി !? ....

“സ്റ്റോപ്പിറ്റ് !” ശിരസ്താർ കസേരയിൽ നിന്നും ചാടിയെഴുന്നേറ്റു.

“കക്ഷികളെ മര്യാദയ്ക്ക് സംസാരിക്കാൻ പഠിപ്പിക്കണം. ” ശ്രേയസ്സ് സിഗരറ്റു കറപിടിച്ച കറുത്ത പല്ലുകൾ കാട്ടി മുഖം വക്രിപ്പിച്ചു. .

സായിനാഥ് ഒന്നും പറഞ്ഞില്ല. ശ്രേയസ്സിന്റെ മുഖത്തേക്കൊന്ന് തറച്ച് നോക്കിയപ്പോൾ ശ്രേയസ്സ് ചാക്കോ മുഖം തിരിച്ചു.

സായിനാഥ് അമ്മുകുട്ടിയുടെ കയ്യും പിടിച്ച് പുറത്തേക്കു നടന്നു.

വരാന്തയിലെത്തിയപ്പോഴും ഗോവിന്ദേട്ടന്റെ ശരീരമാസകലം വിറക്കുന്നുണ്ടായിരുന്നു. ദേവകിയമ്മ കൈബേഗിൽ കരുതിയിരുന്ന പച്ചവെള്ളകുപ്പിയുടെ കാർക്കുതുറന്ന് ഗോവിന്ദേട്ടനു കൊടുത്തു. കലിയിറങ്ങിയ കോമരങ്ങൾ കരിക്കു കുടിക്കുന്നപോലെ ഗോവിന്ദേട്ടൻ കുറെ തണുത്ത വെള്ളം നിന്ന നിൽപിൽ കുടിച്ചു തീർത്തു.

ഓഫീസിന്റെ ഇടുങ്ങിയ അലമാരപഴുതിലൂടെ പുറത്തുവന്ന രഘുനാഥൻ കോണിച്ചോട്ടിൽ നിന്ന് സിഗരറ്റ് വലിക്കുന്ന കണ്ടപ്പോൾ അമ്മുക്കുട്ടി സായിനാഥിന്റെ കാലിന്മേൽ കെട്ടിപ്പിടിച്ചു.

“അങ്കിൾ ന്റെ അച്ഛൻ....?”

“മോൾക്ക് ഇഷ്ടല്ലിങ്ങിൽ മോള് ഒർത്തിലേക്കും പോണ്ട. മുത്തശ്ശന്റേം അമ്മൂമ്മടേം കൂടെ എന്നും മോള് നിന്നാ മതി.”

“കോടത്യെന്നെ പറഞ്ഞേയ്ക്കൊ അങ്കിൾ?”

“കോടതി മുത്തശ്ശന്റേം അമ്മൂമ്മടേം കൂടെ നിന്നാ മതീന്നെ പറയൂ. അങ്കിളല്ലെ പറയുന്നത്.”

സായിനാഥ് അവളുടെ മുടിയിഴകളിൽ പതുക്കെ വിരലുകളോടിച്ചു.

വയലറ്റു നിറത്തിലുള്ള അവളുടെ ഉടുപ്പിൽ കണ്ണീരു വീണ് മഴക്കാറു പോലെ നിറങ്ങൾ ഉരുണ്ടുകൂടിയിരുന്നു. ചെരിപ്പിടാത്ത വെളുത്ത കുഞ്ഞിക്കാലുകളിൽ മൈലാഞ്ചി തേച്ചു പിടിപ്പിച്ചതിന്റെ മഴവില്ലുകൾ.

അമ്മുക്കുട്ടി രഘുനാഥനെ വല്ലാതെ പേടിക്കുന്നുണ്ട്. അതവളുടെ മുഖത്തുനിന്നന്നെ വായിച്ചെടുക്കാം. രഘുനാഥന്റെ ഒരു നിഴലുപോലും അമ്മുക്കുട്ടിയെ സംബന്ധിച്ചിടത്തോളം ഭയപ്പാടുകളുടെ ചിത്രങ്ങളാണ്. അതുകൊണ്ടു തന്നെ ഈ കോടതിയെ പോലും അവളിന്ന് പേടിച്ചു തുടങ്ങിയിരിക്കുന്നു. ഓരോ ദിവസവും മുത്തശ്ശന്റേയും അമ്മൂമ്മയുടേയും കൂടെ ഇവിടേക്കാണെന്ന് പറഞ്ഞ് പുറപ്പെടുമ്പോൾ അവൾ ഒരു കരിയില പോലെ കാറ്റിൽ ഉലയുകയാണ്. നിറങ്ങളുടേയും വർണങ്ങളുടേയും ലോകത്തുനിന്നും ഇരുളടഞ്ഞ ഒരിടത്തെത്തിയ പോലെയാണ് അമ്മുക്കുട്ടിക്ക് ഈ ഇടുങ്ങിയ ഇടനാഴികൾ.

കോടതി വീണ്ടും കേറിയപ്പോൾ മാറ്റി വെച്ച കേസുകൾ ആദ്യത്തെതായി തന്നെ ഗോവിന്ദേട്ടന്റെ കേസു വിളിച്ചു.

“പെറ്റിഷനേഴ്സ് പ്രസന്റ്” സായിനാഥ് ബഞ്ചിൽ നിന്നും എഴുന്നേറ്റു നിന്നു. ഗോവിന്ദേട്ടൻ വളരെ ക്ഷീണിതനായിരുന്നു. സാക്ഷിക്കൂടിന്റെ മരപ്പടികളിന്മേൽ കൈമുട്ടുകളൂന്നി നിസംഗതനായി നിൽക്കുന്ന ഗോവിന്ദേട്ടനെ കണ്ടപ്പോൾ വിഷമം തോന്നി.

കേസിലെ മൊഴിപ്പകർപ്പുകളെല്ലാം ഒന്നും കൂടി പരിശോധിച്ചശേഷം ജഡ്ജി ഗോവിന്ദേട്ടനോടു ചോദിച്ചു.

“നിങ്ങളുടെ ഭാഗത്തുനിന്ന് സ്വർണം വാങ്ങിയതിനും രൂപ കൊടുത്തതിനുമായി എന്തെങ്കിലും രേഖകൾ ഹാജരാക്കാനുണ്ടോ?”

“നോ യുവർ ഓണർ,” സായിനാഥാണ് ഉത്തരം പറഞ്ഞത്. “ഐ ഹാവ് പ്രൊഡ്യൂസ്ഡ് ഓൺലി ത്രി ഡോക്യുമെന്റ്സ്, പി വൺ റ്റു പി ത്രി. പി വൺ ഈസ് മാരേജ് സർട്ടിഫിക്കറ്റ്. പി റ്റു ഈസ് ലോയർ നോട്ടീസ്. പി ത്രി ഈസ് ഡത്ത് സർട്ടിഫിക്കറ്റ് ഓഫ് രുഗ്മിണി.”

ജഡ്ജി മറ്റെന്തോകൂടി ചോദിക്കാൻ തുനിഞ്ഞെങ്കിലും പിന്നെ ചോദിക്കുകയുണ്ടായില്ല. കേസ് പ്രസംഗത്തിനായി മറ്റൊരു ദിവസത്തേക്ക് പോസ്റ്റ് ചെയ്തു.

കോടതിയിൽനിന്നും പുറത്തേക്കു കടക്കുമ്പോൾ ഗോവിന്ദേട്ടൻ പറഞ്ഞു.

“വക്കീലേ, എനിക്കെന്തോ എല്ലാറ്റിലും ഒരു വല്ലായ്ക തോന്നിതുടങ്ങിയിരിക്കുന്നു.”

“ഗോവിന്ദേട്ടൻ അതൊന്നും കാര്യാക്കണ്ട.”

“അതല്ല വക്കീലേ, ജഡ്ജി ചോദിച്ചതു കേട്ടില്ലേ? സ്വർണം വാങ്ങിയതിനും രൂപ കൊടുത്തതിനുമായി എന്തെങ്കിലും രേഖകൾ ഹാജരാക്കാനുണ്ടോയെന്ന്? ഏതെങ്കിലും ജ്വല്ലറിക്കാർ സ്വർണം എടുത്താ ബില്ല് തരാറുണ്ടോ? അതുപോലെ ഏതെങ്കിലും മരുമക്കൾ സ്ത്രീധനം കൈപറ്റിയതിന് രശീതി കൊടുക്കാറുണ്ടോ? പിന്നെ എങ്ങനെ ഞാൻ ഇതിനൊക്കെ രേഖകൾ ഹാജരാക്കും വക്കീലേ?”

“ആരും ഇതിനൊന്നും രേഖകൾ ഹാജരാക്കാറില്ല ഗോവിന്ദേട്ടാ. ഇതെല്ലാം കോടതി രേഖപ്പെടുത്തുന്ന സാക്ഷിമൊഴികളുടെ വിശ്വാസ്യതകളും സാഹചര്യതെളിവുകളും മറ്റും ഉപയോഗിച്ച് ഒരു തീരുമാനത്തിൽ എത്തിച്ചേരുകയാണ് പതിവ്. അല്ലാതെ ഇതെല്ലാം ഉണ്ടെങ്കിൽ തന്നെ നാളെ കുടുംബകോടതിയിൽ കേസ് വരുന്നും പ്രതീക്ഷിച്ച് ആരെങ്കിലും ഇപ്പോ തന്നെ ഇതെല്ലാം സൂക്ഷിച്ചു വെക്കോ?”

“പിന്നെ എന്തിനാ ഇതൊക്കെ ചോദിക്കണത്?”

“ഇതൊക്കെയല്ലേ കോടതിക്ക് ചോദിക്കാൻ പറ്റൂ ഗോവിന്ദേട്ടാ. അല്ലാതെ...”

ഗോവണിയിറങ്ങി താഴെ എത്തിയപ്പോൾ ഗോവിന്ദേട്ടനോട് പോയ്ക്കോളാൻ പറഞ്ഞ് സായിനാഥ് വേഗത്തിൽ ഒരു ഓട്ടോ പിടിച്ചു.

യാത്രയ്ക്കിടയിൽ ചിന്തിച്ചതുമുഴുവൻ ഗോവിന്ദേട്ടനെകുറിച്ചായിരുന്നു. ശിരസ്താറുടെ മുമ്പിൽ വെച്ച് ഗോവിന്ദേട്ടൻ ശരിക്കും വല്ലാതായിപോയി. ഇത്രയ്ക്കും വികാരവിക്ഷുബ്ധനായിട്ട് ഗോവിന്ദേട്ടനെ ഇതുവരേയും കാണേണ്ടിവന്നിട്ടില്ല. അതിനിടയിൽ ശ്രേയസ്സ് പറഞ്ഞ വാക്കുകൾക്ക് കനലിനേക്കാൾ പൊള്ളിച്ചയായിരുന്നു. കുടുംബകോടതിയിൽ മാത്രമിരുന്നിരുന്ന് ശ്രേയസ്സിനിപ്പോൾ എന്തും പറയാമെന്ന തോന്നലാണ്. ഒരു പക്ഷേ, അഭിഭാഷക വൃത്തിയുടെ അളിഞ്ഞ മുഖം ആദ്യം ഓർമ വരുന്നത് ഈയ്യിടെ അവനെ കാണുമ്പോഴായി മാറിയിട്ടുണ്ട്.

ഓട്ടോറിക്ഷ ബാർ അസോസിയേഷന്റെ മുമ്പിലെത്തിയപ്പോൾ പിള്ളചേട്ടൻ ക്ലാർക്കു റൂമിൽനിന്നും ഓടിവന്നു.

“അപൂർണ വക്കീല് വിളിച്ചിരുന്നു.”

“എന്താ?”

“മൂർത്തിസാറിനെ ആശുപത്രീന്ന് ഡിസ്ചാർജ് ചെയ്തുന്ന് പറയാൻ പറഞ്ഞു.”

“പിന്നെ?”

“അങ്ങ്ട്ട് വിളിക്കാനും പറഞ്ഞ്ട്ട്ണ്ട്.” സായിനാഥ് ഫയലുകളെല്ലാം പിള്ളച്ചേട്ടനെ ഏൽപ്പിച്ചു.

“ഫാമലി കോടതീന്ന് ഇന്നന്നെ പ്രൊസീഡിംഗ്സ് എടുക്കണം. ഗോവിന്ദേട്ടന് ഒരു കാർഡയച്ചോളൂ. മുമ്പത്തെ മൊഴീടെ പകർപ്പെടുത്തോ?”

“കൊട്ത്തട്ട്ണ്ട്.”

“സ്റ്റാമ്പ് വിളിച്ചില്ലെ?”

“ഇല്ല.”

“ഒര് അർജന്റ് പെറ്റീഷൻ ഫയല് ചെയ്യാര്ന്നില്ലേ?”

“ചെയ്യാം.”

“മറ്റെ ഫയലുകളൊക്കെ എന്തായി?”

“ജില്ലാ കോടതീല് ഓർഡറായീന്ന് സുരേഷ് വക്കീല് പറഞ്ഞു.”

“നമ്മ്ടെ തോമാസേട്ടൻ കൊണ്ടു വന്ന ഇലക്ട്രിസിറ്റി കേസ് എന്തായി?”

“അത് അവര് വേറെ ആര്യോ ഏൽപ്പിച്ചൂന്ന് പറഞ്ഞു. അവർക്ക് അഡ്വാൻസായി ഒര് തുക കൊടുക്കണത്രെ. നമ്മളങ്ങനെ കേസ് പിടിക്കാറില്ലെന്ന് ഞാൻ പറഞ്ഞു.”

“അത് നന്നായി. കേസുകളൊക്കൊരു ബിസിനസ്സായി മാറി അല്ലേ പിള്ളചേട്ടാ....”

“അതെ.”

“ഇനി കൊറച്ച് കഴിഞ്ഞാ പെറ്റീ കേസുകൾക്കു കൂടി അഡ്വാൻസ് കൊടുക്കേണ്ടി വരും.”

“ആ ഒരു തരത്തിലേക്കന്യാ പോക്കൊക്കെ. ഇപ്പതന്നെ പോലീസ് സ്റ്റേഷനൊക്കെ ഇതിന്റെ കേന്ദ്രങ്ങളായി മാറിയില്ലേ? ഞാൻ തിരുമ

ടിന്റെ ഒപ്പം കൂട്യെ സമയത്ത് ഇങ്ങന്യൊന്നും കേട്ടിട്ടെ ഇല്ലായിരുന്നു. അന്നൊക്കെ ഓരോ കക്ഷികൾക്കും വക്കീലെന്നു പറഞ്ഞാ എന്തൊരു ബഹുമാനായ്രുന്നു. ഒന്ന് കാണാനും വർത്തമാനം പറയാനും വരെ മണിക്കൂറുകളോളം ഓഫീസിന്റെ മുമ്പിൽ ആളൊഴിയുന്നതും കാത്ത് നിൽക്കണം. ഇപ്പോ എന്താ?........."

"ഇനി അതൊന്നും ഓർത്തിട്ട് ഒരു കാര്യോല്ല്യാ പിള്ളച്ചേട്ടാ. സർവം സ്വാകാര്യവൽക്കരിക്കുന്ന ഈ കാലത്ത് ഇനിയെന്തൊക്കെ സംഭവിക്കുംന്ന് ആർക്കറിയാം. പിന്നെ, അന്ന് നമ്മള് ഹരജി എഴുതികൊടുത്തില്ല്യെ ഒര് വക്കീലിന്, ഐസക് ജോൺ സാമുവൽ എന്ന് പറഞ്ഞിട്ട്. അതെന്തായി? അന്ന് ജാമ്യം കിട്ടിയിരുന്നോ? ഞാനെന്നും ചോദിക്കണെന്നുവെയ്ക്കും "

"ഏയ്യ്. ആള് ജയില്യേ പോയി. പിന്നെ ഞാൻ കണ്ടിട്ടില്ല."

"ഞാൻ ഓഫീസിലുണ്ടാവും ആരെങ്കിലും വന്നാ അങ്ങോട്ട് വരാൻ പറഞ്ഞോളൂ."

"ഓ."

കോട്ടും ഗൗണുമൂരി ചുമലിലിട്ട് വരാന്തയിലൂടെ അസോസിയേഷനിലേക്കു നടന്നു.

കോടതി കോമ്പൗണ്ടിൽ മണംകൊണ്ട് തിരിച്ചറിയാവുന്ന മൂത്രപ്പുരയുടെ അടുത്തെത്തിയപ്പോൾ ജപ്തിവഹകൾ കൂട്ടിയിട്ടതിന്റെ അടുത്ത് പെറ്റിമണിയും ഞൊണ്ടിരാമുവും എന്തോ ഗൗരവമായി സംസാരിച്ചു നിൽക്കുന്നതുകണ്ടു. പെറ്റി കേസുകൾ മാത്രം പിടിച്ച് വക്കീൽ മണിയൻ ഇപ്പോൾ പെറ്റി മണിയെന്നു പറഞ്ഞാലെ കോടതിയിലറിയൂ എന്നായി.

മണിയൻ നന്നായി കേസുകൾ നടത്തിയിരുന്നതാണ്. പക്ഷേ കക്ഷികളില്ലാതായപ്പോൾ വേറെ വഴിയില്ലാതായി. പിന്നെ ക്രിമിനൽ കോടതികളുടെ മുമ്പിൽ രാവിലെ പെറ്റി കേസുകളുമായെത്തുന്നവരെ വലവീശി പിടിക്കലായി പണി. ഇപ്പോൾ ഏജന്റുമാരെ വെച്ച് മത്സരിച്ചാണ് പിടുത്തം. സാമ്പത്തിക കൃത്രിമങ്ങൾ കാട്ടി വക്കീലാഫീസുകളിൽ നിന്നും പുറത്താക്കുന്ന ഗുമസ്തന്മാരും മദ്യപാനികളായ ബ്രോക്കർമാരും ഇന്ന് പെറ്റി മണിയന്റെ ഏജന്റുമാരാണ്, ഉച്ചയായാൽ കിട്ടിയതിലൊരോഹരി വീതിച്ചു കൊടുക്കും. എന്തു ചെയ്യാം? ഇങ്ങനെയും ഒരു കൂട്ടം വക്കീലന്മാർ ജീവിച്ചു പോരുന്നുണ്ടെന്ന് ആരെങ്കിലും അറിയുന്നുണ്ടോ ആവോ?.

കോളേജിൽ മണിയൻ ജൂനിയറായിരുന്നു. ലോയ്ക്ക് പഠിക്കുമ്പോഴെ മണിയന് അല്ലറ ചില്ലറ എടപാടുകളൊക്കെയുണ്ട്. പലതും ജീവിക്കാൻ വേണ്ടിയാണ്. ചെറുപ്പത്തിലെ അച്ഛൻ മരിച്ചു പോയ മണിയനു താഴെ മൂന്ന് അനുജത്തിമാരായിരുന്നു. അതുകൊണ്ടുതന്നെ നേരത്തെ ജീവിതത്തോട് പൊരുതി തുടങ്ങേണ്ടിവന്നു. ഒരു നീണ്ടകാലം ഏതെങ്കിലും പ്രശസ്തനായ ഒരു വക്കീലിന്റെ ജൂനിയറായിരിക്കാനോ, കക്ഷികൾ വരുന്ന

തുവരെ ഓഫീസിട്ട് കാത്തിരിക്കാനോ മണിയന് ഒരിക്കലും ആവുമായിരുന്നില്ല. അതുകൊണ്ടായിരിക്കണം അവനിങ്ങനെ....

അസോസിയേഷനിലെ കാന്റീനിലെത്തിയപ്പോൾ ആരുമില്ല. മൂടിവെച്ചിരിക്കുന്ന മൺകൂജയിൽ നിന്നും ഒരു ഗ്ലാസ്സ് വെള്ളമെടുത്ത് കുടിച്ച് പുറത്തേക്കിറങ്ങി.

വെയിലാറിയ വേപ്പുമരത്തിന്റെ ചുവട്ടിൽ വേപ്പിൻ പഴങ്ങൾ ആർത്തിയോടെ കൊത്തി വിഴുങ്ങുന്ന കാക്കക്കൂട്ടങ്ങൾ. അതിനടുത്ത് കണ്ണുകാണാത്ത തങ്കവേലു ഭാഗ്യാന്വേഷികളേയും കാത്ത് ലോട്ടറിടിക്കറ്റുകൾ നിരത്തി വെച്ചിരിക്കുന്നു.

ഒമ്പത്

“വക്കീൽമാർക്കിടയിൽ നമ്മളെക്കുറിച്ചുള്ള അഭിപ്രായം സായി എപ്പോഴെങ്കിലും ശ്രദ്ധിച്ചിട്ടുണ്ടോ?”

“ഇപ്പൊ എന്താ ഇങ്ങനെ ചോദിക്കാൻ?”

“കാര്യംണ്ട്ന്ന് കൂട്ടിക്കോളൂ.”

“ഞാനതൊന്നും അത്ര ഗൗരവമായെടുക്കാറില്ല.”

“അപ്പൊ ശ്രദ്ധിച്ചിട്ടുണ്ട്.”

“യെസ് ! നമ്മൾ രണ്ടാളും അവിവാഹിതരും സാമ്പ്രാദായിക വിവാഹപ്രായപരിധി കഴിഞ്ഞവരുമല്ലേ?”

“അതുകൊണ്ട് മാത്രമാവണമെന്നില്ലല്ലോ?”

“വക്കീല് ഉദ്ദേശിക്കുന്നത് എനിക്ക് മനസിലാവാതല്ല.”

പിന്നെ?

“ഇത് നമ്മ്ടെ മൊത്തം മലയാളി സമൂഹത്തിനുമുണ്ട് വക്കീലേ. എക്സെപ്ഷൻസ് ഇല്ലാ എന്ന് പറയുന്നില്ല, പക്ഷേ അത് വളരെ കുറച്ചെള്ളൂ. ഒരു തരം അടിച്ചമർത്തപ്പെട്ട സദാചാരബോധത്തിനിന്നും വരുന്നതാണിതൊക്കെ. ഈ കൊച്ചു കുട്ട്യോൾട്ട്യാക്കെ നേരെയുള്ള സെക്ഷ്വൽ ഹരാസ്മെന്റോക്കെ ഇതിന്റെ ഭാഗംതന്ന്യാ.....”

“എന്നാലും .....”

“വക്കീല് കുറച്ചെങ്കിലും ഡൽഹീലൊക്കെ പഠിച്ചുവളർന്നോണ്ടും മറ്റ്വാ....”

“മലയാളിക്കിപ്പോഴും ഒരു സ്ത്രീയും പുരുഷനും തമ്മിലുള്ള വളരെ ഓർഗാനിക്കായ ഒരു സൗഹൃദത്തെക്കുറിച്ചൊന്നും ചിന്തിക്കത്തക്ക മാനസിക വളർച്ചയെത്തിയിട്ടില്ലെന്ന് ചുരുക്കം, അല്ലേ ?”

"അതിനിവിടെ ഉദാത്തമായ ലൈംഗികതയെ വളരെ പാപബോധം തീണ്ടിയതും നിഗൂഢവുമായ ഒന്നായാണ് കരുതിപോരുന്നത് അപൂർണാ. എനിക്കു തോന്നുന്നത് മനുഷ്യചേതനയുടെ മനോഹാരിത അതിൽ മുറ്റി നിൽക്കുന്നത് ആരും തിരിച്ചറിയുന്നില്ല എന്നാണ്. വക്കീലിന് കേക്കണോ ഈയ്യടുത്ത് മ്മ്ടെ ശിവദാസൻ വക്കീലിന്റെ ആറാം ക്ലാസിൽ പഠിക്കുന്ന പയ്യൻ എന്തോ ഒരു കാര്യത്തിനുവേണ്ടി വക്കീലിനോട് എന്താ അച്ഛാ 'സെക്സ്' എന്നു ചോദിച്ചൂത്രെ. കേട്ടപാതി വക്കീല് ടെൻഷനടിച്ച് ഒരു വിധായി. ശിവദാസൻ ഈ വിഷയം സംസാരിക്കാത്ത ചങ്ങാതിമാരില്ല. ഇതിന്റെ രസം എന്താന്നറ്യോ വക്കീലിന്, പിറ്റേ ദിവസം നമ്മ്ടെ ശിവദാസൻ ഒരു മാതിരി അറിവുകളൊക്കെ ശേഖരിച്ച് പയ്യന്റെ അട്ത്ത് എത്ത്യേപ്പോ അവൻ പറയാത്രെ, അവന് ഉത്തരം കിട്ടീന്ന്. പയ്യൻ എന്തോ ആപ്ലിക്കേഷൻ പൂരിപ്പിക്കാൻ വേണ്ടി 'സെക്സ്' മെയിലാണോ, ഫീമെയിലാണോ എന്ന് ചോദിച്ചതാ കാര്യം.... "

അപൂർണയുടെ ചുണ്ടിൽ ഒരു ചെറുപുഞ്ചിരി പരന്നു; വർഷങ്ങൾക്കു ശേഷം പൂക്കുന്ന നീലക്കുറിഞ്ഞിപോലെയായിരുന്നു അത്. ചിരി മായുവോളം സായിനാഥ് വെറുതെ നോക്കിയിരുന്നു.

"ഇന്നലെ സലീം വക്കീലിന്റെ ഒര് ചോദ്യത്തിന് മറുപടി പറയേണ്ടി വന്നു. അതുകൊണ്ടാ ഞാനീ വിഷയം വക്കീലിനോട് ചോദിച്ചത്."

"അവന്റെ കാര്യം പറയാതിരിക്കാ ഭേദം. കോളേജിലവനെന്റെ ജൂനിയറായിരുന്നു. അന്നേ എനിക്കറിയാം. പത്തനംതിട്ടേന്ന് ഒരു എൽസി ചെറിയാനുണ്ടായിരുന്നു. അവളായിരുന്നു ആദ്യത്തെ ഭാര്യ. പിന്നെ വക്കീലായപ്പോ വീട്ടുകാരുടെ സമ്മതത്തോടെ മറ്റൊന്ന് കെട്ടി. ഇപ്പൊ ജൂനിയറായ് വന്ന ഒര്ത്ത്യെക്കൂടി കെട്ടീന്നാ അവൻ തന്നെ പറഞ്ഞെ. പിന്നെ അനൗദ്യോഗികമായി ഈ ഫേമലികോടത്യെ വരണ ചില കേസുകെട്ടുകൾ വേറേം. ആള് ഫേമലി കോടതി കേസും, വാഹനാപകടകേസും മാത്രെ എടുക്കാറുള്ളു. റിസ്ക് കുറവും വരുമാനം ജാസ്തീം...ഓരോരോ അവതാരങ്ങള്. എന്നോട് വല്ല്യ കാര്യാ. പുള്ളീടെ ഫിലോസോഫി വല്ല്യ രസാ. ലൈഫ് സുഖിക്കാനുള്ളതാത്രെ! കഴിഞ്ഞ ദിവസം നമ്മ്ടെ പെറ്റി മണി അവന്റെ ഭാര്യമാർടെ എണ്ണം ചോദിച്ചപ്പോ പറയാ, ചങ്കൂറ്റങ്ങളെ ഇന്ത്യേലൊരു ഏകീകൃത സിവിൽ കോഡ് കൊണ്ട് വാടോ എന്ന്?"

ആരോ പുറത്തുനിന്നും മുരടനക്കി. സായി ക്യാബിന്റെ ഹാഫ് ഡോർ തുറന്ന്, ഓഫീസിനു പുറത്തു വന്നപ്പോൾ ഒരു പൊലീസുകാരനാണ്.

"എന്താ?"

"അപൂർണ വക്കീലിനെ ഒന്ന് കാണണമായിരുന്നു."

"വരൂ."

“വേണ്ട, കേസ് കാര്യങ്ങൾക്കല്ല. മറ്റൊരു കാര്യം സംസാരിക്കാനാ. കോടത്യെ പോയപ്പൊ ക്ലാർക്കാ പറഞ്ഞെ ഇവ്ടെ്യണ്ട്ന്ന്. വക്കീലൊന്ന് പുറത്തേക്ക് വിളിച്ചാ മതി.”

അപൂർണ പുറത്തേക്കു വന്നു. പോലീസുകാരനെ കണ്ടപ്പോൾ പരിചയഭാവം കാണിച്ച് അയാൾക്കൊപ്പം ഓഫീസിനടുത്തുള്ള വൃക്ഷത്തണലിലേക്ക് മാറി നിന്നു.

സായിനാഥ് ഒരു സിഗരററിന് തീ പിടിപ്പിച്ച്, ഓഫീസു പൂട്ടി പുറത്തേക്കിറങ്ങിയപ്പോൾ അവിചാരിതമായി മറ്റൊരാൾ കൂടി കേറിവന്നു. വളരെ പരിചിതമായ ഒരു മുഖഭാവമായിരുന്നു അയാൾക്ക്. അതുകൊണ്ട് തന്നെ സായിനാഥ് കണ്ണെടുക്കാതെ കുറെ നേരം അയാളെ തന്നെ നോക്കിനിന്നു.

ഷേവ് ചെയ്യാത്ത മുഖവും എണ്ണമയമില്ലാത്ത മുടിയും. മുഷിഞ്ഞ അരക്കയ്യൻ ഷർട്ട്. ഇറക്കമില്ലാത്ത വെള്ളമുണ്ട്. തേഞ്ഞുപിന്നിയ വാർചെരുപ്പ്. നാൽപ്പത്തിയഞ്ച് നാൽപ്പത്തിയാറ് വയസ്സ് വരുന്ന പ്രായം.

“ഞാൻ...” അയാൾ സ്വയം പരിചയപ്പെടുത്തി. “ഗോവിന്ദേട്ടന്റെ അകന്നൊരു ബന്ധുവാണ്. പേര് പവിത്രൻ.”

“ഓ...ഇപ്പോ മനസിലായി. ഞാനിങ്ങനെ ആലോചിക്കായിരുന്നു.”

“സാറെവ്ടെക്കെങ്കിലും എറങ്ങ്വാണോ?”

“എന്താ പവിത്രൻ?”

“സാറിനൊന്ന് കാണാനാ ഞാൻ വന്നത്.”

“വരൂ.”

വലിച്ചു പകുതിയായ സിഗരറ്റ് പുറത്തേക്കെറിഞ്ഞ് സായിനാഥ് ഓഫീസിനുള്ളിലേക്കു തന്നെ നടന്നു. ക്യാബിൻ തുറന്ന് സീറ്റിലിരുന്നപ്പോൾ അയാളോടും ഇരിക്കാൻ പറഞ്ഞു. അയാൾ തെല്ലു നേരം എന്തോ ശങ്കിച്ചു നിന്നെങ്കിലും പിന്നെ സാവധാനം ഇരുന്നു.

സായിനാഥ് റൈറ്റിംഗ് പാഡും പേപ്പറുമെടുത്ത് മടിയിൽ വെച്ചു.

“പവിത്രൻ കാര്യം പറഞ്ഞോളൂ.”

“സാറെന്നെ തെറ്റിദ്ധരിക്കരുത്.”

“വിഷയത്തിനുമുമ്പ് മുഖവുരയുടെ ആവശ്യമില്ല്യാ.”

“അതല്ല! സാറിന് ബുദ്ധിമുട്ടാവ്വൊ? തെരക്ക്ണ്ടെങ്കിൽ ഞാൻ പിന്നൊരിക്ക്യെ വരാം.”

“സാരല്ല്യാ. പവിത്രൻ പറഞ്ഞോളൂ.”

“ഞാനും ഗോവിന്ദേട്ടന്റെ മകൻ ബാലനും സ്കൂള് മുതലേ ഒർമിച്ച് പഠിച്ച് വളർന്നവരാ. എഴുപതുകളിലെ തീവ്രവാദ രാഷ്ട്രീയ പ്രസ്ഥാനങ്ങളിലും ഒർമിച്ചായിരുന്നു. ബാലൻ പക്ഷേ ഇന്നില്ല...”

“ബാലൻ ചില കേസുകളിൽപ്പെട്ട് നാടുവിട്ട് ബോംബേക്ക് പോയെന്നാ ഗോവിന്ദേട്ടൻ പറഞ്ഞത്.”

“സാറും അങ്ങനെ വിശ്വസിക്കുന്നുണ്ടോ?”

“എന്റെ വായനേ്യം രാഷ്ട്രീയൊക്കെ രൂപപ്പെടുമ്പോഴേക്കും വസന്തത്തിന്റെ ഇടിമുഴക്കത്തിനൊക്കെ അയവു വന്നു തുടങ്ങിയിരുന്നു.”

“ബാലൻ ബോംബെക്ക് പോയെന്ന് എനിക്കൊരിക്കലും തോന്നണില്ല്യാ. അവനതിന് കഴിയില്ല്യാ. ഇനി അഥവാ അവനങ്ങനെ എവിടെങ്കിലും ഉണ്ടെങ്കിൽതന്നെ എന്നേ മടങ്ങിവരുമായിരുന്നു.”

“പിന്നെ?”

“ആ കാലത്ത് പൊലീസ് കൊന്നൊടുക്കിയവരിൽ അവനും ഇരയായികാണണം. ഏതെങ്കിലും കടപ്പുറത്തോ, കായലിലോ, വനത്തിലോ അവന്റെ ശവം ചീഞ്ഞളിഞ്ഞുകാണും. കാരണം ബാലന് പൊലീസ് എന്നും വർഗശത്രു തന്നെയായിരുന്നു.”

“പാവം ഗോവിന്ദേട്ടൻ. എനിക്കു തോന്നണത് എന്തൊക്കെ പറയുമ്പോഴും ഇന്നും ഗോവിന്ദേട്ടന്റെ മനസില് ബാലൻ എന്നെങ്കിലും മടങ്ങിവരുമെന്ന ഒരു ചെറ്യെ പ്രതീക്ഷയുണ്ടെന്നു തന്ന്യാണ്.”

“ഇല്ല സാറേ അവനിനി ഒരിക്കലും മടങ്ങിവരില്ല. അവൻ മാത്രമല്ല. അന്ന് നിത്യമായ വിമോചനത്തിന്റെ സ്വപ്നങ്ങൾ നെയ്തുകൂട്ടിയ പലരും മടങ്ങിവന്നിരുന്നില്ല. ഇനി മടങ്ങിവന്നവരാകട്ടെ പലർക്കും ജീവനുണ്ട് എന്ന് മാത്രേള്ളൂ. ജീവിതം ഇല്ലാതെ പോയിരുന്നു. അങ്ങന്യെള്ളൊരു ശവാ ഇപ്പൊ സാറിന്റെ മുമ്പിലിരിക്കുന്നത്.'' പവിത്രൻ ധൃതിപിടിച്ച് മടിക്കുത്തിൽനിന്നും ബീഡിയും തീപ്പെട്ടിയും തപ്പിയെടുത്തു.

“ഞാനൊരു ബീഡി വലിച്ചോട്ടെ സാറേ? ശരീരം വല്ലാതെ വിറയ്ക്കുന്നപോലെ. അല്ലെങ്ങെനിക്ക് വന്നകാര്യം തന്നെ പറയാൻ കഴിയാതെയാവും.”

സായിനാഥ് തലയാട്ടി. ബീഡിയുടെ ചാരമിടാനായി മേശവലിപ്പിൽ സൂക്ഷിച്ച് വച്ചിരുന്ന ആഷ്ട്രെ എടുത്ത് പവിത്രന്റെ മുമ്പിലേക്കു വെച്ചു.

“ഞാനിപ്പൊരു കൃഷിക്കാരനാണെന്ന് വേണമെങ്കിൽ പറയാം. സ്വന്തമായിട്ട് ഭാഗം കിട്ട്യേകൊറച്ച് നെലംണ്ട്. പിന്നെ ചില പറമ്പോള് പാട്ടത്തിനെടുത്ത് നേന്ത്രവാഴ വെക്കും. ഭാര്യേം മൂന്ന് കൊച്ചങ്ങളുണ്ട്. ഭാര്യക്കാണെങ്കിൽ എളെ മോള്ടെ പ്രസവത്തിനുശേഷം എപ്പോഴും തലചുറ്റാ. നിക്കാൻ പോലും ഒക്കില്ല. ചികിത്സിക്കാവുന്നോടൊത്തൊക്കെ കൊണ്ടോയെങ്കിലും ഇപ്പഴും വല്ല്യെ വ്യത്യസൊന്നൂല്ല്യാ. രാവിലെ കഞ്ഞി വെയ്ക്കണങ്ങെ വരെ ഞാൻ ചെയ്യണം. ഈ കഷ്ടപ്പാടിനെടേല് ഞാൻ രണ്ട് ചിട്ടിവെച്ചിരുന്നത് ലേലത്ത്യെ പിടിച്ചിരുന്നു. കെടപ്പാടത്തിന്റെ ആധാരം വെച്ചിട്ടാ കാശ് കിട്ടീത്. എന്നാ ഇത്രേം നാളായിട്ടും എനിക്കതൊട്ട് തിരിച്ചടക്കാനും കഴിഞ്ഞില്ല. കുറി കമ്പനി കേസ് കൊട്ത്തട്ട് കെടപ്പാടം ജപ്തീടെ വക്കത്തെത്തി നിക്കുമ്പഴാ കൊറച്ചൂസം മുമ്പ് രഘുനാഥനും വേറൊരാളും കൂടി കേറി വന്നത്....”

“എന്നിട്ട്?!”

“എന്നോട് ഗോവിന്ദേട്ടൻ രഘൂനെതിരെ കേസ് കൊടുത്തിരിക്കുന്ന ക്രിമിനൽ കേസിൽ സാക്ഷി പറയരുതെന്ന് പറഞ്ഞു. സാക്ഷി പറഞ്ഞാൽ

വീട് ഞങ്ങള് ഇന്നന്നെ കോടതീന്ന് ജപ്തി ചെയ്യുംന്നും, ഒക്കേനേം തല്ല്യെറക്കുംന്നും പറഞ്ഞു. ഞാൻ ചിട്ടിപിടിച്ച കുറികമ്പനീല് രഘുനാഥനും ഷെയറ്ണ്ടന്നാ ഞാൻ അന്വേഷിച്ചപ്പൊ പറഞ്ഞെ... പിന്നെ മറ്റൊന്നും കൂടി പറഞ്ഞു. ഞാൻ സാക്ഷിപറയാതിരുന്നാ എന്റെ ആധാരം തിരിച്ചു തരാന്നും, ഒറ്റപൈസ അടക്കണ്ടാന്നും...."

"പവിത്രൻ എന്ത് തീരുമാനിച്ചു?"

"ഞാൻ എന്തു പറഞ്ഞാലും സാറിന്റെ മുമ്പിൽ എന്നെ ന്യായീകരിക്കാനാവില്ലെന്ന് നന്നായറിയാം."

"പവിത്രൻ എന്റെ മുമ്പിൽ ന്യായീകരിക്കേണ്ട യാതോരാവശ്യോല്ല്യാ. ജനാധിപത്യത്തിലെ ഒരു സാധാരണക്കാരന്റെ അവസാന പ്രതീക്ഷകളുമായി ഈ കോടതിവരാന്തകൾ കേറിയെറങ്ങുന്ന ഒരു മനുഷ്യനുണ്ട്...."

"ഗോവിന്ദേട്ടനെ ഓർക്കുമ്പോ അറിയാതെയല്ല. പക്ഷേ, നിസ്സഹായനായ ഒരു മനുഷ്യന്റെ സ്വാർഥതയാണെന്ന് കൂട്ടിക്കോളൂ. അല്ലെങ്കിൽ ഞാനിപ്പോ വ്ടെ വരേണ്ടതില്ലല്ലോ? എന്റെ കുഞ്ഞ്മക്കളേം ഭാര്യേം പിടിച്ച് തെരുവിലേക്ക് എറങ്ങണ്ടെ ആലോചിച്ചപ്പോ...."

"മരിച്ചുപോയവരോ പോയി. ഇനി പവിത്രൻ സാക്ഷിമൊഴി കൊടുത്താലും തിരിച്ചു കിട്ടില്ല്യാന്ന് തോന്നി– അല്ലേ?"

"അതെ! സത്യമാണത്."

"ഗോവിന്ദേട്ടനോട് പറഞ്ഞോ?"

"ഇല്ല്യാ. മാഷോട് പറയാൻ എനിക്കാവില്ല്യാ ആ മുഖത്തേക്ക് നോക്കാൻ പോലും...."

പവിത്രൻ മുണ്ടിന്റെ കോന്തലയുയർത്തി കണ്ണ് തുടയ്ക്കുന്ന കണ്ടപ്പോൾ സായിനാഥ് മുഖം താഴ്ത്തിയിരുന്നു.

"ഞാൻ സാക്ഷി പറയില്ല്യാന്ന് പറഞ്ഞ് കോടതീന്ന്ള്ള സമൻസ് അവരെ ഏൽപ്പിച്ചപ്പോ, അവരെനിക്ക് ഇന്നലെ വീടിന്റെ എല്ലാ രേഖകളും തിരിച്ച് തന്നു. ഞാൻ സ്ഥലം വിൽക്കാൻ പൂവ്വാ സാറെ..ഈ നാട്ടീന്നന്നെ നീങ്ങ്വാ...പക്ഷേ, അതിനുമുമ്പ് ഇക്കാര്യം ആരോടെങ്കിലുമൊന്ന് തൊറന്ന് പറേണംന്ന്ണ്ടായിര്ന്നു....."

എന്തു പറയണമെന്നറിയാതെ സായിനാഥ്, പുസ്തകഷെൽഫിന്റെ തെറ്റത്ത് എന്നോ വാങ്ങി പൊടി പിടിച്ച് അടുക്കിവെച്ചിരിക്കുന്ന സോവിയറ്റ് ബൈന്റിംഗുള്ള ചെഗുവേരയുടെ പുസ്തകത്തിന്റെ മങ്ങിയ ചുവന്ന കവറിലേക്ക് വെറുതെ നോക്കി.

ഉയരാൻ മടിക്കുന്ന കൈകളും പറയാൻ മടിക്കുന്ന നാവുകളും അടിമത്വത്തിന്റേതാകുന്നു.

ചോരകൊണ്ട് എഴുതിവെച്ച വാക്കുകൾ!

"സാറെന്താ ഒന്നും പറയാത്തത്?"

"നിയമത്തിന് കുറ്റം കണ്ടെത്താനെ കഴിയൂ പവിത്രാ. അതില്ലാതാക്കാൻ ഒരിക്കലും കഴിയില്ല..."

പവിത്രൻ കസേരയിൽനിന്നും സാവധാനം എഴുന്നേറ്റു.

“മാഷോടെന്നെ ശപിക്കരുതെന്നെങ്കിലും പറേണം.”

അതുകേട്ടപ്പോൾ സായിനാഥിന് ചിരിക്കാനാണ് തോന്നിയത്.

പവിത്രൻ പുറത്തേക്കു കടന്നപ്പോൾ അപൂർണ അരവാതിൽ തുറന്ന് സീറ്റിലേക്കുവന്നു.

വന്ന പാടെ മേശവലിപ്പിൽ നിന്നും വണ്ടിയുടെ താക്കോലെടുത്ത് അപൂർണ പുറത്തേക്കിറങ്ങുകയും ചെയ്തു.

അപൂർണയുടെ മുഖം വല്ലാതെ വാടിയിരിക്കുന്നതായി സായിനാഥിന് തോന്നി. എന്തൊക്കെയോ ഈ പെൺകുട്ടിയിൽ തിളച്ചുമറിയുന്നുണ്ട്. കറുത്ത ബ്ലൗസ്സും വെളുത്ത സാരിയും വിയർത്തൊട്ടിയിരിക്കുന്നു. വെളുത്ത കൈത്തണ്ടകളിലെ കരിനീല ഞരമ്പുകൾക്കു ചാരെ, ഒഴുക്കിൽപെട്ട പായലുപോലെ വകഞ്ഞുകിടക്കുന്ന കറുത്ത നാരുകൾ.

അപൂർണ ടൂവീലറിനടുത്തെത്തിയപ്പോൾ സായിനാഥ് വാതിലു പൂട്ടി പുറത്തേക്കിറങ്ങി.

“എന്തിനാ വക്കീലെ പോലീസുകാരൻ വന്നെ?”

“അനിലിന്റെ കേസുമായി ബന്ധപ്പെട്ടാ....”

“എന്താ കാര്യം?”

“പിന്നെ പറയാം....”

അപൂർണ വണ്ടി സ്റ്റാർട്ടാക്കി നീങ്ങിതുടങ്ങിയപ്പോൾ സായിനാഥ് വെറുതെ നോക്കിനിന്നു. വെയിൽ വെള്ളം തേടി പോകുന്നപോലെ എത്ര വേഗമാണ് നിഴൽ മാത്രം ബാക്കിയാക്കി....

II

കോടതി വരാന്തയിലൂടെ ധൃതിയിൽ നടന്നു. സബ്കോടതിയിൽ രണ്ടു കേസുകൾ വിചാരണയ്ക്കായി മാറ്റിവെച്ചിട്ടുണ്ട്. കേസു വിളിക്കുമ്പോൾ നേരം വൈകുമെങ്കിലും കുറച്ചു നേരത്തെയെത്തിയാൽ ഒരാശ്വാസമാണ്. നടത്തത്തിനിടയിൽ സായിനാഥ് പവിത്രനെകുറിച്ചോർത്തു. ആത്മഹത്യയെക്കാൾ കഷ്ടമായൊരു ജീവിതം. ഇനി അതൊരു ജീവിതമാണോ എന്നാലോചിച്ചാൽ ഉത്തരങ്ങൾ കണ്ടെത്തേണ്ടിവരും. ന്യായീകരണങ്ങൾ, തത്വദർശനങ്ങൾ, ഏറ്റുപറച്ചിലുകൾ, അനുഭവസാക്ഷ്യങ്ങൾ. വേണ്ട! എന്തിനും ഏതിനും ഇന്ന് ഉത്തരങ്ങളുണ്ട് അഥവാ ഉത്തരങ്ങൾ കണ്ടെത്താം. അങ്ങനെ കണ്ടെത്തുന്ന ഉത്തരങ്ങളുടെ വാഗ്ധോരണികളിൽ നാം പലപ്പോഴും തെറ്റുകൾ വിസ്മരിക്കപ്പെടാറുണ്ട്. എവിടേയും എപ്പോഴും ന്യായവാദങ്ങളും ഉത്തരങ്ങളും. അങ്ങനെ എല്ലാം അവർ കണ്ടെത്തുന്ന ശരികളിൽ തന്നെ അവസാനിക്കുന്നു. അവരവർ തന്നെ അവസാനം ശരിയായിത്തീരുന്ന ആത്മാവരോഹണം. അതിനിടയിൽ യാഥാർഥ്യങ്ങളുടെ വേനൽ താണ്ടുന്നവരുടെ വേദനകളും വിഹ്വലതകളും ആരും ഓർക്കാറില്ല. ഓർത്താൽ തന്നെ സമാന ഹൃദയങ്ങൾക്ക് പങ്ക് വെക്കാറുമില്ല.

പവിത്രനിലെ ശരിയും തെറ്റും പോലും ഇപ്പോൾ ഒരു ചോദ്യം മാത്രമാണ്. അന്വേഷിക്കുമ്പോൾ അർഥം കണ്ടെത്താനാകാത്ത ഒരു നീണ്ട സമസ്യ. എന്തുകൊണ്ടാണ് ഇതെല്ലാം ഇങ്ങനെയായിത്തീരുന്നത്? എന്തായാലും അറിയാതെയല്ല. എല്ലാം അറിഞ്ഞിട്ടുതന്നെയാണ് നാം ചെയ്യുന്നത്. എന്നിട്ടും....പലപ്പോഴും മന:പൂർവം അറിഞ്ഞില്ലെന്നു നടിക്കുകയല്ലേ ചെയ്യുന്നത്! ജീവിതം തെറ്റുകളുടേയും ശരികളുടേയും ഇടയിലൂടെ ആരോ മുറുക്കി വലിച്ചു കെട്ടിയ കയറിലൂടെയുള്ള നീണ്ട യാത്രയാണ്. ബാലൻസൊന്നു തെറ്റിയാൽ എപ്പോൾ വേണമെങ്കിലും നിലം പതിക്കാവുന്ന സർക്കസ്. പക്ഷേ, അത് പലരും മനസിലാക്കുമ്പോഴേക്കും യാത്ര ഒരുപാട് പിന്നിട്ടു കഴിഞ്ഞിരിക്കും.

പവിത്രൻ എന്തിനാണിതൊക്കെ തന്നോടു പറഞ്ഞത്? വർത്തമാനം തുടങ്ങിയപ്പോഴെ നിറുത്താൻ പറയേണ്ടതായിരുന്നു. വെറുതെ കേൾവിക്കാരനായിരുന്ന് ഉത്തരങ്ങൾ കണ്ടെത്താനാകാതെ; മടുപ്പാണ് തോന്നുന്നത്.

മജിസ്ട്രേറ്റ് കോടതിയുടെ മുമ്പിലെത്തിയപ്പോൾ ഉച്ചയ്ക്കുശേഷം കോടതി കേറുന്നതും കാത്ത് വരാന്തയിലിരിക്കുന്ന അനവധി മുഖങ്ങൾ. ചിലർ പാഴ് വസ്തുക്കൾ കൂട്ടിയിട്ടിരിക്കുന്നതിനരികെ ചുരുണ്ട് കൂടി കിടന്ന് സ്വസ്ഥമായുറങ്ങുന്നു. മറ്റു ചിലർ കോടതി വരാന്തയിലിട്ടിരിക്കുന്ന ബഞ്ചിന്റെ പരിമിതമായ സൗകര്യങ്ങളിൽ അള്ളിപ്പിടിച്ചിരുന്ന് ജീവിതം കൊറിക്കുന്നു.

കോടതി ഓഫീസിന്റെ പുറകുവശത്തായി രണ്ട് പൊലീസുകാരുടെ നടുവിൽ കൈവിലങ്ങുമായി നിൽക്കുന്ന ഒരു തടവുകാരൻ. അയാളുടെ അരികിലായി ഒരു കൊച്ചുകുട്ടിയേയുമെടുത്ത് നിശ്ശബ്ദമായി നിൽക്കുന്ന ഒരു സ്ത്രീയും പ്രായമായ ഒരു കാർന്നോരും. ആ സ്ത്രീ അയാളുടെ ഭാര്യയായിരിക്കണം. ജയിലിൽ നിന്നും കേസ് ദിവസം കോടതിയിലേക്ക് കൊണ്ടുവന്ന് വീണ്ടും ജയിലിലേക്ക് തന്നെ കൊണ്ടുപോവുകയാണ് അയാളെ. അതിനിടയിൽ പൊലീസുകാരുടെ ദയകൊണ്ട് അനുവദിച്ചു കിട്ടുന്ന കുറച്ചു നേരങ്ങൾക്കു മധ്യേ ജീവിതം പങ്കുവെക്കുകയാണ് ആ തടവുകാരനും സ്ത്രീയും. പോലീസുകാരൻ എന്തോ കോടതി ഓഫീസിൽ നിന്നും ഒപ്പിടിയിച്ച് വാങ്ങി കൊണ്ടുവന്നതോടെ അവർ ആയാളെയും കൂട്ടി ജയിൽ വണ്ടിയിലേക്ക് യാത്രയായി. അയാൾ ആ കൊച്ചു കുട്ടിയുടെ കവിൾ തടങ്ങളിൽ ഉമ്മവെക്കുന്നു. അതു കാണാനാവാതെ കണ്ണീരൊപ്പുന്ന ആ സ്ത്രീയും കാർന്നോരും. അയാൾ പോലീസുകാരുടെ കൂടെ മുറ്റത്തേക്കിറങ്ങിയപ്പോൾ ആ കൊച്ചു കുട്ടി കൈകൾ വീശി. ഒന്നും പറയാനാവാതെ അയാൾ തിരിഞ്ഞു നോക്കി ജയിൽ വണ്ടിയിലേക്ക് നടന്നകലുകയാണ്.

സായിനാഥ് കാഴ്ചകളിൽ നിന്നും കണ്ണുകൾ പൊടുന്നനെ പിൻവലിച്ചു. വയ്യ! കോടതികൾ, നിയമങ്ങൾ ന്യായാധിപന്മാർ, അഭിഭാഷകർ, തെളിവുകൾ, ജയിലുകൾ, തൂക്കുമരങ്ങൾ ഇതിനിടയിൽ തെറ്റുകളും ശരി

കളും. ഉത്തരങ്ങൾ പലപ്പോഴും അവ്യക്തമാകുന്നു. അതുകൊണ്ടുതന്നെ ഈ ജീവിതം അവ്യക്തമായ കാഴ്ചകളുടെ ഒരു നിർമിതിയാണ്. വെറും വ്യാജമായ നിർമിതി.

സബ്കോടതിയിലെത്തിയപ്പോൾ കോർട്ട് ഹാൾ പുറത്തുനിന്നും കുറ്റിയിട്ട് ആമീൻ കാവലിരിക്കുന്നു. എന്താണെന്നു ചോദിച്ചപ്പോൾ അകത്ത് ഏതോ ബലാൽസംഗകേസിലെ സാക്ഷിയുടെ മൊഴി രേഖപ്പെടുത്തുന്ന ഇൻ കേമറാ പ്രൊസീഡിംഗ്സ് നടക്കുകയാണെന്നും ബാക്കി കേസുകളൊക്കെ നാളേക്ക് വെച്ചിരിക്കുകയാണെന്നും പറഞ്ഞു. സായിനാഥ് വെറുതെചില്ലുജാലകത്തിനുള്ളിലൂടെ അകത്തേക്കു നോക്കി. അറുപത് അറുപത്തഞ്ചോളം പ്രായം പോന്ന ഒരു നാടോടി സ്ത്രീയാണ് സാക്ഷിക്കൂട്ടിൽ. ഏകദേശം ഇരുപത്തഞ്ചോളം വയസ്സ് തോന്നിക്കുന്ന ഒരു വെളുത്ത പയ്യൻ പ്രതിക്കൂട്ടിലും നിൽക്കുന്നു. പുറത്തേക്കു കേൾക്കുന്ന പബ്ലിക് പ്രോസിക്യൂട്ടറുടെ ചിരിയൊച്ചകൾ. ഓ! ഷിറ്റ്!! സായിനാഥ് സാവധാനം ഗൗണൂരി ചുമലിലിട്ട് കോടതി മുറ്റത്തുകൂടെ ബൈക്കിനടുത്തേക്കു നടന്നു.

പത്ത്

മജിസ്ട്രേറ്റ് കോടതിയിൽനിന്നും ഗോവിന്ദേട്ടനേയും കൊണ്ട് പുറത്തേക്കു കടക്കുമ്പോൾ അപൂർണ പറഞ്ഞു: ''മൊഴി പകർപ്പുകൾക്കെല്ലാം അപേക്ഷ കൊടുത്തിട്ടുണ്ട് ഗോവിന്ദേട്ടാ, പിന്നെ എഴുതിയെടുത്തിട്ട് എന്താ കാര്യം? ഇനി അഥവാ എഴുത്യെടുക്കാണെങ്കെ തന്നെ അത് കോടതിയിലൊട്ട് ഹാജരാക്കാനും ഒക്കില്ല. അതോണ്ട് കുറച്ചു കൂടി കാത്തിരുന്നാ സർട്ടിഫൈഡ് കോപ്പി തന്നെ നമുക്കു കിട്ടും.”

“മതി. എനിക്കറിയാം ഞാൻ തിരക്കു പിടിച്ചോണ്ട് ഒരു കാര്യോല്ല്യാന്ന്. എന്നാലും....”

“അത് കാര്യാക്കണ്ട.”

“വക്കീല് ശ്രദ്ധിച്ചോ ആ ഡോക്ടറ് പറഞ്ഞമൊഴി മുഴുവനും വളച്ചൊടിച്ചാ.”

“എനിക്കും തോന്നി.”

“രുഗ്മിണി ആശുപത്രിയിലെത്തുമ്പഴേ മരിച്ചിരുന്നു എന്നാ ഡോക്ടറ് പറഞ്ഞത്. അതു ശുദ്ധകള്ളമാണ് വക്കീലെ. എന്റെ മകൾ ഗവൺമെന്റ് ആശുപത്രീല് എത്ത്യെ ശേഷാ മരിച്ചത്. ഇപ്പോ എനിക്ക് തോന്നുന്നു. ഒരു പക്ഷേ, വേറെതെങ്കിലും ആശുപത്രിയിലായിരുന്നെങ്കിൽ എന്റെ മകള് രക്ഷപ്പെടുമായിരുന്നില്ലേന്നു പോലും.....”

“ഇനി അങ്ങന്യൊന്നും ചിന്തിച്ചിട്ട്......”

“കാര്യല്ല്യാന്നറിയാം. എന്നാലും ഓരോന്നാലോചിക്കുമ്പോന്റെ എടനെഞ്ച് പൊട്ട്വാ വക്കീലേ. വക്കീലിനറിയൊ, എന്റെ മോളെ അന്ന് ആശുപത്രിലിക്ക് കൊണ്ടുംപോകും വഴിക്ക് അവളെന്നെ എന്റെ മട്യെ കെടന്ന് ഒരു നോട്ടം നോക്കി. നാവ് പൊന്തിണില്ല്യായിര്ന്നു അപ്പോ. ആശുപത്രിലെത്തി ആളോളു കൂടി സ്ട്രെക്ചറില് കെട്ത്ത്യേപ്പോ എന്റെ കൈയ്യുമ്മെ

മുറുക്കി ഒര് പിടുത്താണ്. ന്ന്ട്ട് അവസാനായി ഇത്രേം പറഞ്ഞു: 'എന്റെ അമ്മൂനെ നോക്കണംട്ടാ അച്ഛാന്ന്'... പിന്നെ അവള് വായ് തൊറന്നിട്ടില്ല. അത് കഴിഞ്ഞ് ഞാൻ കാണുന്നത് പോസ്റ്റുമോർട്ടം ചെയ്ത് മൂടികെട്ടിയ ഒരു തുണിക്കെട്ടാ വക്കീലെ."

"പോസ്റ്റ്മോർട്ടം റിപ്പോർട്ടിലും ഡോക്ടറ്ടെ മൊഴി രേഖപ്പെട്ത്ത്യേലും മരണസമയം മാറ്റണ്ടന്ന് പബ്ലിക് പ്രോസിക്യൂട്ടറോഡൊന്ന് പറയാർന്നില്ലേ?"

"അതപ്പത്തന്നെ ഞാൻ പറഞ്ഞിരുന്നു. പക്ഷേ, പബ്ലിക് പ്രോസിക്യൂട്ടറ് പറേണത് ഡോക്ടറെ പോയൊന്ന് കാണാർന്നില്ലേന്നാ. എന്താ ഇതിനൊക്കെ ഞാൻ മറുപടി പറയാ വക്കീലേ? നമുക്കിത് നേരിട്ട് മജിസ്ട്രേറ്റിനെ കണ്ടൊന്ന് പറയാൻ പറ്റ്വൊ?"

"വേണ്ട ഗോവിന്ദേട്ടാ. അതൊന്നും അനുവദനീയമല്ല. അങ്ങനൊരു മിസ്റ്റേക്ക് ഉണ്ടെന്ന് കരുതീട്ട് മാത്രം ഈ കേസില് രഘുനാഥനെ ശിക്ഷിക്കാതിരിക്കില്ല. മാത്രോല്ല, ഒരു കേസിലെ ശിക്ഷ വിധിക്കുന്നത് ഒരുപാട് ഘടകങ്ങൾ പരിശോധിച്ച് നിഗമനത്തിലെത്തിച്ചേർന്ന ശേഷമാണ്. ഈ കേസിലെ സാഹചര്യതെളിവുകളെല്ലാം ഗോവിന്ദേട്ടന് അനുകൂലമാണ്."

ഗോവണിയിറങ്ങി താഴെ എത്തിയപ്പോൾ ഗോവിന്ദേട്ടൻ ഇപ്പോ വരാന്നും പറഞ്ഞ് പുറത്തെ വരാന്തയിലേക്ക് വേഗം നടന്നു. അവിടെ ദേവകിയമ്മയും അമ്മുക്കുട്ടിയും കാത്തിരിക്കുന്നുണ്ടായിരുന്നു.

അപൂർണ ഫയലുകൾ ഒരു മേശപ്പുറത്തു വെച്ച് ഹാന്റ് ബാഗിൽ നിന്നും കർച്ചീഫെടുത്ത് മുഖം നന്നായി തുടച്ചു.

കോടതിമുറ്റത്തെ സിമന്റു ബഞ്ചിലിരിക്കുന്ന രണ്ടു മൂന്നുപേർ എന്തോ പറഞ്ഞ് പൊട്ടിച്ചിരിക്കുന്നു. അവർക്കരികിൽ ലോട്ടറി ടിക്കറ്റുമായി നിൽക്കുന്ന ഒരു ചെറിയ ആൺകുട്ടി. അവന്റെ മുഷിഞ്ഞുകറുത്ത ബനിയന്റെ പുറത്ത് വലിയൊരു ജോക്കറിന്റെ പടം പ്രിന്റ് ചെയ്തിരിക്കുന്നു. അപൂർണ ഫയലുകളെടുത്ത് വരാന്തയിലേക്ക് മാറി നിന്നു. ഗോവിന്ദേട്ടൻ അവരേയും കൂട്ടി വരുന്നുണ്ട്. നാൾക്കുനാൾ ഗോവിന്ദേട്ടന് ഓരോരോ കോടതിയനുഭവങ്ങളും വിപരീതങ്ങളുടെ മടുപ്പുകളാണ് സമ്മാനിക്കുന്നത്. ഈയ്യടുത്ത് എവിടെയോ വായിച്ചത് അപൂർണയുടെ മനസിൽ നീറി.

സമ്പന്നർ രാജ്യത്തെ വിഭവങ്ങൾ കൈയടക്കുകയും പൊലീസിനേയും അധികാരസ്ഥരേയും പാട്ടിലാക്കുകയും ചെയ്യുന്നതിനു പുറമെ കോടതിയെക്കൂടി വശത്താക്കിയാൽ ഇന്ത്യൻ നിയമങ്ങൾ പിന്നെ അവർക്കനുകൂലമായാണ് വ്യാഖ്യാനിക്കപ്പെടുക. അങ്ങനെയായാൽ ദുർബല വിഭാഗങ്ങൾ നിയമത്തേയും കോടതിയേയും അവരുടെ ശത്രുവായി കാണാൻ തുടങ്ങും. അതുകൊണ്ടു തന്നെ കോടതി നടപടി ജാഗരൂകതയോടെ നിരീക്ഷിക്കേണ്ടത് അത്യാവശ്യമായിരിക്കുന്നു.

ഗോവിന്ദേട്ടൻ അടുത്തെത്തിയപ്പോൾ അപൂർണ വാത്സല്യത്തോടെ അമ്മുക്കുട്ടിയുടെ നെറുകയിൽ തടവി.

"എന്നാ പരീക്ഷാ?"

"മറ്റന്നാൾ"

"പഠിച്ച് കഴിഞ്ഞോ?"

"ങ്ഹാ."

"ആദ്യം ഏതു പരീക്ഷ്യാ?"

"മലയാളം."

"എന്നാലതിലൊരു പാഠം ഈ ആന്റിയോട് പറ."

"കഥ മത്യോ?"

"അമ്മുക്കുട്ടിക്ക് ഇഷ്ടമുള്ളത് പറഞ്ഞോ."

നടത്തത്തിനിടയിൽ പലരും തങ്ങളുടെ വർത്തമാനം ശ്രദ്ധിക്കുന്നുണ്ടെന് അപൂർണയ്ക്ക് തോന്നി. ലാബർ കോടതിയുടെ അടുത്തെത്തിയപ്പോൾ കോടതിക്കുള്ളിൽ സുരേഷ് കേസ് വിളിക്കുന്നതും കാത്ത് നിൽക്കുന്നതു കണ്ടു.

"വേഗം പറ അമ്മുക്കുട്ടി."

"യദുവിന്റെ കഥ പറയട്ടെ?"

"ആയിക്കോട്ടെ."

"ഒരു ചെറിയ പട്ടണത്തിൽ യദു എന്നു പേരുള്ള ഒരു ബാലനുണ്ടായിരുന്നു. അവൻ സ്കൂളിലേക്ക് പോകുന്ന വഴിക്ക് നായ്ക്കുട്ടികളെ വിൽക്കാൻ വെച്ചിട്ടുള്ള ഒരു വലിയ കടയുണ്ടായിരുന്നു. യദു എന്നും സ്കൂളിൽ പോകുമ്പോൾ ചില്ലുകൂട്ടിലൂടെ വിൽപ്പനയ്ക്കായുള്ള നായ്ക്കുട്ടികളെ കുറെ നേരം നോക്കിനിൽക്കും. അങ്ങനെ യദുവിനും ഒരു നായ്ക്കുട്ടിയെ വാങ്ങണമെന്ന് മോഹമുണ്ടായി. അവൻ കടയുടമയോട് ഓരോ നായ്ക്കുട്ടികളുടേയും വില ചോദിച്ചു. അവയ്ക്കെല്ലാം വലിയ വിലയായിരുന്നു. അത്രയും വില കൊടുത്ത് ഒരു നായ്ക്കുട്ടിയെ വാങ്ങാൻ അവന് കഴിവുണ്ടായിരുന്നില്ല. അവന്റെ അച്ഛന് കുട്ടകൾ നെയ്തു കൊണ്ടുപോയി വിൽക്കുന്ന പണിയായിരുന്നു. അങ്ങനെ ഒരു ദിവസം അവൻ സ്കൂളിലേക്ക് പോകുമ്പോൾ ഒരു ചില്ലുകൂട്ടിലെ നായ്ക്കുട്ടിക്ക് 'അമ്പതു രൂപ' എന്ന് വേറെ എഴുതിവെച്ചിരിക്കുന്നത് കണ്ടു. അവൻ ആ നായക്കുട്ടിയെ കുറെ നേരം ചില്ലുകൂടിന്റെ ഉള്ളിലൂടെ നോക്കി നിന്നു. പാവം ആ നായക്കുട്ടിയുടെ ഒരു കാലിനെന്തോ മുടന്തുണ്ടായിരുന്നു. അതുകൊണ്ടാണ് അതിനെ ഇത്രയും വില കുറച്ച് കൊടുക്കുന്നതെന്ന് യദുവിന് മനസ്സിലായി. യദുവിന്റെ മനസ്സലിഞ്ഞു. യദു തനിക്ക് കിട്ടുന്ന ഓരോ ചില്ലറയും ദിവസം ദിവസം ശേഖരിച്ച് വെയ്ക്കാൻ തുടങ്ങി. അങ്ങനെ എല്ലാ ദിവസവും യദു സ്കൂളിലേക്ക് പോകുമ്പോഴും വരുമ്പോഴും ആ നായക്കുട്ടിയെ നോക്കികൊണ്ടിരുന്നു. ഭാഗ്യം! ആ നായക്കുട്ടി മാത്രം ചെലവായിട്ടില്ല. അവൻ വിചാരിച്ചു. അതിനൊപ്പമുണ്ടായിരുന്നത് മുഴുവനും വിറ്റുപോയിരുന്നു. യദു എല്ലാ ദിവസവും ആ നായക്കുട്ടിയെ നോക്കുന്നത് കടക്കാരനും കാണാറുണ്ട്. അങ്ങനെ ഒരു ദിവസം യദു തനിക്കു കിട്ടിയ സമ്പാദ്യം മൊത്തമായി എണ്ണിനോക്കിയപ്പോൾ അത് നാൽപ്പത്തിയഞ്ച് രൂപയായിരിക്കുന്നത് കണ്ടു. അതുമായി അവൻ കടക്കാരനെ സമീപിച്ച്

കാശ് അയാളുടെ കൈയ്യിൽ കൊടുത്തിട്ട് പറഞ്ഞു: "ഇത് നാൽപ്പത്തഞ്ച് രൂപയുണ്ട്. ഞാൻ രണ്ടു ദിവസത്തിനുള്ളിൽ വരാം. അതുവരെ ഇവനെ ആർക്കും കൊടുക്കരുത്." യദുവിന്റെ വർത്തമാനം കേട്ട കടക്കാരൻ സ്നേഹത്തോടെ തന്നെ പറഞ്ഞു: ഈ നായക്കുട്ടിക്ക് നാൽപ്പത്തഞ്ച് രൂപ മതി. നീ ഇതിനെ കൊണ്ടു പോയ്ക്കോളൂ എന്ന്. എന്നാൽ യദു അതിന് തയാറായിരുന്നില്ല. അവൻ രണ്ടു ദിവസ്ത്തിനുള്ളിൽ തന്നെ അഞ്ച് രൂപ കൂടി ഉണ്ടാക്കി കാശ് കടക്കാരനെ ഏൽപ്പിച്ചു. യദുവിന്റെ പെരുമാറ്റത്തിൽ മതിപ്പു തോന്നിയ കടക്കാരൻ നായക്കുട്ടിയെ കൂട്ടിൽ നിന്നും എടുത്ത് പുറത്തേക്കു കൊണ്ടുവന്ന് യദുവിനെ ഏൽപ്പിച്ചു. അപ്പോഴാണ് കടക്കാരൻ ഒരു കാര്യം മനസിലാക്കുന്നത്. തന്റെ മുടന്തനായ നായക്കുട്ടിയെ പോലെ തന്നെയായിരുന്നു യദുവും. വയ്യാത്ത ഒരു കാലുമായി തന്റെ നായക്കുട്ടിയേയും നെഞ്ചോട് ചേർത്ത് പിടിച്ച് പതുക്കെ പതുക്കെ നടന്നു നീങ്ങുന്ന യദുവിനെ കടക്കാരൻ കണ്ണിമവെട്ടാതെ ഏറെ നേരം നോക്കി നിന്നു."

അമ്മുക്കുട്ടി കഥ പറഞ്ഞു തീർന്നപ്പോൾ അപൂർണയ്ക്കെന്തോ വാക്കുകൾക്കിടയിലെ അർധവിരാമങ്ങൾ തന്നെ വല്ലാതെ പൊള്ളിക്കുന്നതു പോലെ തോന്നി. എവിടെയൊക്കെയോ, എന്തൊക്കെയോ കൊളുത്തി വലിക്കുന്നപോലെ. വർഷങ്ങൾക്കു മുമ്പ് കളിപ്പാട്ടങ്ങൾ നഷ്ടപ്പെട്ടൊരു കൊച്ചു കുട്ടിയെ പോലെ അമ്മയുടെ സ്നേഹത്തിന്റെ നനുനനുത്ത ശീതളിമ. അപൂർണ വല്ലാത്തൊരു വികാരവായ്പോടെ അമ്മുക്കുട്ടിയെ തന്റെ അരികിലേക്ക് ചേർത്തു പിടിച്ചു. അതുകണ്ടപ്പോൾ ഗോവിന്ദേട്ടനും ദേവകിയമ്മയും ഒരു മാത്ര എന്തൊക്കെയോ വിചാരങ്ങളിൽപ്പെട്ട് വല്ലാതായി.

"കഥ അസ്സലായിരിക്കുന്നു." അപൂർണ പറഞ്ഞു. "പരീക്ഷയ്ക്ക് നന്നായി എഴുതണംട്ടോ."

അമ്മുക്കുട്ടി എഴുതാമെന്ന് തലയാട്ടി.

ക്ലാർക്ക് റൂമിന്റെ അരികിലെത്തിയപ്പോൾ പിള്ളച്ചേട്ടൻ ഓടിവന്നു. അപൂർണ ഫയലുകളെല്ലാം പിള്ളച്ചേട്ടനെ ഏൽപ്പിച്ചു.

"ഗോവിന്ദേട്ടന് അടുത്ത കേസ് തിയ്യത്യൊന്ന് എഴുതി കൊടുത്തേച്ചോളൂ."

"ഓ."

"എന്നാ ഞാൻ പോയ്ക്കോട്ടെ ഗോവിന്ദേട്ടാ."

"ശരി."

അപൂർണ ബാർ അസോസിയേഷനിലേക്ക് ഡ്രസ്സ് ചെയ്ഞ്ച് ചെയ്യാനായി വേഗം നടന്നു. അടുത്ത രണ്ടു ദിവസങ്ങൾ അടുപ്പിച്ച് പബ്ലിക് ഹോളിഡെ ആയതിനാൽ അസോസിയേഷനിൽ പൊതുവേ തിരക്ക് കുറവായിരുന്നു. ഗൗണും ബാന്റും ഊരി അലമാരിയിൽ വെച്ച് പൂട്ടാൻ നോക്കുമ്പോൾ ബാത്ത് റൂമിൽ നിന്നും അത് ദിവസവും ക്ലീൻ ചെയ്യാൻ വരുന്ന മറിയക്കുട്ടി ചേച്ചിയുടെ പ്രാക്കുകളും ശാപങ്ങളും കാതിൽ തറച്ചു.

"———— വക്കീലത്തികളാണത്രെ. വൃത്തികെട്ട അസത്ത്കള്. മൂത്രറ്റിച്ചാ മൂച്ചേട്ടകൾക്കിത്തിരി വെള്ളങ്ങിലും ഒഴിച്ചൂടെ ന്റെ തിരുമല മാതാവെ. ഇവള്മാര്ടെയൊക്കെ മാസമുറ തുണിക്കെട്ടു വരെ ഇതിനുള്ളിലാ കുത്തി തിര്കണെ. ശാശ്ക്കള്. ഇവള് മാര്ക്കൊന്നും ഒര് കാലത്തും ഗുണം പിടിക്കത്തില്ല. ഇങ്ങനൊര്ത്തി ഇവ്ടെ വര്ണില്ല്യായിര്ന്നെങ്കി ഇവറ്റ്യാക്കെ മൂന്ന് ലോകം കണ്ടേനെ! കർത്താവേ സോത്രം. എന്റെ വാക്കുൾ പൊറുക്കണമെ...."

മറിയക്കുട്ടി ചേടത്തി കണ്ടാൽ പിന്നെ വിടില്ല. ഓരോന്നും ഇങ്ങനെ പറയാൻ തുടങ്ങും. വിശേഷങ്ങളുടേയും വിനോദങ്ങളുടേയും ഒരു ഭണ്ഡാരമാണ് ചേടത്തി. എത്രയോ വർഷങ്ങളായി ഈ പ്രാക്കുകളും ശാപങ്ങളും വക്കീലന്മാർ ഏറ്റുവാങ്ങാൻ തുടങ്ങിയിട്ട്. എന്നാലും ഇതാരേയും വേദനിപ്പിക്കാറില്ല. ഇന്ന് മറിയക്കുട്ടി ചേട്ടത്തിയും ഇതിന്റെയൊക്കെ ഒരു ഭാഗമായിത്തീർന്നിരിക്കുന്നു. അപൂർണ വേഗം പുറത്തേക്കു നടന്നു.

പതിനൊന്ന്

കോടതിയെ ചുറ്റിപ്പറ്റി ഇരപിടിച്ച് ജീവിക്കുന്ന എത്രയോ അജ്ഞാതമായ ജീവികളുണ്ടിവിടെ! കേസുകൾ പിടിച്ചുകൊടുക്കുന്ന ബ്രോക്കർമാർ, ജാമ്യക്കാരെ വലവീശി പിടിച്ച് എത്തിച്ചുകൊടുക്കുന്ന ഏജന്റുമാർ, പഴയ സ്റ്റാമ്പ് പേപ്പറുകളും രേഖകളും ഒരുക്കികൊടുക്കുന്ന വേണ്ടർമാർ, ആശുപത്രികളിൽ പോയി വാഹനാപകട കേസുകൾ പിടിക്കുന്ന ക്ലാർക്കുമാർ, വേശ്യാവൃത്തി കേസുകളിൽ ബസ്സ്റ്റാന്റിൽ നിന്നും നിത്യം പിടിച്ചുകൊണ്ടു വരുന്നവർക്ക് സൗജന്യ നിയമസഹായവുമായി ചൂഷണം ചെയ്യുന്ന നിയമസംരക്ഷണപ്രവർത്തകർ, വക്കീലന്മാർക്കും ഉദ്യോഗസ്ഥന്മാർക്കും പെണ്ണുങ്ങളെ കൂട്ടികൊടുക്കുന്ന പിമ്പുകൾ, ജപ്തിചെയ്തുകൊണ്ടുവരുന്ന വസ്തുക്കൾ ലേലത്തിൽപിടിച്ച് അധികവിലയ്ക്ക് മറിച്ചുവിൽക്കുന്ന വിരുതന്മാർ, പെറ്റീകേസുമായി എത്തുന്നവരെ ഓടിച്ചിട്ടുപിടിക്കുന്ന ഗുമസ്തകൂട്ടം, വാറണ്ടുമായെത്തുന്ന പ്രതികളെ പിഴിഞ്ഞ് പോക്കറ്റുനിറയ്ക്കുന്ന കോർട്ട് ഡ്യൂട്ടി പോലീസുകാർ, സമൻസു നടത്തിപ്പുകൾക്കായി കക്ഷികളെ കുടുക്കുന്ന പ്രോസസ് സർവ്വേയ്മാർ, നഗ്നചിത്രങ്ങളുടെ വ്യാജ സിഡിയുമായെത്തുന്ന കാസറ്റു വിൽപ്പനക്കാർ, വാഹനകച്ചവടക്കാർ, സ്ഥലകച്ചവടക്കാർ, പുസ്തകകച്ചവടക്കാർ, ചായകച്ചവടക്കാർ, ലോട്ടറി കച്ചവടക്കാർ, കൈനോട്ടക്കാർ, തുണികച്ചവടക്കാർ, തുടങ്ങി ഭിക്ഷക്കാരും, കുഷ്ഠരോഗികളും മന്ത്രവാദികളും മഷിനോട്ടക്കാരും വരെ..വല്ലാത്തൊരു ഉത്സവപറമ്പുതന്നെ. എന്നും രാവിലെ നീതിദേവതയുടെ മുമ്പിൽ കൊടികയറുകയും വൈകീട്ട് കൊട്ടിക്കലാശവും, വെടിക്കെട്ട് മരണങ്ങളുമായി നിലവിളികളോടെ കൊടിയിറങ്ങുകയും ചെയ്യുന്ന ഉത്സവ പറമ്പ്.

രാത്രികളുടെ അഘോരവന്യതകളിൽ പോലും കോടതികൾ ഉറങ്ങാറില്ല. മദ്യത്തിന്റെ അമ്ലം ചൊരുക്കുന്ന ഉറക്കമില്ലാത്ത കണ്ണുകളുമായി

ഇടനാഴികൾ തോറും തെറി പറഞ്ഞലയുന്ന കാവലാളുകളുണ്ട്. അവർക്ക് കൂട്ടുകിടക്കുന്ന നായ്ക്കളും പൂച്ചകളുമുണ്ട്. നൂറ്റാണ്ടുകൾ പഴക്കമുള്ള ഫയലുകളിൽ പുള ചേർന്നു രസിക്കുന്ന വിഷപാമ്പുകളുണ്ട്. പുസ്തക കൂട്ടങ്ങളിൽ പെറ്റുപെരുകുന്ന നച്ചനെലികളുണ്ട്. കൂറകളും എട്ടുകാലികളും, ചീവ്വീടും നരിച്ചീരുകളും മരപ്പട്ടികളും വേറെയുമുണ്ട്.

കുറ്റവാളികൾ ജീവിതത്തിന്റെ ഉത്സവങ്ങൾ ആടിതിമർക്കുന്നത് ഇവിടെയാണ്. പരാതിക്കാർ നീതിക്കുവേണ്ടി അധികാരികളുടെ പടികളെണ്ണി ഇരന്നുവരുന്നതും ഇവിടെയാണ്. കാക്കിക്കുപ്പായങ്ങൾ ചവിട്ടിമെതിച്ച ജീവിതങ്ങൾ നിശ്ശബ്ദമായി തേങ്ങുന്നതും ഇവിടെതന്നെയാണ്.

മരണത്തിന്റെ കാലൊച്ചകളും തൂക്കിലേറ്റാൻ വിധിക്കപ്പെട്ടവന്റെ ഏറ്റുപറച്ചിലുകളും തുറങ്കിലടക്കാൻ കൽപ്പിക്കപ്പെട്ടവന്റെ പരിവേദനങ്ങളും തെളിവുകളില്ലാത്തതുകൊണ്ടു മാത്രം രക്ഷപ്പെട്ട കുറ്റവാളികളുടെ അലർച്ചകളും ഇവിടെ നിന്നു തന്നെയായിരുന്നു.

ജീവിതത്തിനെ അതിന്റെ എല്ലാ വികാരങ്ങളോടുംകൂടി നോക്കിക്കാണാൻ പഠിച്ചത് ഈ കോടതിയിൽ നിന്നു തന്നെയാണ്. ചതികളും പോർ വിളികളും, കണ്ണീരും കയ്യാമവും, കത്തികളും കഠാരികളും ഈ കോടതികളുടെ നാൾവഴികളായിരുന്നു.

തോറ്റോടിയ പടകളേയും യോദ്ധാവ് നഷ്ടപ്പെട്ട കുതിരകളേയും ഉടലില്ലാത്ത ശിരസ്സുകളേയും കുറിച്ച് ആദ്യമായി പഠിച്ചതും ഈ കോടതിയിൽനിന്നു തന്നെയാണ്. കൊലയ്ക്കുവിധിക്കപ്പെട്ടവൻ ശീഥീകരിച്ച ടെസ്റ്റ്യൂബുകളിലേക്ക് ബീജം നൽകുന്നതിനായി പോകുന്നതിനുമുമ്പ്, ജീവിതത്തെക്കുറിച്ച് കണ്ട സ്വപ്നങ്ങളെകുറിച്ചുള്ള വിധിപകർപ്പുകൾ വായിച്ചു പഠിച്ചതും ഈ ഇടനാഴികളിൽനിന്നു തന്നെയായിരുന്നല്ലോ!

അങ്ങനെയങ്ങനെ കോടതിയുമൊരു ജീവിതമായി മാറുകയാണെന്ന് സായിനാഥിനു തോന്നി.

ജില്ലാ കോടതിയിൽ നിന്നും ഉത്കണ്ഠകളോടെ പുറത്തു വന്ന ഉണ്ണികൃഷ്ണൻ സായിനാഥിനെ കണ്ടപ്പോൾ അരികിലേക്കു വന്നു.

“ഞാൻ ഈ വക്കീൽ പണി വിടാ സാറെ. ജൂനിയേഴ്സിനൊന്നും നിന്ന് പെഴയ്ക്കാൻ പറ്റണില്ല്യാ. വല്ലപ്പോഴും കിട്ടുന്ന ഒര് ആന്റിസിപ്പേറ്ററി ബെയിലോണ്ട് എന്ത് കിട്ടാനാ. പിന്നെ രണ്ട് ആന്റിസിപ്പേറ്ററി ബെയിലുകിട്ട്യാ ബെയിൽമൂല വക്കീലായി. ഇനി അതിനന്നെ ഓർഡറ് കയ്യെകിട്ടണെങ്ങെ ഓരോരുത്തർക്കും കൊടുക്കണം കൈപിടി വെവ്വേറെ. ഇന്ന് അഭ്യാസങ്ങള്ടെകാലായി. ജാഡകളും അഭിനയങ്ങളുമാണ് ആളുകൾ ശ്രദ്ധിക്കുന്നത്. പിന്നെ എത്ര്യോക്കെ കക്ഷികൾക്ക് ചെയ്ത് കൊടുത്താലും ഒരു ചെറിയ പിഴ മതി അതിന് ഇല്ല്യാത്ത അവക്യാതി മുഴോൻ കേക്കേണ്ടിവരും. അവസാനം ഫയലും പോവും. ചെന്നു പെടണ വക്കീലിന്റെ കുത്തു വാക്കുകൾ വേറേം. ഇന്ന് എല്ലാവർക്കും വല്ല്യ വക്കീലന്മാരെ വേണ്ടൂ സാറെ. ഇവരാട്ടെ ഒരിക്കലും ചെറ്യോരെ ജീവിക്കാനനുവദിക്കൂല്ല്യാ. മടുത്തു. ഞാനിപ്പോ മോനായി വക്കീലിന്റെവ്ടെ മൂന്ന് വർഷ

മായി. ന്ന്ട്ടും ആഴ്ചേല് ബസ്സ് കാശ് കിട്ടണങ്ങെ ശനിയാഴ്ച എട്ടുമണി വരെ ഓച്ചാനിച്ച് നിക്കണം. വക്കീലാവ്ണെക്കാട്ടും മുമ്പ് തട്ടുകടേൽ കേര്യാലും വെശപ്പു മാറ്റായ്രുന്നു. ഇപ്പം അതിനും നിവൃത്തിയില്ല്യാതായി. ഗൾഫിലൊര് പണി ശര്യായിട്ട്ണ്ട്. ഒത്താ ഈ ആഴ്ചന്നെയാത്ര്യാവും...."

എല്ലാം കേട്ട് നിശ്ശബ്ദമായി തലയാട്ടുകമാത്രം ചെയ്തു. നീണ്ട കോടതിയിടനാഴികൾ നിറയെ ആളുകൾ. ഉണ്ണികൃഷ്ണൻ നടന്നകന്നപ്പോൾ പതിഞ്ഞ ശബ്ദത്തിൽ ഇത്രമാത്രം പറഞ്ഞു.

"നല്ലതു വരട്ടെ അനുജാ!"

അവനത് കേട്ടോ എന്തോ? പഠിക്കുന്ന കാലത്ത് ജോസഫ്സാർ ബൈബിൾ വാക്യങ്ങൾ ഉദ്ധരിച്ച് പറയുമായിരുന്നു.

അവസാനം വരെ കാത്തിരിക്കുന്നവനാണ് ഭാഗ്യവാൻ. എല്ലാവർക്കും ദൈവം അവസരം തരും. അതിലേക്കുള്ള കാലയളവിന് മാറ്റം വരും എന്നു മാത്രം. ആ കാത്തിരിപ്പിൽ മാതാപിതാക്കളേയും ഗുരുക്കന്മാരേയും ദൈവത്തേയും തള്ളി പറയാതിരിക്കുക. ആ കാത്തിരിപ്പിന്റെ കാലം ആത്മപീഡനത്തിന്റെ കാലമാണ്. ആത്മപീഡ കഴിഞ്ഞാൽ പ്രത്യാശയുടെ ഉയിർത്തെഴുന്നേൽപ്പാണ്. അതാണ്. ദൈവം പഠിപ്പിക്കുന്ന പാഠം.

II

'ഇല്ല. ഞാൻ ചാവില്ല!. നിങ്ങളിൽ അവസാനത്തെ ആളും മരിക്കുന്നതുവരെ ഞാൻ ജീവിച്ചിരിക്കും. കൊളംബിയ കോടതിയിൽ തന്നെ തൂക്കികൊല്ലാൻ വിധിച്ച പന്ത്രണ്ട് ജഡ്ജിമാരുടെ മുഖത്തുനോക്കി ഇങ്ങനെ അലറിവിളിച്ച ഒരു ചെറുപ്പക്കാരനായിരുന്നു വിൽപർവിസ്. മിസിസ്സിപ്പിയിലെ ഒരു കർഷകനെ കൊലപ്പെടുത്തിയ കേസിലായിരുന്നു കോടതി പർവിസിന് വധശിക്ഷ വിധിച്ചത്.

വധശിക്ഷ നടപ്പാക്കാനായി പർവിസിനെ കൊലമരത്തിലേക്ക് കൊണ്ടുവന്നു. ശിക്ഷ നടപ്പാക്കുന്നതു കാണാൻ മൂവ്വായിരത്തോളം പേർ ജയിൽമുറ്റത്ത് തടിച്ചു കൂടിയിരുന്നു.

ഒരുക്കങ്ങളെല്ലാം പൂർത്തിയാക്കി പർവിസിന്റെ കഴുത്തിൽ കുരുക്കിട്ട് ആരാച്ചാർ ലിവർ വലിച്ചു. അത്ഭുതമെന്നല്ലാതെ മറ്റെന്തു പറയാൻ ! കൊലക്കയറിന്റെ കുരുക്ക് മുറുകിയില്ല! മുറുകാത്ത കുരുക്കിലൂടെ പർവിസ് ഊർന്ന് താഴോട്ട് വീണു.

പർവിസിനെ തൂക്കിലേറ്റാൻ വീണ്ടും ജയിൽ അധികാരികൾ ശ്രമിച്ചെങ്കിലും ജനക്കൂട്ടം ഒറ്റക്കെട്ടായി എതിർത്തു. ദൈവഹിതമാണിതെന്നായിരുന്നു തടിച്ചുകൂടിയ അതേ ജനക്കൂട്ടത്തിന്റെ വാദം. അതിനാൽ അധികാരികൾ പർവിസിനെ വീണ്ടും ജയിലിലടച്ചു.

കുറച്ചുനാളുകൾ കഴിഞ്ഞ് വീണ്ടും വധശിക്ഷ നടപ്പാക്കാനായി തിയതി നിശ്ചയിച്ചെങ്കിലും അതിനു തൊട്ടുമുമ്പൊരു ദിവസം ചില സുഹൃത്തുക്കളുടെ സഹായത്തോടെ പർവിസ് ജയിൽ ചാടി. എന്നാൽ അധികം വൈകാതെ തന്നെ പർവിസ് പോലീസിന് കീഴടങ്ങുകയും ചെയ്തു.

അപ്പോഴും പർവിസ് പറഞ്ഞുകൊണ്ടിരുന്നത് താൻ നിരപരാധിതന്നെ യാണെന്നതായിരുന്നു. തുടർന്ന് പർവിസിന്റെ കേസ് പുനർവിചാരണ ക്കെടുത്ത കോടതി അയാളെ വെറുതെ വിട്ടു.

വർഷങ്ങൾക്കുശേഷം പർവിസിന്റെ നാട്ടുകാരനായിരുന്ന ജോസഫ് ബർനാഡ് എന്നൊരാൾ മരണക്കിടക്കയിൽ വെച്ച് ഒരു കുറ്റസമ്മതം നട ത്തി. ആ കർഷകനെ കൊന്നത് ഞാനാണെന്നും, പർവേസ് നിരപരാധി യാണെന്നും. ഈ വാർത്തയറിഞ്ഞ് പർവിസ് അന്തരിക്കുമ്പോഴേക്കും പർവിസിനെ തൂക്കാൻ വിധിച്ച പന്ത്രണ്ട് ജഡ്ജിമാരിൽ അവസാ നത്തെയാളും മരിച്ചു കഴിഞ്ഞിരുന്നു.

കൺസ്യൂമർ കോടതിയിലേക്കുള്ള നടത്തത്തിനിടയിൽ സായിനാഥ് താൻ എന്നോ വായിച്ചു മറന്നൊരു ജീവചരിത്രകുറിപ്പ് മനസിലോർത്തു. എത്ര ആർജവമാണതിന്!

കോടതിയിലെത്തിയപ്പോൾ സിറ്റിങ് കഴിഞ്ഞ് കോർട്ട് ഹാൾ മുഴു വൻ ശൂന്യമായിരുന്നു. ഓഫീസിന്റെ തലയ്ക്കലൊരൊഴിഞ്ഞ ചെയറിൽ പോത്താനി വക്കീൽ കുത്തിയിരുന്ന് കൂർക്കം വലിച്ചുറങ്ങുകയാണ്. പോത്താനി വക്കീലിന്റെ സ്ഥിരം കോടതിയാണിത്. അതിനാൽ കോട തിയിറങ്ങിയാലും വക്കീലിവിടെതന്നെയൊക്കെ എപ്പോഴും ചുറ്റിപറ്റിയു ണ്ടാവും. ഉപഭോക്തൃ പരാതികളുമായി വരുന്നവരെ പ്രതീക്ഷിച്ചാണിത്. മറ്റൊരു ഉപജീവനത്തിന്റെ ആവാസ വ്യവസ്ഥയെന്നു വേണമെങ്കിൽ പറയാം.

ബഞ്ചിൽ പോയി പ്രൊസീഡിംഗ്സ് ഡയറിയെടുത്ത് നോക്കി യപ്പോൾ കേസ് വിളിച്ച് നീട്ടിയിരിക്കുന്നു. നീണ്ട പോസ്റ്റിങ്ങാണ്. ഒര് അമെൻമെന്റ് പെറ്റീഷൻ ഫയൽ ചെയ്യാൻ നൂറ്റിയറുപതു ദിവസത്തെ ഇടവേളകൾ.

പുറത്തേക്കിറങ്ങിയപ്പോൾ കർത്തവക്കീൽ കാറുകൊണ്ട് വന്ന് നിറുത്തി.

"കേറടോ വക്കീലെ. ഒര് ചായകഴിക്കാം."

കർത്തവക്കീലായതോണ്ട് വേണ്ടാന്നു പറയാനാവില്ല. ഇനി അഥവാ വേണ്ടാന്നു പറഞ്ഞാൽ സ്നേഹത്തോടെ ചീത്ത വിളിക്കാൻ തുടങ്ങും. റിട്ടയേർഡ് ജില്ലാജഡ്ജി നമ്പൂതിരിപ്പാട് സാറിന്റെ മരുമകനാണ് കർത്തവക്കീൽ. നമ്പൂതിരിപ്പാട്സാറിനെ കുറിച്ച് ചോദിച്ചാൽ കർത്തവക്കീ ലിന് എപ്പോഴും ഒന്നേ പറയാനുള്ളൂ. "കാലം തെറ്റി ജനിച്ച ഒരു പാവം ഗാന്ധി."

കോഫി ഹൗസിനു മുമ്പിൽ കാർ നിറുത്തിയപ്പോൾ കർത്ത പറഞ്ഞു:

"താനിരി. ഞാനൊന്ന് ആത്മാവിന് പൊക കൊടുക്കട്ടെ."

സായിനാഥ് ജാലകത്തിനോടു ചേർന്നുള്ള ഒരൊഴിഞ്ഞ സീററിൽ ചെന്നിരുന്നു. കോഫി ഹൗസിൽ നല്ല തിരക്കാണ്. ഒട്ടുമുക്കാലാളു കളുടേയും ഗൗരവമായ കൂടിച്ചേരലുകൾക്കുള്ള ഒരിടത്താവളമാണ്

കോഫി ഹൗസ്. അവരിൽ തന്നെ ഭൂരിപക്ഷവും കലാകാരന്മാരും സഹൃദയരുമായിരിക്കും.

സായിനാഥ് രണ്ട് കോഫിക്ക് ഓർഡർ ചെയ്തപ്പോഴേക്കും കർത്ത വക്കീലെത്തി.

"കഴിക്കാനെന്തെങ്കിലും?"

"ഞാൻ കഴിച്ചതാ."

"എന്നാ കോഫീലൊന്ന് വിത്തൗട്ട്."

കർത്ത വക്കീൽ പോക്കറ്റിൽനിന്നും ഒരു മൊബൈൽ ഫോണെടുത്ത് വിരലമർത്തി. മനോഹരമായ ഗായത്രിമന്ത്രം.

"ഇത് കണ്ടോ താൻ! ഒര് കക്ഷി ഇന്നലെ പ്രസന്റ് തന്നതാ. ഇതിനുള്ളിലില്ല്യാത്തത് ഒന്നൂല്ല്യാ. ക്യാമറ, കംപ്യൂട്ടർ, ഓഡിയോ, വീഡിയോ, റെക്കോഡിംഗ്, സ്വയം രക്ഷയ്ക്ക് തോക്കായും ഉപയോഗിക്കാം. ഇനി സുപ്രീംകോർട്ട് ഹൈക്കോർട്ട് ജഡ്ജ്മെന്റുകളൊക്കെ ഇവനുള്ളിലാക്കണം. പിന്നെ അലമാരേം കിത്താബുകളൊന്നും വേണ്ടേവേണ്ട. എപ്പിടി?"

സായി അതുവാങ്ങി വെറുതെ തിരിച്ചും മറിച്ചും നോക്കി. അതിജീവനത്തിന് കാലത്തിനൊപ്പമുള്ള ഒരു യാത്ര അനിവാര്യമായിരിക്കുന്നു. സായി വിചാരിച്ചു. അല്ലെങ്കിൽ നിലനിൽപ്പുതന്നെ ചേദ്യം ചെയ്യപ്പെടുന്ന നാളുകൾ വിദൂരമല്ല!

"എന്ത് വില വരും?"

"ങ്ഹാ!! ആർക്കറിയാം? ഒര്ത്തനെ തൊലിക്ക് പോലും പോറലേല്ക്കാത്യാ കോടതീന്ന് പൊക്കീത്. അവന്റെ പാരിതോഷികങ്ങളിൽ ഒന്നാ ഇത്."

"എന്തായ്രുന്നു?"

"ബലാസംഘം. പിടിച്ചുപറി. കൊലപാതകം. ആരെ? ഒന്വൊന്നല്ല. ആള് പ്രൊഫഷണലാ. ഇനി ഇപ്പൊ വരും അടുത്തത്. അവർക്കിതൊര് ഹരാ വക്കീലെ. നമ്മളൊന്ന് മോട്ടിവേറ്റ് ചെയ്ത് കൊട്ത്താ മതി. ഒര് ഉത്തേജനം. പ്പൊത്തന്നെ എത്ര സ്ഥിരം ഗേങ്കളാ ഇവ്ടെ. ഒര്ത്തനെ നമ്മ്ടെ കയ്യില് ഒത്ത് കിട്ട്യാ മതി, പ്പിന്നെ വരിവരിയായി വന്നോളും. അതിന്ള്ള പൊടിക്കൈകളൊക്കെ പ്രയോഗിക്കണം. എനിക്കി ക്രിമിനൽ കേസ്ന്ന്ച്ചാ ഒരു ഹരാ. സിവിലെന്ത്? കേസ് നടത്തീന്ന് തോന്നണങ്ങെ ക്രിമിനല് നടത്തി രണ്ടെണ്ണത്തിനെ പൊറത്ത് വിടിപ്പിക്കണം. അതിന്റൊര് സുഖം വേറ്യാ. നമ്മ്ള് ഒര് കേസിലൊന്ന് ഒര്ത്തനെ പൊറത്തേക്ക് കൊണ്ട് വന്നാ മതി. ഓൻ വഴി കേസോള് വരണ വഴിയറീല്ല്യാ. പ്പിന്നെ ഇവ്ർടെ കയ്യിലൊക്കെ കാശ് വേണ്ടതാ വക്കീലെ. ഊരിപോന്നാ എന്ത് ചോദിച്ചാലും തരും. അപ്പൊനമ്മ്ള് അതിനൊള്ള കളികളൊക്കെ കളിക്കണംന്ന് മാത്രം. പൊലീസൊക്കെ ഇവർക്ക് അനുകൂലാ. നമ്മളൊന്ന് നിന്ന് കൊടുത്താമതി. പിന്നെ ലവന്മാര് നോക്ക്യോളും. സത്യം പറഞ്ഞാ വക്കീലിനര്യൊ പത്ത് കാശ് കണ്ടൊടങ്ങീത് ലവന്മാർടെ കേസോളെട്ത്തേ

പ്പിന്ന്യാ. കഴിഞ്ഞാഴ്ച ഒരനാശാസ്യം കിട്ടി. മൂന്ന് കോളേജ് ഉരുപ്പിടികളാ. ജാമ്യം കിട്ട്യാ വക്കീല് ചോദിക്കണത് തരാന്നാർന്നു ഓഫറ്. പിന്നെ എന്തിന് നമ്മള് മാറി നിൽക്കണം. ഇപ്പോ അതോണ്ടെന്തായി ടൗണി ലൊര് മൂന്ന് ഫ്ളാറ്റോളായി. നാലഞ്ച് ബ്ലൂചിപ്പ് കമ്പനികളില് ഷെയറ്. മൂന്ന് കാറ്. പിന്നെ അല്ലറ ചില്ലറ വേറേം. എപ്പിടി?"

സപ്ലയർ കോഫി കൊണ്ടുവച്ചു; ഒപ്പം ബില്ലും. സായിനാഥ് ബില്ലെ ടുത്ത് പോക്കററിലിട്ടു. കോഫിക്ക് ഒരു രുചിതോന്നിയില്ല. മധുരമാണെ ങ്കിൽ മുന്തിയിരിക്കുന്നു.

അപൂർണ കുറച്ചു ദിവസങ്ങൾക്കു മുമ്പ് ഇവിടെ ഭക്ഷണം കഴിക്കാ നിരിക്കുമ്പോൾ പറഞ്ഞ വാക്കുകൾ സായിയുടെ മനസിൽ തൊടുത്തു.

ഇന്ത്യയിലെ കോടതികളിലെത്തുന്ന ക്രിമിനൽ കേസുകളിൽ പ്രതി കൾ ശിക്ഷിക്കപ്പെടുന്നത് ഏതാണ്ട് ഒരു ശതമാനം കേസുകളിൽ മാത്ര മാണെന്നത് ആരേയും നടുക്കിക്കളയുന്ന വസ്തുതയാണ് സായി. ബാക്കി തൊണ്ണൂറ്റൊമ്പതു ശതമാനം കേസുകളിലും പ്രതികളെ വെറുതെ വിടു കയാണ്.

ബില്ലടച്ച്, കർത്തവക്കീലിനോട് യാത്ര പറഞ്ഞ് കോടതിയിലേക്ക് നടക്കുമ്പോൾ സായിനാഥ് വല്ലാതായി. ക്രിമിനൽ നീതിന്യായ സംവി ധാനം നിലകൊള്ളുന്നത് നീതി നടത്താനല്ല. മറിച്ച് അഭിഭാഷകർക്കും പ്രോസിക്യൂട്ടർമാർക്കും ജഡ്ജിമാർക്കും തൊഴിൽ നൽകാൻ മാത്രമാ ണെന്ന് തോന്നി പോകുന്നു.

III

ചീഫ്ജുഡീഷ്യൽ മജിസ്ട്രേററ് കോടതിയിൽ ഏതോ കേസിന്റെ വിചാരണയാണ്. സാക്ഷിക്കൂട്ടിൽ പ്രതിയെ കേറ്റിനിറുത്തിയിരിക്കുന്നു.

ഡിഫൻസ് എവിഡൻസ്!

ബഞ്ച് ക്ലർക്ക് മൊഴി പകർത്താൻ പേപ്പറെടുത്തു.

"പറയുന്നപോലെ പറയൂ."

പ്രതി തയാറായി.

"ബഹുമാനപ്പെട്ട കോടതി മുമ്പാകെ ദൈവം സാക്ഷിയായി സത്യം മാത്രം ബോധിപ്പിച്ചുകൊള്ളാം. സത്യം. സത്യം. സത്യം."

ആവർത്തിച്ച് കേൾക്കുന്ന ഒരു ഫലിതം പോലെ ആദ്യം മജിസ്ട്രേറ്റ്, പിന്നെ അഭിഭാഷകർ, ശേഷം കൂടിനിൽക്കുന്നവർ, അവസാനം പ്രതിയും ചിരിക്കുകതന്നെയാണ്. തീർച്ച!

സായിനാഥ് വരാന്തയിൽ നിന്നും പുറത്തേക്കിറങ്ങി. കോടതി വരാ ന്തകൾ മടുത്തു തുടങ്ങിയിരിക്കുന്നു. എപ്പോഴും അനിശ്ചിതത്വം കടഞ്ഞ ഒരു നിരപരാധിയായ കുറ്റവാളിയുടെ മനസാണ് കോടതിവരാന്ത കൾക്കെന്ന് തോന്നാറുണ്ട്.

ജില്ലാകോടതിയുടെ മുമ്പിലെത്തിയപ്പോൾ നിറയെ പൊലീസുകാ രാണ്. ഏതോ ഒരു വർഗീയ കൊലപാതകകേസിലെ ആറ് പ്രതികൾക്ക്

കോടതി ശിക്ഷ വിധിക്കുകയാണെന്ന് മുഖപരിചയമുള്ള ഒരു പൊലീസ് കോൺസ്റ്റബിൾ പറഞ്ഞു. കൂടിയാൽ ഒരു ജീവപര്യന്തം. അതും എത്ര വർഷം?

പൂപരത്തികൾ തണൽ വീശി നിൽക്കുന്ന കോടതി മുറ്റത്തിന്റെ പിൻഭാഗത്തെ ഗെയിറ്റുകടന്ന് ജെ പിയുടെ കടയിലേക്ക് നടന്നു.

കടയിൽ നിറയെ ആളുകളാണ്. സർബത്തും, ഉപ്പുസോഡയും, സിഗ രറ്റുമായി ജെ പി എപ്പോഴും തിരക്കിലായിരിക്കും. വക്കീലന്മാരും, ഗുമ സ്തന്മാരും, കക്ഷികളുമായി വലിയൊരു വിഭാഗം തന്നെ ജെ.പിക്ക് സ്ഥിര ക്കാരുണ്ട്. അറിഞ്ഞോ അറിയാതെയോ ജെ പിയുടെ കടയും ഈ കോട തിയുടെ നാൾ വഴികളുമായി ബന്ധപ്പെട്ടു കിടക്കുന്നു. അലക്കിത്തേച്ച വെള്ളഖദർ മുണ്ടും ഷർട്ടുമായി ജെ പി കടയിലെത്തുന്നവരോട് മുഴു വൻ രാഷ്ട്രീയവും സാംസ്കാരികവും സാഹിത്യവുമായി സംവദിച്ചും തർക്കിച്ചും നേരം പോക്കും.

സായിനാഥ് കടയുടെ മുമ്പിൽ തൂക്കിയിട്ടിരിക്കുന്ന ഒന്നുരണ്ട് ആഴ്ച പ്പതിപ്പുകളെടുത്ത് വെറുതെ മറിച്ചു നോക്കി. ജെ.പി.യുടെ കടയിൽ കൂടു തലും ഫിലിംമാഗസിനുകളും ജ്യോതിഷമാഗസിനുകളും വാസ്തു ശാസ്ത്രവുമൊക്കെയാണ്. ജെ പി പറയുന്നതും ഇപ്പോൾ ഇതൊക്കെ യാണ് ആളുകൾ അന്വേഷിച്ചുവരുന്നതെന്നാണ്. ഗൗരവമുള്ള വായന ക്കാർ നന്നെ കുറവാണത്രെ.

ഒരു പാക്കറ്റ് സിഗരറ്റു വാങ്ങി പോക്കറ്റിൽ വെച്ച് റോഡിലേക്കിറ ങ്ങിയപ്പോൾ ശാന്തകുമാരി വക്കീൽ അരികിലേക്കു വന്നു.

"സായിനിപ്പോ കാണാറെയില്ലല്ലോ?"

"ഈയ്യിടെയായിട്ട് അസോസിയേഷനില് തങ്ങല് കൊറവാ. അതോ ണ്ടാവും."

"അവ്ടെ പരദൂഷണത്തിൽ എൽ എൽ എം ഉള്ളവർക്കെ ഇരിക്കാ നൊക്കൂ."

"വക്കീലെവ്ടുന്നാ?"

"ഫാമിലിക്കോടതീ പോയതാ. എന്റൊരു ബന്ധൂന്റെ മാറ്ററാ. ആകെ കൊഴഞ്ഞു പോയി സായി."

"അതെന്തുപറ്റി?"

"വിവാഹം കഴിഞ്ഞ് ഒന്നരവർഷെ ആയിട്ടുള്ളു. ഒര് കൊച്ചൂണ്ട്. ഞാൻ പയ്യനുവേണ്ട്യാ. പയ്യനാണെങ്ങെ ഒളിവിലാ. വൈഫ് സ്ത്രീപീഡന ത്തിന് ക്രിമിനല് കൊടുത്തേണ്ട്. വീടടച്ച് പ്രതികളാ..."

"ബെയിലെടക്കായ്ര്ന്നില്ലേ?"

"ആന്റിസിപ്പേറ്ററി കൊട്ത്തട്ട്ണ്ട്. സെഷൻസ് കോടതി പൊലീ സിന്റെ കേസ് ഡയറിക്കായി വെച്ചിരിക്കാ. ഇന്ററീം ബെയിലെങ്കിലും തരാൻ പറഞ്ഞപ്പോൾ അതിനും രണ്ടൂസം കഴിയട്ടേന്നാ ജഡ്ജിയുടെ മതം. വല്ല്യ കഷ്ടാട്ടാ സായി നമ്മ്ടെ സമൂഹത്തിന്റെ കാര്യം! ഈ മേറ്റർ എനിക്ക് വളരെ പേഴ്സണലായിട്ട് അറ്യേണതാ. എന്തോ ചില

കുടുംബ പ്രശ്നങ്ങളാ കാരണം. സംസാരിച്ചാ നൂറു ശതമാനോം ഒത്തൊരുമിക്കാവുന്നതെയുള്ളൂ. അതിനെടേലാ ഇപ്പോ ഈ ക്രിമിനൽ കേസ്. കഴിഞ്ഞില്ലെ. ഇനി ദൈവം തമ്പുരാൻ നോക്ക്യാലും കൂടിച്ചേരോ സായി? ഇതൊരുപക്ഷേ, ആ കുട്ടീടെ ഇഷ്ടത്തിനൊത്ത് ചെയ്ത തൊന്നാവില്ല്യാ. കാരണം ഇതിന്റെ ഗൗരവവൊട്ടറിഞ്ഞാ, ഭാവിയില് ഒരു ശതമാനെങ്കിലും കൂടി യോചിയ്ക്കണമെന്നുള്ളവർ ഇതിനൊരിമ്പെടില്ല. എന്തു ചെയ്യാൻ അല്ലേ? എനിക്ക് പലപ്പോഴും തോന്നാറുണ്ട്, ഈ ഫാമിലി കോടതി വരുന്ന മാറ്ററുകളിൽ ഒര് എഴുപത് ശതമാനമെങ്കിലും നമ്മള് മുൻകൈയ്യെടുത്ത് സംസാരിച്ചാ തീരാവുന്ന കാര്യങ്ങളെ ഉള്ളൂവെന്ന്. അതിന് ആര് ചെയ്യാൻ? ഒരാഴ്ച ഭാര്യേം ഭർത്താവും വേറിട്ട് ജീവിച്ചാ അപ്പോ വരും ഫോർ നെയന്റിയെയിറ്റ് എ പീഡനം."

"ഇപ്പോഴത്തെ ഒര് ജനറേഷന്റെ പ്രശ്നോം ഉണ്ട്..."

"അതാണല്ലോ ഇത്രേം കുടുംബകോടതി വ്യവഹാരങ്ങള് തന്നെ വർധിക്കാൻ കാരണം. ഞാൻ പ്രാക്ടീസ് തൊടങ്ങുമ്പോ നമ്മ്ടെ ഇവ്ടെ കുടുംബ കോടത്യെ ഇല്ല. അന്ന് സബ്കോടതീലാ ഈ മാറ്ററ്കള് ഫയല് ചെയ്യാ. ഒര് വർഷം തന്നെ മുപ്പതോ മുപ്പത്തഞ്ചോ കേസ്കള്. അതിലന്നെ പകുതി സെറ്റിലാവും. "

"ഇനി അതൊന്നും ചിന്തിച്ചിട്ടെ കാര്യല്ല്യാ."

"അറിയാഞ്ഞിട്ടല്ല. എന്നാലും...."

"വക്കീല് എവ്ടെക്കാനി?"

"നേരെ ഓഫീസിലേക്ക്."

"എന്നാ നടക്കാം."

ശാന്തകുമാരി വക്കീൽ കുട്ടികളുടെ ഒരു മാഗസിൻ വാങ്ങി ബാഗിൽ വെച്ചു. വെയിലാറിയ നിരത്തു വക്കിൽ കുട്ടികൾ ക്രിക്കറ്റു കളിക്കുന്നു.

"മ്മ്ടെ പിള്ളച്ചേട്ടൻ എന്തു പറയണു?"

"ഇങ്ങനെ പോണു."

"അക്കാര്യത്തിൽ സായി ഭാഗ്യവാനാ. ഒര് നല്ല ക്ലാർക്കിനെ കിട്ടാൻ വല്ല മുജ്ജന്മ സുകൃതോം ചെയ്യണന്നാ തോന്നണെ. ക്ലാർക്ക് നന്നായാ ഓഫീസ് നന്നായി. ഇതെന്താ നമ്മള് ഇവന്മാരെ മേക്കാൻ നടക്കണം."

"പഴയാള് പോയോ?"

"ആര് രാജനോ?"

"ങ്ഹാ."

"അവനെതിരെ ഞാൻ ക്ലാർക്ക് അസോസിയേഷനിൽ പരാതി കൊടുത്തിരിക്ക്യാ."

"അതെന്തുപറ്റി? കാണുമ്പോഴൊക്കെ ഡീസന്റാണല്ലോ പുള്ളി."

"കാണുമ്പോഴെ ഉള്ളൂ. ഓഫീസിലൊര് മണിസ്യൂട്ടിലെ ബാലൻസ് കോർട്ട്ഫീ അടയ്ക്കാൻ കൊടുത്ത പതിനാറായിരത്തി അഞ്ഞൂറ് ഉറുപ്പിക ഇസ്റ്റൻ എടുത്ത് ചെലവാക്കി. നമ്മളറീണ്ടാ. അവസാനം കേസ് തള്ളി. അപ്പോ അവൻ പ്രൊസീഡിംഗ്സ് മാറ്റി എഴുതി കൊണ്ടു വന്നു.

അന്യായക്കാരൻ ഹാജരില്ലാത്തതുകൊണ്ടാ തള്ളേ്യന്നും പറഞ്ഞ്. കാരണം ഈ കേസില് നമ്ക്ക് ഒര്ലക്ഷത്തി അമ്പതിനായിരം ഉറുപ്പിക കിട്ടാനുള്ളതാ. പ്രോപ്പർട്ടി അറ്റാച്ച്മെന്റും ഉണ്ടേ. തള്ളീന്ന് കേട്ടപ്പോ ഉടനെ ഞാൻ റെസ്റ്റോറേഷൻ ഫയൽ ചെയ്യാൻ പറഞ്ഞു. പക്ഷേ, ഇതിനെടേല് നമ്മ്ടെ ക്ലാർക്കും എതിർഭാഗോം ഒത്തു. റസ്റ്റോറേഷൻ ഫയലു ചെയ്യാൻ വൈകിച്ചാ ഇവന് കമ്മീഷൻ കൊടുക്കാന്ന് അവന്മാര് പറഞ്ഞു. അങ്ങനെ അവര് കോടതീല് പെറ്റീഷൻ ഫയല് ചെയ്ത് അറ്റാച്ച്മെന്റും റൈസ് ചെയ്ത് പ്രോപ്പർട്ടീം വിറ്റു. അപ്പഴാ നമ്മള് റസ്റ്റോറേഷനുമൊക്കെയായി ചെല്ലണത്. ഇവന്യൊക്കെ എന്താ ചെയ്യണ്ടത് വക്കീലേ? നന്ദീല്ലാത്ത വർഗം.”

“നമ്മള് എത്ര ശ്രദ്ധിച്ചാലും ചില ചില കാര്യങ്ങൾ കണ്ടെത്താനാവില്ല. അവസാനം ആളികത്തുമ്പഴെ അറിയൂ. നമ്മ്ടെ ഈ പ്രൊഫഷന്റെ ഒരു ഗതികേടാ അത്. ഒര് ക്ലാർക്ക് വിചാരിച്ചാലും ഒര് ഓഫീസ് തകർക്കാം... എന്നിട്ടിപ്പോ വെറെ ആരെങ്കിലും കിട്ട്യോ?”

“അന്വേഷിക്കണ്ണ്ട്. സായി പിള്ളച്ചേട്ടനോടൊന്ന് നോക്കാൻ പറ. ആരെങ്കിലും കിട്ട്വാണെങ്കില് എന്റെ അടുത്തേക്ക് വിട്ടാ മതി. ”

“അങ്ങന്യാവട്ടെ.”

ഇടവഴി തിരിഞ്ഞപ്പോൾ ഇരുവരും തങ്ങളുടെ ഓഫീസുകളിലേക്കായി ചിരിച്ചുകൊണ്ട് യാത്രപറഞ്ഞു.

പന്ത്രണ്ട്

വർക്കുമെൻ കോമ്പൻസേഷൻ കോടതിയിൽനിന്നും കേസുകഴിഞ്ഞ് മടങ്ങുമ്പോഴാണ് പബ്ലിക് ലൈബ്രറിയുടെ മുമ്പിലുള്ള ബസ്സ്റ്റോപ്പിൽ വെച്ച് മൂർത്തി സാറിനെ കണ്ടത്. മൂർത്തിസാർ നന്നായി മദ്യപിച്ചിരുന്നു. കൂടെ ഒരു കറുത്ത ബാഗും പിടിച്ച് സീതപെണ്ണുമുണ്ട്.

സായിനാഥ് ബൈക്ക് ഫുഡ്പാത്തിൽ ഒതുക്കി വെച്ച് മൂർത്തിസാറിനടുത്തേക്കു ചെന്നു.

“വെൽക്കം മിസ്റ്റർ സായിനാഥ്. കം...കം..”

“എന്തായിവിടെ?”

“എനക്ക് വേല തേടി പോയിരിക്കാര് സാർ” സീതപെണ്ണാണ് മറുപടി പറഞ്ഞത്.

“ജോലിയോ?”

“യെസ് സായി. ഞാൻ പോയാലും ഇവൾക്ക് ജീവിക്കണ്ടെ. അതിനായി എന്റൊരു പഴെ ചങ്ങാത്യെ കാണാൻ പോയതാ. വൺ മിസ്റ്റർ ജി.കെ പാർഥസാരഥി. ഏൻ ഓൾഡ് കോമ്രേഡ്. പഴെ ഹിന്ദുല്യൊക്കെ എഡീഷൻ പേജ് നോക്ക്യാൽ മിഡിൽപേജ്യേ കാണാം. തമിൾ ഒറിജിനാ. ജനുവിൻ ജന്റിൽ. ഇപ്പൊ നമ്പർ വൺ ബിസിനസ് മാൻ...”

“എന്നിട്ടെന്തായി?”

“ഹി എഗ്രീഡ്....”

മൂർത്തിസാറിന്റെ ഉറക്കെയുള്ള വർത്തമാനം കേട്ട് ബസ് കാത്തുനിൽക്കുന്ന മറ്റു ചിലർ ശ്രദ്ധിക്കുന്നതു കണ്ടപ്പോൾ സായിനാഥ് മൂർത്തിസാറിന്റെ കയ്യും പിടിച്ച് അൽപ്പം മാറിനിന്നു.

“ആളുകൾ നോക്കുന്നു...”

“കൈയ്റ്റ് നാചറൽ!”

"പൊലീസന്വേഷണം എന്തായി?"

"എന്താവാൻ സായി!? അവൻ ആത്മഹത്യ ചെയ്യുമെന്ന് ...ഐ കാൻണ്ട് ബിലിവ്. പക്ഷേ പൊലീസ് പറയുന്നത് ഫ്രെൻസിന്റെ ഇൻവോൾവ്മെന്റൊന്നും ഇല്ലെന്നാണ്. ദെൻ, ഹൗ ഇറ്റ് ഹാപ്പന്റ്?"

അകലെനിന്നും ബസിന്റെ ഹോണടി കേട്ടപ്പോൾ മൂർത്തിസാർ സായിനാഥിന്റെ ചുമലിൽ തട്ടി.

"ഓക്കെ മേൻ, സീയൂ...ഗെറ്റ് റെഡി സീതാ.... സമയം കിട്ടുമ്പോ വരണം. ഐയാം എലോൺ ദേർ."

ബസ് നിറുത്തിയപ്പോൾ മൂർത്തിസാറും സീതപെണ്ണും ബസിൽ കേറി. ബസിൽ തിരക്ക് കുറവായിരുന്നു. സീതപെണ്ണ് സീറ്റിലിരുന്ന് ചിരിച്ചുകൊണ്ട് കൈയുയർത്തി കാണിച്ചു. ബസ്സ് മെല്ലെ നീങ്ങിതുടങ്ങിയപ്പോൾ സായിനാഥ് ബൈക്കെടുത്തു.

കോടതിയിലെത്തും മുമ്പേ റിട്ടയേഡ് ജഡ്ജി കൃഷ്ണൻ നമ്പൂതിരിപ്പാട് സാറിന്റെ വീടിനരികിലെത്തിയപ്പോൾ വെറുതെയൊന്ന് കണ്ടിട്ട് പോകാമെന്ന് കരുതി. നമ്പൂതിരിപ്പാട് സാറിനെ കാണുന്നതെ സന്തോഷകരമാണ്. ജില്ലാ ജഡ്ജിയായിരിക്കെ റിട്ടയർ ചെയ്ത നമ്പൂതിരിപ്പാട് സാറിന്റെ ഓഫീസിലായിരുന്നു താനും അപൂർണയും പ്രാക്ടീസാരംഭിക്കുന്നത്. ജഡ്ജിമാർക്കിടയിലെ ഗാന്ധിയെന്നാണ് പൊതുവേ നമ്പൂതിരിപ്പാട് സാറിനെ അറിയപ്പെട്ടിരുന്നത്. അതുകൊണ്ടു തന്നെ ഒരു സീനിയറ് എന്നതിലുപരി നമ്പൂതിരിപ്പാട് സാറിനോട് വല്ലാത്തൊരു ആദരവും സ്നേഹവുമായിരുന്നു.

ബൈക്കിന്റെ ഒച്ചകേട്ടപ്പോൾ സിറ്റൗട്ടിലിരുന്ന് പത്രം വായിക്കായിരുന്ന നമ്പൂതിരിപ്പാട് സാറിന്റെ മകൾ വൽസലടീച്ചർ പത്രം മടക്കി പിടിച്ച് എഴുന്നേറ്റു.

"വരൂ. അച്ഛൻ മുറിയിലുണ്ട്. കിടപ്പാണ്. ഇടതുകാലിന്മേൽ ചെറിയൊരു നീര്."

സായിനാഥ് മുറിയിലെത്തിയപ്പോൾ നമ്പൂതിരിപ്പാട് സാർ ചാരുകസേരയിന്മേൽ കിടന്ന് എന്തോ വായിക്കുകയായിരുന്നു. ഒറ്റ ജഗന്നാഥൻ മുണ്ടും ഖദർ ഷർട്ടുംത്തന്നെ. സാറിനെ കാണുമ്പഴെ ഇങ്ങനെയായിരുന്നു. പറ്റവെട്ടിയ നരച്ച കുറ്റിത്തലമുടി. കറുത്ത ഫ്രെയിം ചെയ്ത കട്ടിക്കണ്ണട. ഒന്നിനും ഒരു മാറ്റവുമില്ല. അന്നും ഇന്നും ഒരു പോലെ തന്നെ. ദേഹപ്രകൃതി മാത്രം നന്നേ ക്ഷീണിച്ചിരിക്കുന്നു. കാലൊച്ച കേട്ടപ്പോൾ പുസ്തകം അടച്ച്, മുഖമുയർത്തി.

"താനോ! ഹായ്യ്, ഇരിക്കൂ ഇരിക്കൂ..." സായിനാഥ് സോഫയുടെ അരികെ കിടന്നിരുന്ന ഒരു സ്റ്റൂൾ നീക്കിയിട്ട് അതിന്മേൽ ഇരുന്നു.

"എന്താ കാലുമ്മൊക്കൊരു നീര്ന്നൊക്കെ പറഞ്ഞു ടീച്ചറ്."

"വയസ്സ് എൺപത്തിഅഞ്ചായില്ലേടോ സായി, അതിന്റെ ചെറ്യേ ചെറ്യേ അസ്കിതകളൊക്ക്യാ."

"ഇപ്പൊ പൊതുപരിപാടികൾക്കൊന്നും സാറിനെ കാണാതായല്ലോ?"

“ഒന്നിനും പൂവ്വാറില്ല്യാ. കഴിഞ്ഞാഴ്ച ഇല്ലത്തന്നെ ഒര് വിശേഷം കഴിഞ്ഞിട്ട് പോയില്ല്യാ. യാത്ര ചെയ്താ ശ്ശി ക്ഷീണം.”

“എഴുത്ത് മാത്രം വായിക്കാറുണ്ട്.”

“പുത്യൊരു പുസ്തകത്തിന്റെ വർക്കിലാ. മ്മ്ടെ എഴുത്തച്ഛന്റെ നിർബന്ധാ. ഒത്താ പൂർണാക്കും. ‘ഇന്ത്യൻ നൈതികതയുടെ മാനുഷിക സമീപനങ്ങൾ’ എന്നതാണ് വിഷയം.”

“നമുക്കിടയിൽ വംശനാശം വന്നു പോയൊന്നിനെകുറിച്ച് പറഞ്ഞിട്ട് ഇനിയാര് ശ്രദ്ധിക്കാൻ സാറെ?”

“നന്മ ശേഷിച്ചവർ ഇനിയുമുണ്ടടോ... ഞാൻ അനുഭവിച്ചിട്ടുണ്ട്. കുറെ പേർ ഇല്ല്യാന്നല്ല പറയണെ. അതെന്തു ചെയ്യാം? രാവും പകലുമില്ലേ? ഞങ്ങളുടെ പീഠത്തിലിരിക്കുന്നവരെ പോലും എനിക്കറിയാം. പിന്നല്ലെ. എപ്പോഴും ഏതു നിയമങ്ങൾക്കപ്പുറത്തും ഏതു തെളിവുകൾക്കപ്പുറത്തും ഒരു മാനുഷികമായ സമീപനം.... കവി പാടിയപോലെ, അടുത്തുനിപ്പോരനുജനെ കാണാൻ അക്ഷികളില്ലാത്തോർക്ക് അരൂപനായ ഈശ്വരനെ കാണാൻ എങ്ങനെ കഴിയും?”

വത്സല ടീച്ചർ ചായയുമായി വന്നു. സായിനാഥ് സ്നേഹപൂർവം ചായ വേണ്ടെന്നു പറഞ്ഞെങ്കിലും നമ്പൂതിരിപ്പാട് സാറിന്റെ നിർബന്ധത്തിന് വഴങ്ങി കുടിക്കാതിരിക്കാൻ കഴിഞ്ഞില്ല.

“കഴിഞ്ഞദിവസം കർത്ത വക്കീലിനെ കണ്ടിരുന്നു.”

“അയ്യാളിപ്പോ ഇങ്ങോട്ടൊന്നും വരാറില്ല. വല്ല്യ ക്രിമിനൽ വക്കീലായില്ലേ. ഒപ്പം പണോം.... എന്നെ അഭിമുഖീകരിക്കാനുള്ള വൈക്ലബ്യം കൊണ്ടാണെന്ന് എനിക്കറിയാതല്ല.”

“ഇഷ്ടംപോലെ കേസുകളായി.”

“പക്ഷേ നിക്കില്ല സായി. അവനത് മനസിലാവില്ല. പാവം!”

“പക്ഷേ കാലം ഒരുപാട് മാറിയിരിക്കുന്നു സാറെ. ”

“വെറും തോന്നലുകളാണെടോ. നമ്മുടെയൊക്കെ മനസുകളാണ് മാറിയിരിക്കുന്നത്. സായിക്കറിയോ ഞങ്ങളുടെ കസേരയിലിരിക്കുന്നവരുടെ വിചാരം അവരുടെ വാക്കുകൾ അവസാന വാക്കുകളാണെന്നും, അവർക്ക് തെറ്റ് പറ്റില്ലെന്നുമാണ്. എത്രയോ വ്യർഥമാണ് ആ ചിന്ത തന്നെ.”

“അത് ശരിയായ അർഥത്തിൽ മനസിലാക്കുന്നവർ എത്രപേരുണ്ട് സാറെ?”

“തുച്ഛമായിരിക്കാം. പക്ഷേ, സഹൃദയത്വവും, മാനവീയ കാഴ്ചപ്പാടും, മാതൃകാപരമായ ധാർമികതയും പുലർത്തുന്ന അവർ നമ്മുടെ കോടതികളുടെ അന്തസ്സ് ഉയർത്തി പിടിക്കുന്നല്ലേ? അവരുടെ എണ്ണം ചെറുതായിരിക്കാം. പക്ഷേ, ആ ഒരു കൂട്ടമുണ്ടല്ലോ അവരാണ് മാനവചരിത്രം തന്നെ രൂപപ്പെടുത്തുന്നത്. അവരെപ്പോഴും മാനുഷികമായ മൂല്യങ്ങൾക്ക് ഏതിനേക്കാളും വില കൽപ്പിക്കുന്നു.”

“ഇന്ന് കോടതിയെ അറിയാൻ ശ്രമിക്കുന്നത് തന്നെ....”

"അത് തീർത്തും മിഥ്യാധാരണ മൂലമാണ് സായി. നമ്മുടെ ജനാധിപത്യ വ്യവസ്ഥയിൽ നീതിന്യായ വ്യവസ്ഥയുടെ വൈകല്യങ്ങൾ പരിഹരിക്കാനുള്ള നല്ല മാർഗം, ഈ വ്യവസ്ഥ എങ്ങനെയാണ് പ്രവർത്തിക്കുന്നതെന്ന് എല്ലാ പൗരന്മാരേയും അറിയിക്കുക എന്നുള്ളതു തന്നെയാണ്. അല്ലാതെ നമ്മുടെ കോടതികളുടെ ശ്രേഷ്ഠത അജ്ഞതയിലൂടെ സംരക്ഷിക്കാൻ ശ്രമിക്കുന്നത് തെറ്റുതന്നെയാണ്. ന്യായാധിപന്മാർ കോടതി പ്രവർത്തനങ്ങൾ പരക്കെ അറിയപ്പെടുന്നതിൽ വിമുഖരാവാതെ അതിനെ സ്വാഗതം ചെയ്യുകയാണ് വേണ്ടത്."

"പുതിയ പുസ്തകത്തിൽ സാറിത്തരം വിഷയങ്ങളായിരിക്കും കൂടുതലും കൈകാര്യം ചെയ്യുന്നതല്ലേ?"

"ഇത്തരം കാര്യങ്ങൾ ഞാൻ പല പുസ്തകങ്ങളിലും ലേഖനങ്ങളിലും ചർച്ചകളിലുമൊക്കെ അവതരിപ്പിച്ചിട്ടുണ്ട്. പുതിയതായിട്ടൊരു വിഷയമൊന്നുമല്ല ഇത്. എന്നാലും ഈ പുസ്തകത്തിലും ഞാൻ കാര്യമായിട്ടുതന്നെ ഇക്കാര്യങ്ങൾ വിശകലനം ചെയ്യുന്നുണ്ട്."

കൂടുതൽ സംസാരിച്ചിട്ടാണെന്നു തോന്നുന്നു നമ്പൂതിരിപ്പാട് സാറിന്റെ മുഖത്ത് വിയർപ്പ് ചാലുകൾ കീറാൻ തുടങ്ങി.

സായിനാഥ് ചായയൊഴിഞ്ഞ ഗ്ലാസ്സ് മേശപ്പുറത്ത് വെച്ച് യാത്ര പറഞ്ഞ് പുറത്തേക്കിറങ്ങുമ്പോൾ നമ്പൂതിരിപ്പാട് സാർ കോലായിലോളം അനുഗമിച്ചു.

"അപൂർണ എന്തുപറയണു സായി? ഏറ്യായിരിക്കണു കണ്ടിട്ട്."

"ഞാൻ പറയാം."

വൽസല ടീച്ചറ് തന്നെയാണ് ഗേറ്റ് തുറന്നുതന്നത്.

ബൈക്ക് സ്റ്റാർട്ടാക്കിയപ്പോൾ സാറ് തന്റെ സ്വതസിദ്ധമായ പുഞ്ചിരിയോടുകൂടി തലയാട്ടി യാത്രാമൊഴി നേർന്നു.

കോടതിയിലെത്തിയപ്പോൾ ഉമ്മറത്തുതന്നെ പിള്ളചേട്ടൻ കാത്തുനിൽക്കുന്നുണ്ടായിരുന്നു.

ബൈക്കിന്റെ ബോക്സ് തുറന്ന് ഫയലുകളെല്ലാം പിള്ളച്ചേട്ടനെ ഏൽപ്പിച്ചു.

"എന്തായി ക്രിമിനൽ കോടിതിയിലെ ഗോവിന്ദേട്ടന്റെ സാക്ഷിവിസ്താരം?"

"കഴിയാറായിക്കാണും. അപൂർണ വക്കീലവ്ട്യെണ്ട്."

"ഫാമിലി കോടത്യെ പോയേർന്നില്ലേ?"

"സുരേഷ് വക്കീല് പോയി. ഒ പി ഓർഡറിന് വെച്ചേണ്ട്ന്ന് പറഞ്ഞു."

"പ്രോസീഡിംഗ്സ് എടുത്തോ?"

"ഡോക്ടറ്മാര് മരുന്നിന് കുറിച്ച് കൊടുക്കണപോല്യാ ജഡ്ജിമാർടെ പ്രൊസീഡിംഗ്സ്ന്നും പറഞ്ഞ് വക്കീല് ഇങ്ങ്ട് പോന്നു. മനസിലാവണില്ല്യാത്രെ.

"ഇന്നന്നെ എടുക്കണം."

"'ഓ! സാറൊര് കാര്യറിഞ്ഞോ?"

"എന്താ?"

"ഗോവിന്ദേട്ടന്റെ കേസിലെ ആ ഇൻഡിപെന്റണ്ട് വിറ്റ്നസ്സുണ്ടായ്ര്ന്നില്ലേ, ഒര് പവിത്രൻ? ആള് വന്നില്ല. രഘുനാഥൻ സ്വാധീനിച്ചിട്ടാന്നാ ഗോവിന്ദേട്ടൻ പറഞ്ഞേ. പാവം! ഗോവിന്ദേട്ടന് കണ്ണീര് വന്നു.... എനിക്കും വല്ലാതെ വെഷമം തോന്നി."

സായിനാഥ് ഒന്നും പറഞ്ഞില്ല. പ്രതീക്ഷിച്ചപോലെ സംഭവിച്ചിരിക്കുന്നു എന്നൊരു തോന്നൽ മാത്രം ബാക്കിയായി.

മജിസ്ട്രേറ്റ് കോടതിയുടെ കവാടത്തിനരികെ കീറത്തുണിയിൽ ചുരുണ്ടു കൂടി കിടക്കുന്ന രണ്ട് കൊച്ചുകുട്ടികൾ. അവരിലൊരാളുടെ വായോളം മൂക്കള ഒലിച്ചിറങ്ങിയതിന്മേൽ നിറയെ ഈച്ചകളാർക്കുന്നു. അന്യദേശങ്ങളിൽനിന്നും ഉപജീവനം തേടി എത്തിയിട്ടുള്ളവരുടെ കുഞ്ഞുങ്ങളാണ്. അപ്പനോ അമ്മയോ പോലീസ് പിടിയിലായിട്ടുണ്ടാവാം. പൊലീസിനെ സംബന്ധിച്ചിടത്തോളം എളുപ്പത്തിൽ പിടികൂടാവുന്ന പ്രതികളാണല്ലോ ഇവരെ പോലെയുള്ളവർ.

പിള്ളച്ചേട്ടൻ ഫയലുകളുമായി ക്ലാർക്കുറൂമിലേക്കു പോയി. സായിനാഥ് അസോസിയേഷനിലേക്ക് നടന്നു.

കൗണ്ടറിലെത്തിയപ്പോൾ അസോസിയേഷൻ സ്റ്റാഫ് മല്ലിക വിളിച്ചു.

"ഒര് എഴുത്ത്ണ്ട് സാറെ."

എഴുത്ത് വാങ്ങി നോക്കിയപ്പോൾ ചേച്ചിയുടേതാണ്. പിന്നെ വായിക്കാമെന്നു കരുതി. ഒരുപാട് പരിഭവങ്ങളുടേയും പരിവേദനങ്ങളുടേയും ഉപസംഹാരമാണ് എന്നും ചേച്ചിയുടെ എഴുത്തുകൾ.

അസോസിയേഷനിൽ ഓണാഘോഷത്തിന്റെ കൂട്ടായ്മ നടക്കുകയാണ്. മത സൗഹാർദം ഉദ്ഘോഷിക്കുന്നതിനുവേണ്ടി ഒരു മൂസ്ല്യാരേയും, ഹിന്ദു സന്യാസിയേയും ക്രിസ്ത്യൻ വികാരിയേയും ക്ഷണിച്ചുകൊണ്ടുവന്ന് ജില്ലാ ജഡ്ജിയുടെ കൂടെ കസേരയിലിരുത്തിയിരിക്കുന്നു.

സായിനാഥ് അറിയാതെ ചിരിച്ചുപോയി. ഇനിയും എത്രയോ മത വിഭാഗങ്ങൾ ഭാരതത്തിലുണ്ടെന്ന കാര്യം ഇവർക്കറിയില്ലെന്നു തോന്നുന്നു.

അസോസിയേഷനിൽനിന്നും പുറത്തുകടന്ന് സ്നാക്സ് പാർക്കിലേക്കു നടന്നു.

പൂമരങ്ങൾക്കു താഴെ സിമന്റ് ബഞ്ചിൽ വട്ടമിട്ടിരുന്ന് ചായകുടിച്ചും മൊബൈൽ ഫോൺ കണ്ടും രസിച്ചിരുന്ന ജൂനിയർ അഡ്വക്കേറ്റ്സ്മാരായ ചില പെൺകുട്ടികൾ സായിനാഥിനെ കണ്ടപ്പോൾ പെട്ടെന്ന് മൊബൈൽ ഓഫ് ചെയ്ത് ഭവ്യത നടിച്ചു.

മൊബൈലിലിവർ കണ്ടുകൊണ്ടിരുന്നത് നഗ്നചിത്രങ്ങളുടെ ചിപ്പുകളാണെന്ന് അവരുടെ ഭവ്യത കണ്ടാൽ അറിയാമായിരുന്നു. എന്തു ചെയ്യാം? ടെക്നോളജിയുടെ വളർച്ച എല്ലാം വിരൽതുമ്പിലാക്കിയിരിക്കുന്നല്ലോ!

ഒരു കോഫിക്ക് ഓർഡർ ചെയ്ത് കാശ് കൊടുക്കുമ്പോഴേക്കും കേസ് കഴിഞ്ഞ് അപൂർണയെത്തി. അപൂർണയ്ക്ക് ചായ വേണ്ടെന്നു പറഞ്ഞകാരണം സായി നിന്നാണ് ചായ വാങ്ങി കുടിച്ചത്.

പുറത്തേക്കു നടക്കുമ്പോൾ അപൂർണ പറഞ്ഞു.

“പൊലീസാരേം വിസ്തരിച്ചു കഴിഞ്ഞു.”

“എങ്ങന്യ്യെണ്ടായ്ര്ന്നു?”

“കൊഴപ്പല്ല്യാ. എന്നാലും പരാതിക്കാർക്ക് വക്കീലിനെ വെക്കാൻ സാധിക്കാത്ത കാലത്തോളം വല്ലാത്ത അനിശ്ചിതത്വം തന്ന്യാ. ഗോവിന്ദേട്ടൻ ഇന്നും അതുപറഞ്ഞ് കൊറെ വെഷമിച്ചു.”

“നമുക്കെന്ത് ചെയ്യാൻ കഴിയും വക്കിലേ?”

“'ഡിക്കൻസ് പറഞ്ഞപോലെ ലോ ഈസ് ഏൻ ഏസ്സ് തന്ന്യാണിപ്പോഴും”

“ഇനി സാക്ഷികളുണ്ടോ വിസ്തരിക്കാൻ?”

“എസ്ഐയുണ്ട്.”

“അത് പോലീസ് ഭാഷയല്ലെ സംസാരിക്കു.”

“ഗോവിന്ദേട്ടനിന്ന് പബ്ലിക് പ്രോസിക്യൂട്ടറുടെ ഓഫീസിൽ പോയപ്പോ അയാള് കുറെ ചീത്ത പറഞ്ഞത്രെ.”

“പ്രതീക്ഷിച്ചത് കിട്ടിക്കാണില്ല....പാവം! ഇനി വിക്കാനായി ഗോവിന്ദേട്ടന്റെ കണ്ണും കിഡ്ണ്യ്യാക്കെ കാണൂ. ബാക്കിയെല്ലാം തീർന്നു. ഞാനിതൊക്കെ ആദ്യമേ ഗോവിന്ദേട്ടനോട് പറഞ്ഞു കൊടുത്തതാ...”

“അതിന് സായി, ഇവ്ടെ ഇരകളായിതീർന്നവർക്ക് നീതി നൽകാനുള്ളതാണ് ക്രിമിനൽ നീതിന്യായ സംവിധാനമെന്ന കാര്യം എല്ലാവരും മറന്നുപോയിരിക്കുന്നു.....”

“തൊഴിൽപരമായ മൂല്യങ്ങളും സമൂഹത്തോടുള്ള പ്രതിബദ്ധതയും കണക്കിലെടുത്ത് പബ്ലിക് പ്രോസിക്യൂട്ടർമാർ തങ്ങളുടെ ജോലി ആർജ്ജവത്തോടെ ചെയ്യേണ്ടതുണ്ടെന്നും അത് നിറവേറ്റാത്തവർ ആത്മവഞ്ചന മാത്രമല്ല, ജനവഞ്ചനയുമാണ് നടത്തുന്നതെന്ന് ഇന്നലെ ആഭ്യന്തര മന്ത്രീടെ പ്രസ്താവന കണ്ടോ? പ്രസ്താവനകൾക്ക് ഒട്ടു കൊറവില്ല്യാ....”

“ഒരുപക്ഷേ ഈയ്യിടെയുള്ള ചില പൊതു താൽപ്പര്യ കേസുകളുടെ എതിരായി വരുന്ന വിധികളിൽ നിന്നും ചിലതൊക്കെ തോന്നി തുടങ്ങീണ്ടാവും....”

“വരുംവഴി ഞാൻ പപ്പായെ കണ്ടു. സീതക്കെന്തോ ഒര് ജോലിക്കാര്യത്തിനായി ഒരാളെ കാണാൻ പോയി വരാണെന്നു പറഞ്ഞു.”

“രാവിലെ പോയതാണ്. സീതക്കൊരു ജോലിയാക്കി കൊടുക്കണമെന്ന് ഈയ്യിടെയായി പപ്പയ്ക്കൊരെയൊര് വാശി.”

“എന്താപ്പൊ അങ്ങനെ തോന്നാൻ.”

“ആർക്കറിയാം!”

“നന്നായി മദ്യപിച്ചിരുന്നു.”

“ഈയ്യിടെയായി ഞാനും ഒന്നും പറയാറില്ല. ഓരോരോ കാരണങ്ങൾ പറഞ്ഞ് ഓരോ ദിവസവും കഴിച്ചിരിക്കും. ഭക്ഷണം എത്ര നിർബന്ധിച്ചാലും വേണ്ട. മരുന്നും അങ്ങനെ തന്നെ. ചിലപ്പോ ഒറ്റയ്ക്കിരുന്ന് കരയുന്ന കാണാം. അമ്മേടെ ഫോട്ടോക്കെ കെട്ടിപ്പിടിച്ച് തേങ്ങുന്ന

കാണുമ്പോ ഞാനും വല്ലാതായി പോകും. ഇങ്ങനെയൊന്നും ഒരിക്കലും എന്റെ പപ്പാ ആവുമെന്ന് ഞാൻ വിചാരിച്ചിരുന്നില്ല. വായനേം എഴുത്തൊക്കെ തീരെ കുറഞ്ഞു. ആരെങ്കിലും വിളിച്ചാ തന്നെ വയ്യാന്നു പറഞ്ഞ് ഒഴിഞ്ഞുമാറുന്ന കാണുമ്പോൾ ഞാൻ അത്ഭുതപ്പെടാറുണ്ട്. കാരണം എഴുത്തും വായനേം ഒഴിഞ്ഞൊരു നേരം എന്റെ പപ്പയെ ഞാൻ കണ്ടിരുന്നില്ല."

"അനിലിന്റെ മരണം മൂർത്തിസാറെ വല്ലാതെ മാറ്റിയിട്ടുണ്ട്."

"മതി സായി! നമുക്കിനി വേറെന്തെങ്കിലും സംസാരിക്കാം."

പൊലീസ് വാഹനങ്ങൾ പാർക്ക് ചെയ്യുന്ന കോമ്പൗണ്ടിനടുത്തെത്തിയപ്പോൾ അപൂർണയുടെ സുഹൃത്തായിരുന്ന വിനായക് ബിശ്വാസ് എതിരെ പാർക്കു ചെയ്തിരുന്ന ചുവന്ന കാറിൽ നിന്നും ഇറങ്ങിവന്നു.

"ഹായ് അപൂർണാ."

"ഹലോ!"

വിനായക് ബിശ്വാസിനെ സായിക്ക് മുൻപരിചയമുണ്ടായിരുന്നെങ്കിലും ഇതുവരെ അടുത്തു പെരുമാറിയിട്ടുണ്ടായിരുന്നില്ല. സാമ്പത്തികമായി വളരെ ഔന്നത്യത്തിൽ നിൽക്കുന്ന ഒരാളായിരുന്നു ബിസിനസ്സുകാരനായ വിനായക്. അപൂർണ പല സന്ദർഭങ്ങളിലും വിനായകിനെ ഒന്ന് പരിചയപ്പെടുമെന്ന് പറഞ്ഞിരുന്നുവെങ്കിലും, സായിക്കെന്തോ എപ്പോഴും അകൽച്ചയുടേതായ അരുതായ്മ തോന്നിയിരുന്നു. അതുകൊണ്ടുതന്നെ ബാർ അസോസിയേഷന്റെ വരാന്തയിൽ നിന്നും ആരോ വിളിച്ചപ്പോൾ സായിനാഥ് നിങ്ങള് സംസാരിക്ക്, ഞാനിപ്പോവരാം എന്നു പറഞ്ഞ്, വിനായകിനോടൊന്ന് ചിരിച്ചെന്നു വരുത്തി, കോടതി വരാന്ത ലക്ഷ്യമാക്കി വേഗം നടന്നു.

II

ബംഗാളിയായിരുന്ന വിനായക് ബിശ്വാസിനെ ആദ്യം കാണുന്നത് ഒരൊഴിവു ദിവസം അനിലിന്റെ കൂടെ നഗരത്തിലെ ഏതോ തിരക്കുള്ള ഒരു റസ്റ്റോറന്റിൽ വെച്ചാണ്. അനിലന്ന് അമിതമായി മദ്യപിച്ചിരുന്നു. അതുകൊണ്ട് തന്നെ അവൻ പറയുന്ന പല കാര്യങ്ങൾക്കും പരസ്പര ബന്ധം ഉണ്ടായിരുന്നില്ല.

വിനായക് ബിശ്വാസിന് കേരളത്തിൽ സ്വർണത്തിന്റെ കച്ചവടമാണെന്നാണ് അറിഞ്ഞിരുന്നത്. വലിയ ജ്വല്ലറികൾക്കുവേണ്ടി മൊത്തമായി സ്വർണമെടുത്ത് നൂറുകണക്കിന് തൊഴിലാളികളെ വെച്ചു പണിയിച്ച് ഉരുപ്പിടികളാക്കി എത്തിച്ചുകൊടുക്കലായിരുന്നു പ്രധാന ബിസിനസ് ഒപ്പം സിനിമ, സീരിയൽ തുടങ്ങിയ സമാന്തര ബന്ധങ്ങളും ഉണ്ടായിരുന്നു. അനിലുമായി വിനായക് ബിശ്വാസ് അടുക്കുന്നത് ഈ വഴികളിലൂടെയായിരിക്കണം.

അനിലന്ന് റസ്റ്റോറന്റിൽ നിന്നും പുറത്തു കടന്നപ്പോൾ ഏറെ സംസാ

രിച്ചു. ഏതോ, ടി വി ചാനലിൽ കേമറാമാനായി ജോലിയുണ്ടായിരുന്നത് വലിച്ചെറിഞ്ഞെന്നും, അവരുടെ കീഴിലൊക്കെ ജോലി ചെയ്യാൻ എളുപ്പമല്ലെന്നും, സ്വന്തമായി എന്തെങ്കിലും പ്രൊഡക്ഷൻ ചെയ്യാനുള്ള കൂടിയാലോചനകളിലാണെന്നും പറഞ്ഞു.

മദ്യം തളർത്തിയ കണ്ണുകളും അഴുക്കു പുരണ്ട വസ്ത്രങ്ങളും, ചിട്ടയില്ലാത്ത ജീവിതക്രമങ്ങളും അച്ചടക്കമില്ലാത്ത സാമ്പത്തിക ഇടപാടുകളും അനിലിനെ വല്ലാതെ തളർത്തിയിരുന്നു.

വിനായക് ബിശ്വാസുമായി ചേർന്നു അനിൽ നാടോടി കലാരൂപങ്ങളുടെ ഒരു വീഡിയോ ആൽബം പുറത്തിറക്കിയിരുന്നെങ്കിലും അതെല്ലാം വേണ്ടവിധം ശ്രദ്ധിക്കപ്പെട്ടിരുന്നില്ല. മാത്രമല്ല, വിനായക് ബിശ്വാസിന്റെ വാണിജ്യതന്ത്രങ്ങൾക്കുമുമ്പിൽ അനിൽമൂർത്തിയുടെ കലാസിദ്ധാന്തങ്ങൾക്ക് അത്രയേറെ ആടിതിമർക്കാനുള്ള അവസരങ്ങളുമുണ്ടായിരുന്നില്ലെന്നു വേണം കരുതാൻ. അനിലിനെ സംബന്ധിച്ചിടത്തോളം കല അവന്റെ രക്തത്തിലലിഞ്ഞു ചേർന്നതായിരുന്നെങ്കിൽ വിനായക് ബിശ്വാസിനെ സംബന്ധിച്ചിടത്തോളം അത് സ്വന്തം രക്തത്തിൽ കൃത്രിമമായി അലിയിച്ചു ചേർക്കേണ്ടൊന്ന് മാത്രമായിരുന്നു. അതുകൊണ്ടുതന്നെ അനിൽ ചെന്നു പെട്ടിരുന്ന മേഖലകളും കണ്ടുമുട്ടിയിരുന്ന ആളുകളും വൈരുധ്യങ്ങളുടെ വലിയൊരു വക്രരേഖയിൽ വഴിമുട്ടിനിന്നു.

അനിലിന്റെ ഇത്തരത്തിലേക്കുള്ള മാറ്റം അവനെ അറിയുന്ന ആരെ സംബന്ധിച്ചിടത്തോളവും വളരെ വേദനാകരമായിരുന്നു. അന്ന് യാത്ര പറഞ്ഞ് പിരിയാൻ നേരം അനിൽ കൈത്തണ്ടയിൽ കയറി മുറുക്കി പിടിച്ചു. നമ്മള് തമ്മില് കണ്ടത് നമ്മള് മാത്രം അറിഞ്ഞാമതി വക്കീലെ... എന്തിനാ വെറുതെ അപൂർണേം പപ്പേം ....പ്ലീസ്!.

ഇല്ല ആരോടും സംസാരിക്കില്ലെന്ന് പറഞ്ഞ് പുറത്തുതട്ടി, സ്ഥാനം തെറ്റികിടക്കുന്ന കേമറാബാഗെടുത്ത് തോളിൽ തൂക്കികൊടുത്ത്, ഒരോട്ടോറിക്ഷ വിളിച്ച് വീട്ടിലേക്ക് കേറ്റിവിട്ടതിന് ശേഷമാണ് അന്ന് പിരിഞ്ഞത്. പിന്നീട് ഇക്കാര്യം അപൂർണയോടൊരിക്കൽ പറഞ്ഞപ്പോൾ കേട്ടു പഴകിയ എന്തോകാര്യം ആവർത്തിച്ചു കേൾക്കുന്ന മുഷിഞ്ഞ മുഖഭാവമാണ് അപൂർണ പ്രകടിപ്പിച്ചത്.

പതിമൂന്ന്

അച്ഛൻ മരിച്ചപ്പോ ഞങ്ങളാരും കരഞ്ഞില്ല. അത്രേം നേരത്തെ പോയല്ലോ എന്നൊരാശ്വാസമായ്ര്ന്നു. കുഞ്ഞുണ്ണിമാമ വടക്കിനിയിലിരുന്ന് പറയുന്നത് കേട്ടോർമ ഇപ്പോഴുമുണ്ട്. അന്ന് പത്തോ പന്ത്രണ്ടോ വയസ്സേ വരൂ. കുഞ്ഞുണ്ണിമാമ തറവാട്ടിലെ മൂത്ത കാരണവരായിരുന്നു.

ഇന്നിപ്പോൾ അച്ഛനെകുറിച്ചുള്ള ചേച്ചിയുടെ വർത്തമാനം കേട്ടപ്പോൾ അതാണ് ആദ്യം ഓർമ വന്നത്. മറുത്തൊന്നും പറയാൻ പോയില്ല.

തന്റെ പരാജയങ്ങളുടേയും ആത്മനിന്ദകളുടേയും വേരുകളാരംഭിക്കുന്നത് അച്ഛനിൽ നിന്നാണ്. ഓർമവെച്ച നാൾ മുതൽ അമ്മയുടെ കണ്ണീരിലൂടെയായിരുന്നു അച്ഛനെ നോക്കികണ്ടത്. അച്ഛനെന്നും അച്ഛന്റേതായ സുഖങ്ങളിലും സ്വാർഥതകളിലുമപ്പുറം ബന്ധങ്ങളോ സ്വന്തങ്ങളോ ഉണ്ടായിരുന്നില്ല.

നിവൃത്തികേടുകളുടെ മുൾമുനമ്പിലെത്തിയപ്പോൾ അമ്മ സ്വന്തം വീട്ടിലേക്ക് യാത്ര തിരിച്ചു. പിന്നീട് അമ്മയുടെ ജീവിതം മക്കൾക്കു വേണ്ടിയുള്ളത് മാത്രമായിരുന്നു. പക്ഷേ, അമ്മ ഒരിക്കലും അച്ഛനെ കാണേണ്ടെന്നോ, കാണണമെന്നോ പറഞ്ഞിട്ടില്ല. നിശ്ശബ്ദമായ നോട്ടങ്ങളുടേയും സഹനങ്ങളുടേയും ആവർത്തനമായിരുന്നു അമ്മയുടെ ഭാഷ.

കുടുംബ സ്വത്തുക്കൾ ഭാഗം വെച്ചു കിട്ടിയത് പണയം വെച്ചും, മുത്തശ്ശന്റെ സ്രാമ്പിപ്പുരയിലിരുന്ന് രാവന്ത്യയോളം തറിയിൽ നൂൽനൂറ്റുമാണ് അമ്മ തങ്ങളെ വളർത്തികൊണ്ടുവന്നത്. വളർന്നു വലുതായപ്പോൾ അച്ഛനവകാശമായി. തെറ്റുകളേറ്റു പറയാനായി പലപ്പോഴും കാര്യസ്ഥർ മുഖേന വാറോലകളയച്ചു. എന്നിട്ടും തനിക്കുമാത്രം പോകാൻ തോന്നിയില്ല. എന്താണ് പോകാത്തതെന്ന് അമ്മ മാത്രം ചോദിച്ചുമില്ല.

കോലായിലെ തണുപ്പിൽ മുഖത്തോടുമുഖം നോക്കിയിരുന്ന് മടുത്തപ്പോൾ അമ്മ മേലടുക്കളയിലേക്കെഴുന്നേറ്റു പോയി. വല്ലപ്പോഴും കിട്ടുന്ന

ഒഴിവുദിനങ്ങളിലോടിയെത്തുന്ന ചേച്ചിക്ക് തന്റെ കാര്യങ്ങളിൽ അമ്മയേക്കാളേറെ ഉത്കണ്ഠകളായിരുന്നു.

അച്ഛനെ ഒന്നു പോയി കാണണം, വിവാഹം കഴിക്കണം, അമ്മയ്ക്ക് വയസായി, നോക്കാൻ ആരൂല്ല്യാ, നിനക്ക് ഇഷ്ടമുള്ള ഒരാളെ കൊണ്ടു വന്നോ ഞങ്ങള് രണ്ടുകയ്യും നീട്ടി സ്വീകരിക്കും. എനിക്കെപ്പോഴും ഓടി വരാൻ പറ്റ്വൊ? രാധേട്ടനവിടെ ഒരു ദെവസം ലീവില്ല്യാ... എത്രയെത്ര പരാതികളും പരിഭവങ്ങളും...

ഉത്തരങ്ങളൊന്നും പറയാറില്ല. എല്ലാറ്റിനും ഒരു കേൾവിക്കാരൻ മാത്രമാണ്.

ബൈക്കെടുത്ത് കോടതിയിലേക്ക് പുറപ്പെടാൻ നേരത്ത് അമ്മ പതുക്കെ പറഞ്ഞു.

"പൂവുമ്പോ ആശുപ്ത്ര്യെ ഒന്ന് കേറിക്കൊ. മ്മ്ടെ പൊറം പണിക്ക് വരണ മാലതീടെ മോളവ്ടെ വണ്ടിടിച്ച് കെടക്കണ്ണ്ട്."

പോയ്ക്കോളാം എന്നു പറഞ്ഞെങ്കിലും ആശുപത്രിയുടെ മുമ്പിലെത്തിയപ്പോൾ വേണ്ടെന്നു വെച്ചു.

ഈയിടെയായി ആരെങ്കിലും വാഹനാപകടത്തിൽ പെട്ടാൽ തന്നെ രണ്ടു ദിവസം കഴിഞ്ഞിട്ടെ കാണാൻ പോകാറുള്ളൂ. അതല്ലെങ്കിൽ ആശുപത്രിയിലേക്ക് ചെല്ലുമ്പോഴേക്കും കേൾക്കേണ്ടിവരും, കേസ് ഏൽപ്പിച്ചു വക്കീലെയെന്ന്. താൻ അപകടത്തിൽപ്പെട്ടയാളെ കാണാൻ വന്നതാണെന്നു പറഞ്ഞാൽ പോലും ആരും വിശ്വസിക്കാറില്ല.

ഇന്ന് എന്തിനും ഏതിനും കമ്മീഷൻ ഏജന്റുകളാണ്. വാഹനപകടത്തിൽപ്പെട്ട് മരിച്ചവരുടെ വീടുകളിൽ പോലും, ശവം മറവുചെയ്യുന്നതിനു മുമ്പേ ഇല്ലാത്ത നുണകളും ജാഡകളും കാട്ടി വക്കാലത്ത് ഒപ്പിടിയിച്ച് ഏജന്റുമാർ മടങ്ങിയിട്ടുണ്ടാവും. നാട്ടിലില്ലാത്ത സ്ത്രീധനം വാങ്ങിയും വസ്തുക്കൾ പണയപ്പെടുത്തി ലോണെടുത്തും വട്ടിപ്പലിശക്ക് കടം വാങ്ങിയും ഇന്ന് ഇത്തരം കേസു പിടിക്കാനായി വക്കീലന്മാർ ഏജന്റുമാരെ വെച്ചിട്ടുണ്ട്.

ഓഫീസിലേക്കു തിരിയുന്ന ബസ് സ്റ്റോപ്പിനടുത്തെത്തിയപ്പോൾ ബസ് കാത്ത് നിന്നിരുന്ന രാമൻ വക്കീൽ ബൈക്കിനടുത്തേക്ക് ഓടിവന്നു.

"തന്നെന്നലെ അസോസിയേഷൻ മീറ്റിങ്ങിന് കണ്ടില്ലല്ലോ സായി?"

"ഞാനൊന്ന് വീട്ട്യെ പോയി."

"ഞാൻ ന്നലെ തെരഞ്ഞു."

"എന്തു പറ്റി?"

"എന്റെ പേർസണലായ ഒരു കാര്യാ. പക്ഷേ ആരോടെങ്ങെലൊന്ന് പറേണ്യേലോന്ന് വിചാരിച്ചാ ആദ്യോർമ്മ വരാ തന്റെ മുഖാ. മ്മ്ടെ പിത്തരാജ് വക്കീലിന്റെട്ത്ത് എന്റെ വൈഫിന്റെ ഒര് ബന്ധു താമസിക്കണ്ണ്ട്. ഒര് എക്സ് ഗൾഫാ. നല്ല ആസ്തിള്ളോരാ എന്നാ ഒത്ത പിശുക്കും. പുള്ളികൊറച്ച് പൊറം പറമ്പ് വഹകള് വിക്കാൻ തീരുമാനിച്ച് കരാറേഴ്തീണ്ട്. വഹകള് വാങ്ങണതും പിത്തരാജിന്റെ അളിയനാ. ഈ സമ

യത്താ അയൽവക്കത്ത്ള്ള മറ്റൊരുത്തൻ തടസ്സം കൊണ്ട് വരണത്. ഇതിനെതിരെ ഒരു കാവിയറ്റ് ഫയലാക്കാൻ പിത്തരാജ് ഉപദേശിച്ചു. പക്ഷേ മ്മ്ടെ ബന്ധൂന് പിത്തരാജിന്യൊട്ട് വിശ്വാസം പോരാ. ഫയല് കിട്ടില്ല്യാന്ന് കണ്ട മേനിക്ക് പിത്തരാജ് ഒറ്റകൊട്ടാ മ്മ്ടെ ബന്ധൂനെ. അതിനെന്താ വേറ്യെ എവ്ട്യായാലും കാവിയറ്റ് ഫയലാക്ക്യോളൂ. ത്തിരി ചില്ലറ്യെവരു ള്ളൂന്ന്. മ്മ്ടെ ബന്ധ്വാണെങ്ങെ ഇത് പിടിച്ച് ഇന്നലെ വന്നിരിക്കണു. നോക്ക്യെ സായി, മ്മ്ടെ പ്രൊഫഷന്റെ ഒര് ഗതിക്കേട്..."

"സാരല്ല്യാ രാമാ. ഇത്പ്പൊ നമ്മ്ടെ തൊഴിലിന്റെ മാത്രം കാര്യല്ലാ. എല്ലാ മേഖലേലുണ്ട്. പിന്നെ നമ്മ്ടെ എടേല്ത്ത്രി കൂടുതലാണെന്നു മാത്രം. തനിക്ക് കിട്ടില്ല്യാന്ന് തോന്ന്യാ പിന്നെ....."

രാമൻ വക്കീലിന്റെ മൊബൈൽ ഫോൺ ശബ്ദിച്ചു. ഫോണെടുത്തപ്പോൾ രാമൻ വക്കീൽ സായിയോട് പോയ്ക്കോളാനായി കൈകൊണ്ട് ആംഗ്യം കാട്ടി.

ഓഫീസിലെത്തിയപ്പോൾ വളരെ പ്രായം ചെന്നൊരു സ്ത്രീ പിള്ളചേട്ടന്റരികെ ഇരിപ്പുണ്ട്. നരച്ച മുടി ശീലകൊണ്ട് കെട്ടിവെച്ചിരിക്കുന്നു. ചുളിഞ്ഞ നെറ്റിയിലൊരു പാതിമാഞ്ഞ വലിയ ചന്ദനക്കുറി. നിറം മങ്ങിയ വെളുത്ത ജാക്കറ്റും മുണ്ടും. കയ്യിലൊരു നരച്ച ശീലക്കുടയും പഴക്കം ചെന്ന കറുത്ത ബാഗും.

കേബിൻ തുറന്ന് സീറ്റിലിരുന്നപ്പോൾ പിള്ളച്ചേട്ടൻ ഫയലുമായി വന്നു.

"ഗോവിന്ദേട്ടന്റെ ക്രിമിനൽ കേസ് വിധി പറയാൻ വച്ചു. കൊഴപ്പണ്ടാവ്ല്ല്യാന്നാ എല്ലാരും പറേണെ. നല്ല തെളിവ്കള്ള്ളതല്ലെ."

"പ്പെല്ലാം ഒരുമിച്ചാവൂലോ. ല്ലേ?"

"അതെ."

"ഡെയ്റ്റെടുത്തോ?"

"ഇന്ന് പൂവ്വുമ്പളെടുക്കൂ."

"അപൂർണ വന്നില്ലേ?"

"വന്നേർന്നു. രാവിലെന്നെ ആരോ വിളിച്ചപ്പോ ഉടനെപോകേം ചെയ്തു. വക്കീലെന്തോ അന്ജന്റെ മരണശേഷം ഒട്ടുമുക്കാലും ഇങ്ങനന്യാ. ഒന്നിലും ഒരുത്സാഹോല്ല്യാതെ, എന്തു ചോദിച്ചാലും മറുപടീല്ലാതെ....ഇന്നാള് കോടത്യെര്ന്ന്ട്ട് റെപ്രസെൻറ് ചെയ്യുമ്പോ ജഡ്ജി പോലും ദേഷ്യപ്പെട്ടൂത്രെ. കർത്താവ് വക്കീലിന്റെ ഗുമസ്തൻ പരമേട്ടൻ പറഞ്ഞതാ. കേട്ടപ്പോ നിയ്ക്ക് വെഷമായി. ആദ്യായിട്ടാ ഇങ്ങന്യൊക്കെ....വക്കീലില്ലാത്ത കാരണം സുരേഷ് വക്കീലാ ഫേമലി കോടത്യെ പോയെണെ."

"ഗോവിന്ദേട്ടൻ വന്നിര്ന്നില്ലേ?"

"കോടത്യെണ്ട്."

"എന്താ അവ്ടൊരു സ്ത്രീ വന്നിരിക്കണെ?"

"സാറിനെ കാണാൻ വന്നതാ. കൊറെ നേരായി. തെരക്കാണെങ്ങെ നാളെ വരാൻ പറയാം."

“വേണ്ട. ന്ന്ട്ട് ഫേമലി കോടത്യെ പൂവ്വാം. ഇങ്ങ്ട് വരാൻ പറയൂ.”

“ഓ.”

സായിനാഥ് ഫയലുകൾ നോക്കിയശേഷം ഷെൽഫിൽ വെച്ചു. അപ്പോഴേക്കും ഹാഫ് ഡോർ തള്ളി തുറന്ന് ആ സ്ത്രീ ഉള്ളിലെത്തി കൈകൾ കൂപ്പി.

“ഇരിക്കൂ.”

കസേരയിൽ പേടിച്ചിട്ടെന്ന പോലെ അവർ സാവധാനം ഇരുന്നു.

“എന്താ?”

“പഞ്ചായത്തിലെ ഷെറഫുദ്ദീൻ സാറ് പറഞ്ഞേച്ച് വന്നതാ.”

പഞ്ചായത്ത് പ്രസിഡണ്ടായ ഷെറഫുദ്ദീൻ സാറ് അറിയപ്പെടുന്നൊരു കാരുണ്യപ്രവർത്തകനാണ്.

“അവ്ടെവ്ട്യാ വീട്?”

“ഞാൻ വടക്കേ കരേമത്തെ തിക്കുറിശ്ശിക്കാവിലെ....”

“മനസിലായി.”

“എന്താ കാര്യന്ന്ച്ചാ പറഞ്ഞോളൂ.”

“എന്റെ പേര് മൂകാംബി. എനിക്ക് നാല് ആൺമക്കളും രണ്ട് പെണ്ണ്വാ. ഭർത്താവിന് കൃഷ്യായ്രുന്നു. നേരത്തെ മരിച്ചു. ഭർത്താവ് മരിച്ചപ്പോ സ്വത്ത്ക്കളെല്ലാം ഞാൻ വീതം വെച്ച് മക്കൾക്ക് കൊടുത്തു. എല്ലാരും നല്ല നെല്യാ. തറവാട്ടുക ഒര് ചെര്യ വീടും പത്ത് സെന്റ് പറമ്പും ന്റെ പേരില്ണ്ടായിര്ന്നു. അതും ന്റെ മക്കളെല്ലേന്ന്ച്ച് എളെ മോന് ബിസിന സിനാന്നു പറഞ്ഞ് പണയം വെക്കാൻ കൊടുത്തു. ഇപ്പൊ അത് അവന്റെ പെണ്ണിന്റെ പേരിലായി. ഇപ്പൊ ആർക്കും എന്നെ നോക്കാൻ മേല. നിത്യ വൃത്തിക്ക് പോലും വഴീല്ല്യാ സാറെ. അപ്പഴാ ഷെറഫുദ്ദീൻ സാറ് സാറിനെ പോയി കാണാൻ പറഞ്ഞെ. കുടുംബ കോടത്യെ കേസ് കൊടുത്താ ചെലവിനു കിട്ടുന്നു പറഞ്ഞു...”

“കിട്ടും. ഒര് മെയിന്റനൻസ് പെറ്റീഷ്യൻ കൊടുത്താ മതി. മക്കള്ടെ വിലാസക്കൊ അറിയ്യൊ?”

“മൂത്തോന്റേം, രണ്ടാമത്തോന്റേം അറില്ല്യാ. മൂത്തോൻ മദിരാശീലാ.”

“കേസ് കൊട്ക്കണെങ്ങെ എല്ലാര്ടേം വിലാസം വേണം.”

“ഞാൻ കൊണ്ട്രാം.”

“എന്തൊക്ക്യാ തൊഴില്ന്നും അറിഞ്ഞ് വന്നോളൂ.”

“വേറൊരു നിവൃത്തിംല്ല്യാണ്ടാ സാറെ. ജീവൻ കളയാനാണെങ്ങെ മനസ്സും വരണില്ല്യാ. കേസ് കൊടുക്കാൻ കാശൊന്നും ന്റെ കയ്യിലില്ല്യാ. കോടതീന്ന് കിട്ടുമ്പോ സാറ്ടത്ത്ട്ട് ബാക്കി തന്നാ മതി.”

“അതൊക്കെ നമ്ക്ക് ചെയ്യാം. പോയിട്ട് എല്ലാവ്ര്ട്യേം വിലാ സൊക്കെ കൊണ്ട് നാളെ രാവിലെ വരൂ.”

അവർ വീണ്ടും എഴുന്നേറ്റ് കൈകൾ കൂപ്പി. അരവാതിൽ തുറക്കാ നായി കൈയ്യുയർത്തിയപ്പോൾ ബാഗ് താഴെ വീണു.

സായി കസേരയിൽ നിന്നും എഴുന്നേറ്റ് ബാഗെടുത്ത് അവരുടെ കയ്യിൽ കൊടുത്തു.

“ഒര് പഴെ വിര്യാ സാറെ. രാത്രി കെടക്കുമ്പോ പൊതയ്ക്കാൻ. പഞ്ചായത്തിന്റെ സൗജന്യ വൃദ്ധ സദനത്തിലാ പ്പൊ കഴ്യേണേ.”

അവർ വീണ്ടും കൈകൾ കൂപ്പി, ഉടുമുണ്ടിന്റെ കോന്തലകൊണ്ട് കണ്ണീർ തുടച്ച് പുറത്തുകടന്നു.

വെയിൽ പരന്ന ഇടവഴിയിൽ തണൽപറ്റി നടന്നു പോകുന്ന അവരുടെ മുണ്ടിന്റെ പുറകിൽ ചോരക്കറയുടെ കറുത്ത വടു. അർശ്ശസ്സിന്റെ ഉപദ്രവമുണ്ടാകും. നിരാലംബമായ മനുഷ്യായുസ്സിന്റെ ആർക്കും വേണ്ടാത്ത അവസാനത്തെ മുഖങ്ങൾ...

“അവര്ടെ മൂത്തമകൻ മദ്രാസില് എയർഫോഴ്സില് വല്ല്യ ഉദ്യോഗസ്ഥനാണത്രെ. പാവം!.”

പിള്ളച്ചേട്ടന്റെ ശബ്ദം കേട്ടപ്പോളാണ് ഓർമ്മകളിൽ നിന്നും മടങ്ങി വന്നത്.

ഫയലെടുത്ത് ഫേമിലികോടതിയിലേക്ക് പുറപ്പെടാൻ നേരത്ത് ഷെറഫുദ്ദീനെ വിളിച്ചെങ്കിലും അധികം സംസാരിക്കാൻ കഴിഞ്ഞില്ല. മക്കളുടെ വീട്ടിലെല്ലാം പെറ്റതള്ളയ്ക്കു പകരം മറ്റൊരു മാതൃദൈവത്തിന്റെ ചിത്രം ഫ്രെയിം ചെയ്ത് മാലചാർത്തിവെച്ചിരിക്കുന്നത്, കോമ്പ്രമൈസ് സംസാരിക്കാൻ പോയപ്പോൾ കണ്ടുവെന്ന് ഷെറഫുദ്ദീൻ പറഞ്ഞു. വികലമായ മനുഷ്യവാസനകളുടെ സ്ഥിതിവൈപര്യങ്ങൾ അല്ലാതെന്തു പറയാൻ?

കുടുംബകോടതിയിലെത്തിയപ്പോൾ സമയം ഉച്ചയോടടുത്തു. ബൈക്ക് വൃക്ഷത്തണലിൽ വെച്ച് ഇടനാഴിയിലൂടെ വേഗം നടന്നു. പഴയ ഫയലുകൾ കൂട്ടിയിട്ടിരിക്കുന്ന സിമന്റ് ബഞ്ചിനരികിലെത്തിയപ്പോൾ മദ്യപിച്ച ഒരാൾ മറ്റൊരാളോട് പറയുന്നകേട്ടു.

‘ദൈവം കൂട്ടിച്ചേർത്തതിനെ മനുഷ്യന് വേർപ്പെടുത്താനാവില്ലെന്ന മത്തായി സുവിശേഷം എന്റെ മോള്ടെ ക്ഷണക്കത്തിലടിച്ചു വെച്ചവനാ തോമസെ ഞാൻ. പക്ഷേ ഈ കുടുംബകോടതിക്കതിന്ള്ള അധികാരണ്ട്ന്ന് അന്നെനിക്കറിയില്ലായ്ര്ന്നെടോ– എന്റെ മോളവ്ടെനിന്ന് കരയാ –അറിയോ?’ മദ്യപിച്ചാണെങ്കിലും അയാളുടെ വാക്കുകൾക്ക് വാളിന്റെ വായ്ത്തലയുടെ മൂർച്ചയുണ്ടായിരുന്നു. ജീവിതത്തിന്റെ ഓരോരോ വൈരുധ്യങ്ങൾ! അടുപ്പങ്ങളുടേയും അകൽച്ചകളുടേയും വഴിയമ്പലങ്ങളല്ലോ കുടുംബകോടതികൾ.

കോടതിമുറിയുടെ വാതിൽചാരെ തന്നെ കേസു വിളിക്കുന്നതും കാത്ത് ഗോവിന്ദേട്ടനും ഭാര്യയും അമ്മുക്കുട്ടിയും നിൽക്കുന്നുണ്ട്.

അമ്മുക്കുട്ടി വല്ലാതെ ക്ഷീണിച്ചിരിക്കുന്നു. ചിരിച്ചു കളിച്ച് സ്കൂളിൽ പോകേണ്ട പ്രായത്തിലാണ് എല്ലുന്തിയ വിരലുകളിൽ തൂങ്ങി ഈ കോടതി വരാന്തകളിൽ ഒരഭയാർഥിയെപോലെ......

ആദ്യം കാണുമ്പോഴുള്ള പ്രസരിപ്പും കുസൃതികളുമെല്ലാം ഈയ്യിടെയായി അമ്മുക്കുട്ടിയിൽ നിന്നും കൈമോശം വന്നിരിക്കുന്നു. തന്റെ കാര്യത്തിലും എന്തൊക്കെയോ നടന്നുകൊണ്ടിരിക്കുന്നുണ്ടെന്ന് അവളും അറിഞ്ഞുകാണും.

സായിനാഥിനെകണ്ടപ്പോൾ ഗോവിന്ദേട്ടനും ഭാര്യയും അമ്മുക്കുട്ടിയും അടുത്തേക്കു വന്നു.

ഗോവിന്ദേട്ടന്റെ മുഖവും വല്ലാതെ വാടിയിരുന്നു. ചോരോട്ടം നിലച്ച തടിച്ചുരുണ്ട ഞരമ്പുകൾ നെറ്റിയിലും കഴുത്തിലും കാട്ടുവള്ളികളെ പോലെ പിണഞ്ഞുകിടക്കുന്നു.

"വക്കീലേ...."

ഗോവിന്ദേട്ടൻ സായിനാഥിന്റെ മുഖത്തേക്കു തന്നെ നോക്കി.

"എന്റെ മകളെ കൊന്നിട്ടും തീരാത്ത പക തീർക്കാനല്ലേ രഘുനാഥനീ ജി ഒ പി കൊടുത്തിരിക്കുന്നത്?"

സായിനാഥ് ആണെന്നോ അല്ലെന്നോ പറഞ്ഞില്ല. വേരുകളറ്റ ചെടി പോലെ അമ്മുക്കുട്ടി ചുവരിൽ ചാരിനിൽക്കുകയാണ്. ഗോവിന്ദേട്ടന് ഇനിയും എന്തൊക്കെയോ ചോദിക്കണമെന്നും അറിയണമെന്നുമുണ്ടെന്ന് മുഖം കണ്ടാലറിയാം. പക്ഷേ, പലതും ആവർത്തിച്ച് കേട്ടിട്ടുള്ളതിനാൽ ഗോവിന്ദേട്ടന്റെ ദയ അതിനനുവദിക്കാതിരിക്കുന്നതാണ്.

ജി ഒ പിയിൽ അമ്മുക്കുട്ടിയുടെ സംരക്ഷണം ആർക്കാണെന്ന് കോടതി തീരുമാനിക്കുന്നത് അവളുടെ നന്മ ആരുടെ ഭാഗത്ത് ജീവിക്കുന്നത് കൊണ്ടാണ് എന്ന് പരിശോധിച്ചാണ്. നല്ല സാമ്പത്തിക ശേഷി, മെച്ചപ്പെട്ട കുടുംബാന്തരീക്ഷം തുടങ്ങിയ ഘടകങ്ങൾ നിയമം പരിശോധനാ വിധേയമാക്കുന്നു. അല്ലാതെ കുട്ടികളോടുള്ള സ്നേഹമോ വാത്സല്യമോ അല്ല, സാമ്പത്തിക ശേഷിയാണ് കോടതിക്കുമുമ്പിൽ മുഖ്യഘടകമായി മാറുന്നത്. എന്നിരുന്നാലും ഇതിനൊക്കെ അപ്പുറത്തുള്ള മാനുഷികമായ ഒരു സമീപനം ഓരോ കോടതികളും സാഹചര്യങ്ങൾക്കനുസരിച്ച് എടുക്കാറുണ്ടെന്നും ഗോവിന്ദേട്ടനോട് പലപ്പോഴും പറഞ്ഞിട്ടുണ്ട്.

ഗോവിന്ദേട്ടൻ പറഞ്ഞപോലെ രഘുനാഥന്റെ ജി ഒ പി വൈരാഗ്യം തീർക്കാൻ വേണ്ടി മാത്രമായിരിക്കാം. അല്ലാതെ അമ്മുക്കുട്ടിയെ കൊണ്ടുപോയി ഒരച്ഛന്റെ നിറമനസോടെ നോക്കിവളർത്താനൊന്നുമാവില്ല. അങ്ങനെയാണെങ്കിൽ ഈ കേസിന്റെ ആവശ്യംതന്നെയില്ലല്ലോ. ഒരു മാത്ര വിളിച്ചാൽ അമ്മുകുട്ടി ചെല്ലില്ലേ?

കോടതിയിൽ ബഞ്ച് ക്ലാർക്ക് കേസ് വിളിച്ചു.

സായിനാഥ് കോടതിയിലേക്ക് കടന്നപ്പോൾ സുരേഷ് ഫയലുകൾ സീനിയറെ ഏൽപ്പിച്ച് പിന്നിലേക്ക് മാറിനിന്നു.

സാക്ഷിക്കൂട്ടിനരികെ നിൽക്കുന്ന അമ്മുക്കുട്ടി പേടിച്ച് തേങ്ങി കരയുകയാണ്. അവളെ ചേർത്തു പിടിച്ച് സാന്ത്വനിപ്പിക്കുന്ന ദേവകിയമ്മ.

ചെറിയൊരു കരിയില വീണാൽ പോലും കേൾക്കുന്ന നിശ്ശബ്ദതയെ കീറിമുറിച്ചുകൊണ്ട് ജഡ്ജി കനത്തശബ്ദത്തിൽ ഗോവിന്ദേട്ടനോടു ചോദിച്ചു.

"കേസ് ഓർഡർ പറയാൻ വെക്കുകയാണ്. നിങ്ങൾക്കിനി എന്തെങ്കിലും പറയാനുണ്ടോ?"

എന്താണ് പറയേണ്ടതെന്നറിയാതെ ഗോവിന്ദേട്ടൻ അസ്തപ്രജ്ഞനായി സായിനാഥിന്റെ മുഖത്തേക്കു നോക്കി.

“ലീനിയന്റ് വ്യൂ മെ ബി...... ”സായിനാഥ് വാക്കുകൾ പൂർത്തിയാക്കുന്നതിനുമുമ്പ് ജഡ്ജി വീണ്ടും ഗോവിന്ദേട്ടന്റെ നേരെ തിരിഞ്ഞു.

“നിങ്ങളോടാണ് ഞാൻ ചോദിച്ചത്! നിങ്ങൾ ഈ കുട്ടിയെ പ്രതിയായ കുട്ടിയുടെ അച്ഛന് ഒന്ന് കാണാൻ പോലും അനുവദിക്കാറില്ലെന്ന് പറയുന്നുണ്ടല്ലോ? പ്രതി ഈ കുട്ടിയുടെ അച്ഛനല്ലേ മിസ്റ്റർ? ”

“കേസുള്ള ദിവസങ്ങളിലൊക്കെ ഞാൻ പറ്റാവുന്നത് മോളെ കൊണ്ട് വരാറുണ്ട്. ഇവൾക്ക് കോടതീന്ന് കേക്കുമ്പഴെ ഭയമാണ്.....”

“അതെന്താ ഞങ്ങളൊക്കെ മനുഷ്യരല്ലേ?”

ജഡ്ജിയുടെ വാക്കുകൾ തമാശയായി പരിഗണിച്ച് വക്കീലന്മാർ അദ്ദേഹത്തിനുള്ള പിന്തുണ പോലെ ഉറക്കെ ചിരിക്കാൻ തുടങ്ങി.

ഫയലുകളും രേഖകളും പരിശോധിച്ച് ജഡ്ജി പ്രൊസീഡിംഗ് പേപ്പറിൽ എന്തൊക്കെയോ കുറിച്ചിട്ടു. രഘുനാഥിന്റെയും ശ്രേയസ്സിന്റെയും മുഖത്തുനിന്നും അപ്പോഴും ചിരി മാഞ്ഞുപോയിട്ടുണ്ടായിരുന്നില്ല.

ബഞ്ച് ക്ലാർക്ക് അടുത്ത കേസ് വിളിച്ചു.

കോടതിയിൽ നിന്നും പുറത്തേക്കു കടക്കുമ്പോൾ സായിനാഥിന് ഉള്ളിലൊരു നീറ്റലനുഭവപ്പെട്ടു. എവിടെയൊക്കെയോ അക്ഷരതെറ്റുകൾ സംഭവിച്ചതുപോലെ.

അതുകൊണ്ട് തന്നെ കോടതി ഉച്ചഭക്ഷണത്തിനായി പിരിഞ്ഞപ്പോൾ സായിനാഥ് രണ്ടും കൽപ്പിച്ച് ജഡ്ജിയുടെ ചേമ്പറിലേക്കു നടന്നു.

ഒരിക്കൽ ഇതേ നേരത്ത് വേറൊരു കാര്യത്തിനുവേണ്ടി കാണാൻ അനുവാദം ചോദിച്ച് അകത്തുചെന്നപ്പോൾ ചേമ്പർ പ്രാക്ടീസ് നല്ലതല്ല വക്കീലെ എന്ന്, വന്നകാര്യം ചോദിച്ചറിയാനുള്ള ഹൃദയവിശാലതപോലും കാണിക്കാതെ മുഖത്തടിച്ചപോലെ പറഞ്ഞിട്ടുള്ളതാണ്. എന്നാലും കാണാതിരിക്കാൻ പറ്റില്ല. അത് തന്റെ ധാർമികമായ ഒരു കടമകൂടിയാണ്. കുടുംബകോടതി അതിനുകൂടി വേണ്ടിയുള്ളതാണല്ലോ. ഏത് നിയമങ്ങൾക്കും അപ്പുറത്ത് മനുഷ്യന്റെ വേദനകളും വിഹ്വലതകളും നിസ്സഹായതകളും കൂടി ഉൾക്കൊള്ളുന്ന ഒരു സഹൃദയത്വം ഉണ്ടായിരിക്കുമല്ലോ?

ശിരസ്താറോട് അനുവാദം വാങ്ങി ചേമ്പറിലെത്തിയപ്പോൾ ജഡ്ജി ഭക്ഷണം കഴിച്ച് വിശ്രമിക്കുകയാണ്. ഏതോ വിദേശ വനിതാ മാഗസിന്റെ താളുകൾ ഫാനിന്റെ കാറ്റിൽ മറിഞ്ഞുകൊണ്ടിരിക്കുന്നു. സായിനാഥിനെ കണ്ടപ്പോൾ ജഡ്ജി മുഖമുയർത്തി.

“എന്താ വക്കീലെ?”

“ആ ജി ഒ പി യുടെ കാര്യത്തിൽ ബഹുമാനപ്പെട്ട കോടതി എന്റെ കക്ഷികളെ ഒന്ന് നേരിൽ കണ്ട് സംസാരിക്കാനുള്ള സന്മനസ്സ് കാട്ടണം. അവരവ്ടെ നിൽക്കണുണ്ട്.”

“അതെല്ലാം ഓപ്പൺ കോർട്ടിൽ പറഞ്ഞതല്ലേ വക്കീലേ. പിന്നെ ഇപ്പോ? എന്തെങ്കിലും പറയാനുണ്ടെങ്കിൽ അത് അവിടെ പറയണം. അല്ലാതെ ....വക്കീല് പോയ്ക്കോളൂ....എനിയ്ക്കൽപ്പം തിരക്കുണ്ട്.”

“എന്നാലും....”

“വക്കീല് ഇക്കാര്യത്തിനായി ഇനി നിക്കണമെന്നില്ല. ”

ജഡ്ജി കസേരയിലേക്ക് ചാഞ്ഞു.

ഇനി ഒന്നും പറഞ്ഞിട്ട് കാര്യമില്ല. ഡോർ ചാരി പുറത്തു കടന്നപ്പോൾ ഗോവിന്ദേട്ടൻ വരാന്തയിൽ കാത്തു നിൽക്കുന്നു.

“എന്താ സാറെ?”

‘‘ഒന്നൂല്ല!’’ സായിനാഥ് ചിരിക്കാൻ ശ്രമിച്ചു.‘‘ഗോവിന്ദേട്ടൻ പോയ്ക്കോളൂ. ഓർഡർ തിയ്യതി ഞാൻ അറിയിക്കാം. അന്ന് വരുമ്പൊ ഗോവിന്ദേട്ടൻ തനിച്ച് വന്നാമതി.”

സായിനാഥ് പോക്കറ്റിൽ വർഷങ്ങളായി സൂക്ഷിച്ചിരുന്ന ആ കറുത്ത പാർക്കർ പേനയെടുത്ത് അമ്മുക്കുട്ടിയുടെ കയ്യിൽ കൊടുത്തു.

“മിടുക്കത്ത്യായി പഠിക്കണം....”

ഗോവണിയിറങ്ങി താഴെയെത്തിയപ്പോൾ കേസ്ഫയൽ സുരേഷിനെ ഏൽപ്പിച്ച് സായിനാഥ് ബൈക്കിന്റെ അടുത്തേക്ക് നടന്നു. കോടതി വളപ്പിലപ്പോൾ പൊള്ളുന്ന വെയിലാണ്. നേർത്ത കാറ്റിനു പോലും ചൂടാണനുഭവപ്പെടുന്നത്. കറുത്ത കോട്ടിനടിയിലെ വെളുത്ത ഷർട്ട് വിയർപ്പിൽ നനഞ്ഞുകുതിർന്നിരിക്കുന്നു.

പതിനാല്

അപൂർണ ഉടനെ കാണണമെന്ന് പറഞ്ഞ് വിളിച്ചപ്പോൾ സായിനാഥ് കോടതിയിലായിരുന്നു. മോഷണക്കുറ്റമാരോപിച്ച് പൊലീസ് അറസ്റ്റുചെയ്ത ഒരു കൊച്ചുപയ്യനെ ജുവനൈൽ ഹോമിൽനിന്നും ജാമ്യമെടുക്കുന്നതിനുള്ള ചില ഹർജി പകർപ്പുകൾ തയാറാക്കുന്നതിനായി ക്ലാർക്കു റൂമിൽ ഇരിക്കുന്ന നേരത്താണ് ഫോൺ വന്നത്.

കുറച്ചു കഴിഞ്ഞ് വന്നാൽ മതിയോ എന്ന മറുചോദ്യത്തിന് ഇപ്പോൾതന്നെ കാണണമെന്ന് പറഞ്ഞ് പെട്ടെന്ന് ഫോൺ വെച്ചപ്പോൾ വല്ലാത്ത അസാധാരണത്വം തോന്നി.

ചെറിയൊരവധി കഴിഞ്ഞ് കോടതി തുറന്ന ദിവസമായതിനാൽ കോടതിയിൽ നിറയെ ആളുകളായിരുന്നു. ക്രിമിനൽ കോടതിയുടെ മുമ്പിൽ ഏതോ പെൺവാണിഭകേസിലെ പ്രതിയെ അറസ്റ്റു ചെയ്തു കൊണ്ടുവന്നതുകാണാൻ തടിച്ചു കൂടിയ ജനക്കൂട്ടത്തെ ഒതുക്കി നിർത്തിയ വിടവിലൂടെ സായിനാഥ് വേഗം നടന്നു.

ഫാസ്റ്റ് ട്രാക് കോടതിയുടെ ജാലകച്ചാരെ കോടതി നടപടികളും നോക്കി നിൽക്കുന്നൊരു വൃദ്ധൻ സായിനാഥിനെ കണ്ടപ്പോൾ കൈകൾ കൂപ്പി.

കോടതി വളപ്പിൽ നിറയെ പൊലീസ് വാഹനങ്ങളാണ്. പഴയ കന്നാസുകൾ കൂട്ടിയിട്ടിരിക്കുന്ന സ്റ്റോർ റൂമിനരികെ ഒറ്റക്കാലുള്ളൊരാൾ കല്ലിൽ കുത്തിയിരുന്ന് ചില്ലറയെണ്ണുന്നു.

ബൈക്ക് ഓഫീസിലായതുകാരണം ഓട്ടോ പിടിച്ചാണ് യാത്ര തിരിച്ചത്. അപൂർണയുടെ വീട്ടിലെത്തിയപ്പോൾ വെയിൽ മങ്ങി, മാനം മഴക്കാറ് മൂടിയിരുന്നു.

മലർക്കെതുറന്ന് കിടക്കുന്ന ഗയ്റ്റ് കടന്ന് വീടിന്റെ ഉമ്മറത്തെത്തി

യപ്പോൾ യാതൊരാട്ടനക്കവുമില്ല. ഏതോ അജ്ഞാത ദ്വീപിൽ ഒറ്റപ്പെട്ടു പോയ ശവകുടീരം പോലെ ഒരു പഴയ വീട്. തൊടികളിലെ ഇടതൂർന്ന് നിൽക്കുന്ന വൃക്ഷത്തലപ്പുകളിൽ നിന്നും ഒരു കിളിയൊച്ച പോലും കേൾക്കാനില്ല. മേൽവളപ്പിലെ പ്രാവിൻകൂട് മറിഞ്ഞു വീണിട്ടുണ്ട്. മുറ്റത്തേക്കുള്ള കൽപ്പടവുകൾക്കു താഴെ നിരനിരയായി മൂർത്തിസാർ നട്ടു വളർത്തിയിരുന്ന സൂര്യകാന്തി പൂക്കൾ ഒട്ടുമുക്കാലും നനത്തെറ്റി വാടിക്കരിഞ്ഞുകിടക്കുന്നു. ഒതുക്കുകല്ലിന്മേൽ ക്രമം തെററികിടക്കുന്ന ചെരുപ്പുകൾ. ചാരുകസേരയുടെ റൈറ്റിംഗ് പേടിന്മേൽ മാഗസിനുകളും ന്യൂസ്പേപ്പറുകളും വലിച്ചുവാരിയിട്ടിരിക്കുന്നു. ടീപോയിമേലിരിക്കുന്ന ആഷ്ട്രേയിൽ നിറയെ സിഗരറ്റുകുറ്റികളും കത്തിതീർന്ന തീപ്പെട്ടി കൊള്ളികളും.

അനിലേൽപ്പിച്ച മരണത്തിന്റെ ശൂന്യത എത്ര അശാന്തമാണെന്നു സായിനാഥിനു തോന്നി.

സായിനാഥ് കോളിങ് ബെല്ലിൽ മെല്ലെ വിരലുകളമർത്തി. അകത്തെവിടേയോ ഷെഹനായ് സംഗീതത്തിന്റെ മന്ദ്രധ്വനികൾ.

സായിനാഥ് ഹാഫ്ഷൂ ഊരിവച്ച് ഇറയത്തേക്ക് കയറിയപ്പോഴേക്കും അപൂർണ വാതിലുകൾ തുറന്നു.

വയലറ്റു നിറത്തിലുള്ള ഒരു നൈററിയാണ് അപൂർണ അലസമായി ധരിച്ചിരുന്നത്. കെട്ടിവെക്കാത്ത മുടിച്ചുരുളുകൾ ചുമലിൽ പാറി പറന്നു കിടക്കുന്നു. വീടിനെ പോലെതന്നെ അശ്രദ്ധമായ വേഷവും ഭാവവും. എന്നാലും ഹൃദ്യമായ ആ പുഞ്ചിരിക്കുമാത്രം ഒരു മാറ്റമില്ല.

സായിനാഥ് അകത്തേക്കു കടന്ന് സാവധാനം സോഫയിൽ ഇരുന്നു.

“ഞാനൊരു ചായയെടുക്കാം.” അപൂർണ ടീപോയി നീക്കി സോഫയുടെ അരികിലേക്കിട്ടു.

“തണുത്തതായാലും മതി....”

“വേണ്ട! ചായമതി. ഞാനിന്ന് പപ്പയ്ക്കു വേണന്നു പറഞ്ഞ് രാവിലെയുണ്ടാക്കിയ റൊട്ടിയിരിപ്പുണ്ട്.”

“മൂർത്തിസാറെവ്ടെ?”

“സീതേംകൂട്ടി ബാങ്കിലേക്ക് പോയിരിക്ക്യാ.”

അപൂർണ കിച്ചണിലേക്ക് നടന്നു. അകത്ത് മങ്ങികത്തുന്ന നാല്പത് വോൾട്ട് ബൾബിന്റെ അരണ്ട പ്രകാശത്തിൽ മേശമേൽ ദൃശ്യമാകുന്ന അനിലിന്റെ ലാമിനേറ്റ് ചെയ്ത ഫോട്ടോഗ്രാഫ്. ചുമരിൽ തറച്ചുവെച്ചിരിക്കുന്ന യേശുവിന്റെ ക്രൂശിത രൂപം. ഏതോ വൈദേശിക ചിത്രകാരന്റെ ഓയൽപെയ്ന്റിൽ തീർത്ത ചിത്രമാണ്. ബുക്ക് ഷെൽഫിലെ അടുക്കിവെച്ചിരിക്കുന്ന മാഗസിനുകൾക്കു മുകളിൽ അർധനഗ്നമായ കളിമൺ ശിൽപ്പങ്ങൾ. ഷെൽഫിനുമുകളിൽ വറ്റൽമുളകും ചെറുനാരങ്ങയും കൂടി ചരടിൽ കോർത്ത് ആണിയിൽ തൂക്കിയിട്ടിരിക്കുന്നു.

സായിനാഥ് ഫാനിന്റെ സ്വിച്ച് ഓൺ ചെയ്തു. പഴയ ക്രോംപ്റ്റൺ അടക്കിപിടിച്ച സ്വകാര്യവുമായി തലയ്ക്കുമുകളിൽ കറങ്ങാൻ തുടങ്ങി.

അപൂർണ ഒരു ഈജിപ്ഷ്യൻ ഗ്ലാസ്സ് ട്രേയിൽ ചായയും റൊട്ടിയും ടീപോയിമേൽ കൊണ്ടുവെച്ച്, സായിനാഥിന് അഭിമുഖമായി കസേരയിലിരുന്നു.

"കഴിക്ക്." അപൂർണ ചായയെടുത്ത് സായിനാഥിന്റെ കയ്യിൽ കൊടുത്തു.

"എന്താ പെട്ടെന്ന്....."

"എനിക്കൊന്ന് കാണണംന്ന് തോന്നി. ഞാൻ പറയാറില്ലേ.........., ഒരു ദിവസം എന്നെ അന്വേഷിച്ച് അവർ........."

"നിർത്ത്! മതി!!... എനിക്കിയ്യിടെയായി ഒന്നും മനസിലാകുന്നില്ല. അതുകൊണ്ടാ ചോദിക്കുന്നത്? എന്താ ഇതിന്റ്യൊക്കെ അർഥം?"

ചുണ്ടോളമെത്തിയ ചായ സായി ടിപോയിമേൽ തന്നെ വെച്ചു.

അപൂർണ ഒന്നും പറഞ്ഞില്ല. നിസ്സംഗയായി സായിയുടെ മുഖത്തേക്ക് നോക്കി കൊണ്ടേയിരുന്നു.

ഏതോ യന്ത്രതകരാറിലകപ്പെട്ടപോലെ ഫാൻ പതുക്കെ നിശ്ശബ്ദമാവാൻ തുടങ്ങി.

അകത്തെ അപാരമായ ശൂന്യത അവരെ ചൂഴ്ന്നു.

നിരാശഭരിതമായ മൗനം വിയർപ്പിൽ വീർത്തുമുട്ടി.

"നീ എന്നിൽ നിന്നും എന്തൊക്കെയോ എപ്പോഴും മറയ്ക്കാൻ ശ്രമിക്കുന്നുണ്ട്. ഇറ്റീസ് റ്റൂ ക്രൂവൽ അപൂർണാ...റ്റൂ ക്രൂവൽ...."

"ഞാൻ..."ഇടർച്ചയോടെ അപൂർണ സായിയുടെ കൈകളിൽ പിടിച്ചു.

"വേണ്ട.!"

എവിടെനിന്നോ പറന്നുവന്ന ഒരീച്ച ഗ്ലാസിന്റെ തെറ്റിൽനിന്നും ചായയിലേക്കു വീണ് ഞൊടിയിടയിൽ ചത്തുപൊന്തി.

"ഞാൻ വേറെ ചായെടുക്കാം."

"ഒന്നും വേണ്ട!"

സായിനാഥ് സോഫയിൽനിന്നും പിടഞ്ഞെഴുന്നേറ്റു.

"ഞാനിറങ്ങ്വാ....എനിക്കിപ്പോ എന്നെ തന്നെ മനസിലാവാതായി തുടങ്ങിയിരിക്കുന്നു...."

ഒതുക്കുകല്ലിന്റെ താഴെയെത്തിയപ്പോൾ സായിനാഥ് എന്തോ മറന്നിട്ടെന്നപോലെ അപൂർണയെതന്നെ ചൂഴ്ന്നു നോക്കി. പിന്നെ ആത്മസംയമനത്തോടെ സാവധാനം പറഞ്ഞു.

"നാളെ ഗോവിന്ദേട്ടന്റെ കേസിന്റെ വിധി പറയും."

അപൂർണ വെറുതെയൊന്ന് മന്ദഹസിച്ചു. സായിനാഥ് മുറ്റത്തേക്കിറങ്ങി തിരിഞ്ഞുനോക്കാതെ വേഗം നടന്നു.

മഴക്കാറു മൂടിയ ആകാശം കറുത്തിരുണ്ടിരിക്കുന്നു. തണുത്ത കാറ്റ് കരിയിലകൾ പറത്തിക്കൊണ്ട് നിരത്തുവക്കിലെ പുരകളുടെ മേൽക്കൂരകൾക്കു മുകളിൽ ചൂളമടിക്കുകയാണ്.

റോഡിലെത്തിയപ്പോഴേക്കും മഴ കുറേശ്ശെയായി തീർഥം തളിക്കുന്നപോലെ ചാറാൻ തുടങ്ങി.

മടക്കം വരുന്നൊരു ഓട്ടോറിക്ഷ കണ്ടപ്പോൾ സായിനാഥ് കൈകൾ കാണിച്ചു. വണ്ടിയിൽ കയറിക്കൂടിയപ്പോഴേക്കും മഴ തിമർത്തു പെയ്യാൻ തുടങ്ങിയിരുന്നു.

ചെരിഞ്ഞുവീശുന്ന ശീതക്കാറ്റിലൂടെ സീറ്റിനരികിലേക്ക് വെള്ളം ഊർന്നു വീഴുന്നു. വസ്ത്രങ്ങളിലെ നനവ് ശരീരത്തിലേറ്റപ്പോൾ ഉള്ളിലൊരു തണുപ്പനുഭവപ്പെട്ടു.

ഓട്ടോറിക്ഷയിൽ ലൈറ്റിട്ടു. നേരം ഇരുട്ടികഴിഞ്ഞു. എതിർദിശയിൽ നിന്നു വരുന്ന വാഹനങ്ങളുടെ പ്രകാശധോരണികൾ ചലിച്ചുകൊണ്ടിരിക്കുന്ന വൈപ്പറിനിടയിലൂടെ കരഞ്ഞു കലങ്ങിയ മുഖങ്ങളെ പോലെയാണ്.

ചെങ്കുത്തായ ഒരു കയറ്റമിറങ്ങി, റോഡിനോട് ചേർന്ന വഴിയോര വിശ്രമകേന്ദ്രത്തിനരികെ വിനായക് ബിശ്വാസിന്റെ ചുവന്ന കാർ പാർക്കു ചെയ്തിരിക്കുന്നതു കണ്ടപ്പോൾ അപൂർണയെകുറിച്ചോർത്തു.

അപൂർണയിൽ എന്തൊക്കെയോ സംഭവിച്ചിരിക്കുന്നു! ഇത്രയും നീണ്ടകാലത്തെ പരിചയത്തിനിടയിൽ ഒരിക്കൽപോലും ഇങ്ങനെ വിപരീതമായി ആലോചിക്കേണ്ടയിടവന്നിട്ടില്ല. വക്കീലന്മാർക്കിടയിലെ അചിന്ത്യസൗഹൃദമായിരുന്നു തങ്ങളുടേത്.

കടലുപോലെ തിളച്ചുമറിഞ്ഞും, കനലുപോലെ വെന്തുനീറിയും, കവിതപോലെ കരളുരുകിയും, കൊണ്ടും കൊടുത്തും, തിന്നും തന്നും, തർക്കിച്ചും തഴുകിയും ഉള്ളു തുറന്ന ഒരാഗ്നേയ സൗഹൃദം.

ഓട്ടോറിക്ഷ നഗരത്തിലെത്തിയപ്പോഴേക്കും മഴ നന്നായി കനം കുറഞ്ഞു. അതിനാൽ സായിനാഥ് ഓട്ടോ വിട്ടശേഷം ഒരു സിഗരറ്റു വാങ്ങി തീപിടിപ്പിച്ച് നിരത്തിലൂടെ മെല്ലെ നടന്നു.

പെയ്തു തോർന്ന മഴയുടെ വരിവെള്ളം റോഡുകളിൽ നിന്നും വാർന്ന് കാനകളിലൂടെ കുത്തിയൊലിച്ച് ഒഴുകുന്നു. ചെളിതെറിപ്പിച്ച് ധൃതിയിൽ നടന്നു പോകുന്ന ആൾക്കൂട്ടങ്ങൾ. ആരും ആരേയും ശ്രദ്ധിക്കുന്നില്ല. പക്ഷേ തന്നെ പലരും ശ്രദ്ധിക്കുന്നുണ്ടാവാമെന്ന് സായിനാഥിന് തോന്നി.

താൻ പലരുടേയും ശത്രുവാണല്ലോ? താനെടുത്ത കേസുകളിലെ എതിർകക്ഷികളും അവരുടെ വക്കീലന്മാരും മുഴുവൻ വെറും ഒരു വക്കാലത്ത് ഒപ്പിട്ടുകൊടുത്തതിന്റെ പേരിൽ ഇന്ന് ശത്രുക്കളാണ്. യുദ്ധക്കളത്തിലെ മറുചേരിയിൽനിന്നും പോർവിളിനടത്തുകയാണവർ.

ഒന്നിനും ഉത്തരങ്ങളില്ല. ഉത്തരങ്ങൾ കണ്ടെത്താനാകുന്നില്ല. വെറും

ഒരധ്യാപകനായിരുന്ന താനെന്തിന് ഒരു പത്രപ്രവർത്തകനായി? പിന്നീട് പത്രപ്രവർത്തകനായിരുന്ന താൻ കറുത്ത കോട്ടിന്റയും ഗൗണിന്റേയും ഉള്ളിലേക്ക് വന്നത് എങ്ങനെയാണെന്നുപോലും ചിന്തിച്ചാൽ ഉത്തരങ്ങളില്ല. അങ്ങനെ ഉത്തരങ്ങളില്ലാത്ത ഒരു വലിയ ചോദ്യമാണ് ഈ ജീവിതം?

മൊബൈൽ ഫോൺ ശബ്ദിച്ചു. ഫോൺ എടുത്തപ്പോൾ അങ്ങേത്തലയ്ക്കൽ ഷെറഫുദ്ദീനാണ്. പതിഞ്ഞശബ്ദം.

താൻ പറഞ്ഞയച്ചിരുന്ന മൂകാംബിയമ്മ ഇന്നു രാവിലെ മരിച്ചെന്നും പഞ്ചായത്ത് പൊതു ശ്മശാനത്തിൽ അടക്കം ചെയ്തെന്നും പറഞ്ഞു.

ക്രൂരമായ തമാശകൾ.

ഒന്നു ചിരിക്കണം. ചിരിച്ചേ മതിയാവൂ.

പതിനഞ്ച്

ഗോവിന്ദേട്ടന്റെ ക്രിമിനൽ കേസിൽ പ്രോസിക്യൂഷന് കേസ് സംശയാധീതമായി തെളിയിക്കാനാവാത്തതിനാൽ രഘുനാഥനടക്കം അഞ്ച് പ്രതികളേയും വെറുതെ വിട്ടുകൊണ്ട് ഒന്നാം ക്ലാസ്സ് മജിസ്ട്രേറ്റ് കോടതി ഉത്തരവായി. പിള്ളച്ചേട്ടൻ കൊണ്ടുവന്ന ഓർഡറിന്റെ കാർബൺ കോപ്പി വായിച്ചപ്പോൾ സായിനാഥിന് ഒന്നും തോന്നിയില്ല.

പക്ഷേ, ഗോവിന്ദേട്ടൻ വല്ലാതെ തളർന്നുപോയി. കോടതിവരാന്തയുടെ ആളൊഴിഞ്ഞൊരു ബഞ്ചിന്മേൽ തലതാഴ്ത്തിയിരുന്ന് കണ്ണുകൾ തുടച്ചു.

രഘുനാഥൻ ഈ കോടതിയിൽനിന്നും രക്ഷപ്പെട്ടിരിക്കാം. പക്ഷേ, ആത്മാവിൽ മുറിവുകളേറ്റ ഒരച്ഛന്റെ കോടതിക്കുമുമ്പിൽ തെറ്റുകളേറ്റു പറഞ്ഞ് സ്വയം ശിക്ഷയേറ്റുവാങ്ങാതിരിക്കാനാവില്ല. പ്രകൃതിനിയമമാണത്. ഗോവിന്ദേട്ടന്റേയും അമ്മുകുട്ടിയുടേയും കോടതിക്കുമുമ്പിൽ രഘുനാഥൻ ശിക്ഷിക്കപ്പെടുകതന്നെ ചെയ്യും. ഒരശരീരി പോലെ ആരോ പറയുന്നു!.

പക്ഷേ! എന്ന്? അറിയില്ല.

അതിനിനിയും ആത്മപീഢകളേറ്റു വാങ്ങി കാത്തിരിക്കേണ്ടതുണ്ട്. എത്രനാൾ? ആർക്കുമറിയില്ല. ഒരു അപ്പീൽ കൊടുക്കണമെങ്കിൽ പോലും പബ്ലിക് പ്രോസിക്യൂട്ടർ കനിയണം. പിന്നെയല്ലേ മറ്റു കാര്യങ്ങൾ! പോലീസിന്റെ ഭാഗത്തു നിന്നു പോലും ഗോവിന്ദേട്ടന് യാതൊരു ഗുണവും കിട്ടിയിട്ടില്ല. മൊഴി കൊടുക്കുമ്പോൾ പോലും സർക്കിൾ ഇൻസ്പെക്ടർ പറഞ്ഞത് രുഗ്മിണി മരിച്ചത് സ്ത്രീ പീഡനം കാരണമാണെന്നതിന് പ്രത്യക്ഷമായ യാതോരു തെളിവുകളും അന്വേഷണത്തിൽ കണ്ടെത്താനായില്ലെന്നാണ്. കഷ്ടം! പണമില്ലാത്തവന്റെ നീതിസാക്ഷ്യങ്ങൾ.

ഗോവിന്ദേട്ടനോട് വീട്ടിൽ പോയ്ക്കോളാൻ പറഞ്ഞ് സായിനാഥ് കോടതിയുടെ പടിയിറങ്ങി പുറത്തേക്കു നടന്നു.

ഇന്നത്തെ ദുഷിച്ച ക്രിമിനൽ നീതിന്യായ സമ്പ്രദായം ഇതേ വിധത്തിൽ നിലനിർത്തണമെന്ന് ഗവൺമെന്റിന്റേയും കോടതികളുടേയും നിക്ഷിപ്ത താൽപ്പര്യം മാത്രമാണ്. ഒരു ജനകീയ പ്രസ്ഥാനത്തിനു മാത്രമെ ഇതിലെന്തെങ്കിലും മാറ്റം വരുത്താൻ സാധിക്കുകയുള്ളൂ. അതിനിനിയും എത്രനാൾ കൂടി കാത്തിരിക്കേണ്ടി വരും?

ഗോവിന്ദേട്ടൻ അവിടെ ഇരുന്ന പടി എത്ര നേരം കൂടി ഇരിക്കാവോ? പിള്ളച്ചേട്ടനോട് ഒന്ന് പറയാമായിരുന്നു. ഒരു പക്ഷേ, പറഞ്ഞില്ലെങ്കിലും പിള്ളച്ചേട്ടൻ ശ്രദ്ധിക്കുമായിരിക്കണം. അത്തരം കാര്യങ്ങളിൽ പിള്ളച്ചേട്ടന് ഒരു പ്രത്യേക ശ്രദ്ധയാണ്.

ഗോവിന്ദേട്ടന്റെ മനസിലു മുഴുവൻ രഘുനാഥൻ ശിക്ഷിക്കപ്പെടുമെന്ന ചിന്തയായിരുന്നു. അങ്ങനെയെങ്കിലും അവൻ അനുഭവിക്കുന്നത് തനിക്കൊന്നു കാണണമെന്ന് ഗോവിന്ദേട്ടൻ പലപ്പോഴും പറഞ്ഞിട്ടുണ്ട്. പക്ഷേ, എല്ലാം വൃഥാവിലായിപോയി.

ഓഫീസിലെത്തിയപ്പോൾ മൂർത്തിസാർ വരാന്തയിൽ കാത്തു നിൽക്കുന്നു.

"നമുക്കൊന്നു സ്റ്റേഷൻ വരെ പോണം സായി. സി ഐ രാവിലെ തന്നെ വിളിച്ചിരിക്കുന്നു."

എന്തിനാണെന്ന് ചോദിച്ചില്ല.

ഒട്ടുമുക്കാലും അനിലിന്റെ മരണവുമായി ബന്ധപ്പെട്ട അന്വേഷണത്തെക്കുറിച്ച് സംസാരിക്കാനായിരിക്കും.

ഓട്ടോറിക്ഷയിലാണ് യാത്ര തിരിച്ചത്. വണ്ടി സ്റ്റേഷനിൽ എത്തുന്നതു വരെ മൂർത്തി സാർ ഒന്നും മിണ്ടിയില്ല. ഓട്ടോ നിറുത്തി, വാടക കൊടുത്ത്, സി ഐയുടെ ഓഫീസിലെത്തിയപ്പോൾ ഉള്ളിലാരോ ഉണ്ടായിരുന്നു. അതിനാൽ കാവൽ നിൽക്കുന്ന പൊലീസുകാരൻ അൽപ്പനേരം പുറത്തിരിക്കാൻ പറഞ്ഞു.

പുറത്തിരിക്കുമ്പോഴും മൂർത്തിസാർ തീർത്തും നിശബ്ദനായിരുന്നു. സായിനാഥിനെ സംബന്ധിച്ചിടത്തോളം ഇങ്ങനൊരവസ്ഥ മൂർത്തി സാറിൽനിന്നും ആദ്യമായിട്ടാണ് അനുഭവപ്പെടുന്നത്.

തെല്ല് കഴിഞ്ഞപ്പോൾ സി ഐ യുടെ റൂമിലുണ്ടായിരുന്നവർ പുറത്തേക്കു പോയി. അവരേതോ രാഷ്ട്രീയപാർട്ടികളുടെ ആളുകളായതിലാവണം അവരെ പിൻതുടർന്ന് ഒന്ന് രണ്ട് പൊലീസുകാർ പോകുന്നത് കണ്ടു.

കാവൽ നിൽക്കുന്ന പൊലീസുകാരൻ ഹാഫ് ഡോർ തുറന്ന് അകത്തേക്കു ചെല്ലാൻ പറഞ്ഞപ്പോൾ മൂർത്തി സാർ സായിനാഥിന്റെ മുഖത്തേക്കു നോക്കി. എന്തുപറയണമെന്നറിയാതെ സായിനാഥ് സി ഐ യുടെ റൂമിലേക്കുകടന്ന്, അദ്ദേഹത്തിനഭിമുഖമായുള്ള കസേരയിലിരുന്നു.

"ഞാൻ വിളിപ്പിച്ചത് അനിൽ മൂർത്തിയുടെ കേസിനെകുറിച്ച് സംസാരിക്കാനാണ്."

“ഹാവ് എനി ഡെവലപ്പ്മെന്റ് സാർ?”

മൂർത്തിസാർ പൊടുന്നനെ വല്ലാതായി. ഷേവു ചെയ്യാത്ത വെളുത്ത മുഖത്ത് രക്തം തുടിച്ചു.

“ഞങ്ങളിവിടുന്ന് വിദഗ്ധ പരിശോധനയ്ക്കായി ലാബിലേക്കയച്ചിരുന്ന രക്തത്തിൽ സൈനൈഡ് മാത്രം ഉള്ളിൽ ചെന്നിട്ടാണ് അനിൽ മൂർത്തി മരിച്ചിരിക്കുന്നത്. ഒരു പക്ഷേ, പാലിലോ, സോഫ്റ്റ് ഡ്രിങ്കുകളിലോ അനിൽ മൂർത്തി തന്നെ സ്വയം ചേർത്തു കഴിച്ചതായിരിക്കാം....”

“നോ!! .....അവനത് ചെയ്യില്ല. ഐ ഡോണ്ട് ബിലിവ്, ഐ കാൺണ്ട്..... ”

“യെസ് മിസ്റ്റർ മൂർത്തി. ഐ എഗ്രീഡ്. ഞങ്ങള് നിങ്ങളുതന്ന വിവരമനുസരിച്ചുള്ളവരെ മുഴുവൻ ചോദ്യം ചെയ്തു. പക്ഷേ, ഒരു കൊലപാതകത്തിൽ ചെന്ന് അവസാനിക്കുവാനുള്ള യാതോരു പോസിബിലിറ്റിയും കണ്ടെത്താനായില്ല. മാത്രമല്ല, ആത്മഹത്യക്കുള്ള സാധ്യതകൾ വളരെ കൂടുതലുമാണ്. സാമ്പത്തിക പരാജയങ്ങൾ, ജോലിയിലുള്ള അലസത, മദ്യപാനം, ലഹരിമരുന്നുകളുടെ ഉപയോഗം, ദുഷിച്ച കൂട്ടുകെട്ടുകൾ, നിഷേധാത്മകമായ ജീവിതസമീപനം എന്നിങ്ങനെ നിരവധി കാരണങ്ങൾ നിരത്താൻ കഴിയും.”

“ബട്ട് നെവർ ഐ കാൻണ്ട് ബിലീവ് സർ.....”

മൂർത്തിസാർ കൈത്തണ്ടകൊണ്ട് കണ്ണുകൾ തുടച്ചു.

“ഐ നോ യുവർ ഫീലിംഗ്. ബട്ട് വി ബിക്കം ഹെൽപ്പലസ്.....അതുകൊണ്ടാണ് ഇത്രയും ഫ്രാങ്കായി നിങ്ങളോട് ഞാൻ തുറന്നുപറഞ്ഞത്. അല്ലെങ്കിൽ എനിക്കീ ഫയൽ എന്നേ ക്ലോസ് ചെയ്യാമായിരുന്നു.”

“സൈനയിഡ് കിട്ടാനുള്ള സാധ്യതയെചുറ്റിപറ്റികൂടി നമുക്കൊന്ന് അന്വേഷിച്ചാലോ സാർ......”

സായിനാഥ് സംശയം കൂറി.

“യെസ്! ആ വഴിക്കുകൂടി നമുക്കൊന്ന് തെരഞ്ഞുനോക്കാം. പിന്നെ, ഡെഡ്ബോഡി കിടന്നിരുന്നത് വീട്ടിലായസ്ഥിതിക്കും, കഴിച്ചത് സൈനേഡായസ്ഥിതിക്കും ഇൻവെസ്റ്റിഗേഷന്റെ മറ്റു പല സാധ്യതകളും നമുക്കു മുമ്പിൽ ഇല്ലാതാവുകയാണ് വക്കീലേ. ബൈ ദ ബൈ, മിസ്റ്റർ മൂർത്തിക്ക് ഇനിയാരെയെങ്കിലും സംശയമുണ്ടോ?”

“ആരെ സംശയിക്കാൻ സാർ?”

“അനിലിനേതെങ്കിലും ഗേൾഫ്രണ്ടുകളുള്ളതായിട്ട് അറിവുണ്ടോ? ഐ മീൻ..... ഇനിവല്ല ലൗ? അങ്ങനെയുള്ള പോസിബിലിറ്റികൾ തള്ളിക്കളയാനാവില്ല. പ്രത്യേകിച്ചും ഇത്തരം കേസുകളിൽ ലൗവിന് വളരെ പ്രാധാന്യമുണ്ട്.”

“എന്റെ അറിവിൽപ്പെട്ടിടത്തോളം അവൻ എല്ലാവരോടും ഒരുപോലെ ഇടപഴകുന്ന ഒരു നാചറായിരുന്നു. അവനെ തിരഞ്ഞ് കുറെ പേർ വിളിക്കാറുണ്ട്. പ്രത്യേകിച്ചും മീഡിയായിൽ ഫോട്ടോ എഡിറ്ററായ

ശ്രീലങ്കക്കാരി ജയസിംഗാ റാണെ കുറെ കാലം നിരന്തരമായി അവനെ വിളിച്ചിരുന്നു. ഒന്ന് രണ്ട് പ്രാവശ്യം വീട്ടിലേക്കും വന്നിട്ടുണ്ട്."

"അവസാനം വിളിച്ചത് എന്നാണെന്ന് ഓർമയുണ്ടോ?"

"ഓൾമോസ്റ്റ് ഒരു വർഷം മുമ്പാണ്. അന്ന് ഒരു മൺസൂൺ സീസണായിരുന്നു. അന്നവർ അപ്രതീക്ഷിതമായി അനിലിനെ അന്വേഷിച്ച് വീട്ടിൽ വന്നിരുന്നു. അന്നാണെങ്കിൽ അവനവിടെ ഉണ്ടായിരുന്നുമില്ല. അനിൽ കുറെ ഫോട്ടോ ഗ്രാഫുകൾ തരാമെന്ന് പറഞ്ഞ് പണം വാങ്ങിയിട്ടുണ്ടെന്നും, ഉടനെ തനിക്കതു കിട്ടിയില്ലെങ്കിൽ ജോലിയെ ബാധിക്കുമെന്നെല്ലാം അന്ന് അവൾ വളരെ നെർവസായി സംസാരിച്ചിരുന്നു. അവസാനം ഒരു ഗ്ലാസ്സ് വെള്ളം പോലും കുടിക്കാതെ അവനെ കാത്തിരുന്ന് മുഷിഞ്ഞിട്ടാണ് ഇറങ്ങിപോയത്. പിന്നീട് ഇതെക്കുറിച്ച് അവനോട് ഞാൻ ചോദിച്ചപ്പോൾ അത് കോമ്പ്രമൈസായെന്നും, തങ്ങളിപ്പോഴും നല്ല ഫ്രൻസാണെന്നും അവൻ പറഞ്ഞത് ഇപ്പോഴും ഞാൻ ഓർക്കുന്നു. പിന്നീട് അവൻ അവരെ കുറിച്ച് യാതോരുവിവരവും സംസാരിക്കുന്നത് കേട്ടിട്ടില്ല"

"ഇപ്പോ ഇവർ എവിടെയാണെന്നറിയാമോ?"

"അവനൊരിക്കെ അവർ സ്വന്തം നാട്ടിലേക്ക് തിരിച്ചു പോയെന്ന് പറഞ്ഞത് ഓർമയുണ്ട്. അതിൽ കൂടുതലൊന്നും എനിക്കറിയില്ല. "

"എന്തായാലും അവരുടെ അഡ്രസ്സ് എന്തെങ്കിലും കിട്ടുമോ എന്ന് നോക്കിക്കോളൂ. ഞാനൊന്ന് അന്വേഷിക്കാം."

കേൾവിക്കിടയ്ക്ക് സായിനാഥിന് ഒരു സംശയം തോന്നി.

"ഇനി അനിലിന്റെ ഏതെങ്കിലും ശത്രുക്കൾ ലഹരിമരുന്നുകളെന്ന വ്യാജേന സൈനേഡ് അവന് വീട്ടിൽ പോയി കഴിക്കാൻ നൽകിയതാവാനും വഴിയില്ലേ?"

"മെ ബി...... എന്തുതന്നെയായാലും ഞങ്ങൾ ഒന്നുകൂടി ശ്രമിച്ചു നോക്കട്ടെ. മിസ്റ്റർ മൂർത്തിയുടെ മകളില്ലേ, അഡ്വക്കേറ്റ് അപൂർണ, അവരോടും, പിന്നെ ഒര് കുട്ടിയില്ലെ സീത അവരോടും ഒന്നിങ്ങട്ട് വരാൻ പറയൂ."

"മൈ ഡോട്ടർ ഈസ് ടോട്ടലി അപ്സറ്റ്. ഷി വോൺഡ് കം. താങ്കൾക്ക് കഴിയാണെങ്കിൽ....."

"ഓക്കെ..........ദെൻ, സീയു."

ഓഫീസിൽ നിന്നും പുറത്തു കടന്നപ്പോൾ സായിനാഥിന് എന്തോ ഒരാശ്വാസം തോന്നി.

സ്റ്റേഷന് മുമ്പിൽ നിറയെ ആളുകളാണ്. ഏതോ പ്രകടനക്കാരെ അറസ്റ്റ് ചെയ്തു കൊണ്ടു വന്നിട്ടുള്ളതാണെന്ന് തോന്നുന്നു. സായിനാഥിനെ കണ്ടപ്പോൾ പലരും പരിചയം ഭാവിച്ചു.

മെയിൻ റോഡ് തിരിഞ്ഞ്, ഓട്ടോ സ്റ്റാന്റിലേക്കു നടക്കുമ്പോൾ മൂർത്തി സാർ മെല്ലെ പറഞ്ഞു.

“സായി, ഞാനിവിടം ഉപേക്ഷിക്കാണെടോ. എനിക്കിവിടെ മടുത്തു. ഒന്നുകിൽ ഡൽഹി. അല്ലെങ്കിൽ എന്റെ ജനിച്ച നാട്......വാട്ടുയു സേ?”

“ഞാനെന്തു പറയാൻ സാർ?”

“ഇനിപ്പൊ പോലീസും എന്റെ മകന്റെ ഫയൽ ക്ലോസ്സ് ചെയ്യും. അതോടെ........”

“എന്ന് പൂർണമായിട്ട് പറയാറായിട്ടില്ലല്ലോ”

“അങ്ങനെയെ സംഭവിക്കു സായി. അന്വേഷിച്ചാൽ ഉത്തരം കണ്ടെത്താനാകാത്ത ഒരു വലിയ ചോദ്യം പോലെ....”

“മരണം അങ്ങനെത്തന്നെയല്ലെ സാറെ?”

“യെസ് സായി. മരണം മാത്രമാണ് യഥാർഥ സത്യം. ആദ്യം എന്റെ മീനാക്ഷി, പിന്നെ എന്റെ മകൻ, ഇനി....? വയ്യ സായി!”

ഓട്ടോയിൽ കയറിയപ്പോൾ മൂർത്തിസാർ ഏതോ ബാറിന്റെ പേരു പറഞ്ഞു.

നഗരത്തിന്റെ തിരക്കിലൂടെ, വെയിലിനെകീറിമുറിച്ചുകൊണ്ട് ഓട്ടോ ബാറിനുമുമ്പിലെത്തി. മൂർത്തിസാർ പോക്കറ്റിൽനിന്നും കാശെടുത്തപ്പോൾ വേണ്ടെന്നു പറഞ്ഞു. ഓട്ടോ വീണ്ടും കോടതി ലക്ഷ്യമാക്കി നീങ്ങാൻ തുടങ്ങിയപ്പോൾ സായിനാഥ് പതിയെ കണ്ണുകൾ പൂട്ടി സീറ്റിൽ ചാരികിടന്നു.

പതിനാറ്

രാവിലെ പലപ്രാവശ്യം ഓഫീസിൽനിന്നും അപൂർണയെ ഫോണിൽ വിളിച്ചെങ്കിലും കിട്ടിയില്ല. അന്ന് വീട്ടിൽ വെച്ച് ആകസ്മികമായി പിരിഞ്ഞതിനുശേഷം, പലപ്പോഴും അപൂർണ തന്നെ വിളിക്കുമെന്ന് കരുതി. പക്ഷേ, എന്തോ അവൾ മാത്രം വിളിച്ചില്ല.

തനിക്കാണെങ്കിൽ ഓരോതിരക്കുകൾക്കിടയിൽപ്പെട്ട് അവിടം വരെ ഒന്നു പോകാനും കഴിഞ്ഞില്ല. സി ഐ ഓഫീസിൽ നിന്നും പോന്നതിനുശേഷം കഴിഞ്ഞദിവസം പ്രസ്സ് ക്ലബ്ബിൽ വെച്ച് മൂർത്തിസാറിനെ കണ്ടപ്പോഴും അപൂർണയെകുറിച്ച് ചോദിക്കാനും വിട്ടുപോയി. അന്നും മൂർത്തിസാർ ഒരു പാട് മദ്യപിച്ചിരുന്നതിനാൽ കൂടുതലും സംസാരിച്ചിരുന്നത് കേരളം ഉപേക്ഷിക്കുന്നതിനെകുറിച്ചും അനിലിന്റെ മരണത്തെ പറ്റിയും തന്നെയായിരുന്നു.

കുടുംബകോടതികളിലെ രണ്ടു കേസുകളും ഇന്ന് വിധി പറയുമെന്നതിനാൽ പിള്ളച്ചേട്ടൻ മറ്റു കോടതികളിലെ ഫയലുകളെല്ലാം റെപ്രസന്റ് ചെയ്യാനായി പരിചയമുള്ള വേറെ ചില വക്കീലന്മാരെ നേരത്തെ തന്നെ ഏൽപ്പിച്ചുപോന്നു.

ഗോവിന്ദേട്ടൻ വരാൻ വൈകുമെന്ന് അറിയിച്ചിരുന്നു. അതുകൊണ്ട് സുരേഷിനെ നേരത്തെതന്നെ ഫയലുമായി ഫാമിലികോടതിയിലേക്കയച്ചു.

സുരേഷ് പോയി അൽപ്പം കഴിഞ്ഞപ്പോഴേക്കും ഗോവിന്ദേട്ടനും കുടുംബവും ഓട്ടോയിലെത്തി.

ഗോവിന്ദേട്ടനെ കണ്ടപ്പോൾ സായിനാഥ് അരികിലേക്ക് വിളിച്ചു.

"എന്തിനാ വെറുതെ ദേവകിമ്മേനേം അമ്മുകുട്ടീനേം കൂടി കൊണ്ടു വന്നിരിക്കണെ?"

“വരണ്ടാന്ന് നൂറുവട്ടം പറഞ്ഞതാ സാറെ. പക്ഷേ ദേവകിക്കെന്തോ ഇന്നെന്നെ തനിയെ പറഞ്ഞേക്കാൻ പേട്യാവൂണൂത്രെ”

“എന്താ ഇത്? അവരെ പറഞ്ഞേച്ചോളൂ. നമുക്കിപ്പോ പോയിട്ടിങ്ങട്ട് വരാം.”

“അവര് പൂവില്ലാ സാറെ”

“എന്നാ ഇവിടിരുന്നോട്ടെ. മരിയ വക്കീലിടെ ഓഫീസിലുണ്ടാവും.”

“അതായോട്ടെ.”

ഗോവിന്ദേട്ടൻ പതിയെ ദേവകിയമ്മയെ വിളിച്ച് എന്തോ പറഞ്ഞ് പുറത്തേക്കിറങ്ങി.

സായിനാഥ് അമ്മുക്കുട്ടിയുടെ പുറത്തു തട്ടി, “ഇന്ന് സ്കൂളിൽ പോയില്ല അല്ലേ?”

അവൾ വേദനയോടെ പോയില്ലെന്ന് തലയാട്ടി.

“നാളെതൊട്ട് എല്ലാ ദിവസോം മുടങ്ങാതെ സ്കൂളിൽ പോകണം. കേസും കൂട്ടൊക്കെ ഈ മുത്തശ്ശനും അമ്മൂമ്മേം അങ്കിളും നോക്കി ക്കോളും.”

“ങ്ഹാ.”

“ആന്നു പറഞ്ഞാ പോരാ. അസ്സലായിട്ട് പഠിക്കേം വേണം. അതു പോലെ പാട്ടും പഠിക്കണം. അമ്മുക്കുട്ടിയുടെ അമ്മ അസ്സലായിട്ട് പാടണായ്‌രുന്നില്ലേ?”

“പാടാനെനിക്കും അറിയാം...... പക്ഷേ...”

“എന്താ?”

“അച്ഛനെന്നെ കൊണ്ടുപോവ്വോ അങ്കിൾ?”

“ഏയ്യ്. ഒരാൾക്കും ഈ അങ്കിൾ മോളെ വിട്ടുകൊടുക്കില്ല. പോരെ?”

“എന്നാലും...എനിക്ക്......”

“ഇല്ല മോളെ. മോൾക്ക് ഇഷ്ടമുള്ളവരുടെ കൂടെ നിന്നോളാനെ കോട ത്യൊക്കെ പറയൂട്ടോ.”

“ങ്ഉം!”

അമ്മുക്കുട്ടിയുടെ ആശങ്കകൾക്കു മുമ്പിൽ ഗോവിന്ദേട്ടനും ദേവകി യമ്മയും ആകുലതകളോടെ മുഖം തിരിച്ചു.

അപ്പോഴേക്കും പിള്ളച്ചേട്ടൻ ഒരോട്ടോറിക്ഷയുമായി വന്നു.

ഓട്ടോയിലിരിക്കുമ്പോൾ ആരുമൊന്നും മിണ്ടിയില്ല.

സമയം പന്ത്രണ്ടു മണിയായി.

കോടതിയുടെ മുമ്പിൽ ഓട്ടോ നിറുത്തിയപ്പോൾ സുരേഷ് ഫയലു മായി വേഗം അരികിലേക്കുവന്നു.

“ഒ പി വിളിച്ചുതൊടങ്ങീട്ടില്ല സാർ.”

“അവര് വന്നട്ട്ണ്ടോ?”

“നേരത്തെ എത്തീണ്ട്. ശ്രേയസ്സ് വക്കീല് ക്രിമിനൽ കോടതിയിലെ ഓർഡറ് പ്രൊഡ്യൂസ് ചെയ്തേണ്ട്ന്നു പറഞ്ഞു.”

"ആരാ പറഞ്ഞേ?"

"ക്ലാർക്ക് പറഞ്ഞതാ."

"അത് കാര്യാക്കണ്ട."

സുരേഷ് വീണ്ടും കോടതിയുടെ അകത്തേക്കു തന്നെ പോയി.

ഗോവണികയറി മുകളിലെത്തിയപ്പോൾ ഗോവിന്ദേട്ടൻ സായിയുടെ കയ്യിൽ പിടിച്ചു. തണുത്ത വിരലുകളുടെ നേർത്ത സ്പർശം. സായിനാഥ് ഗോവിന്ദേട്ടന്റെ ചുമലിൽ തട്ടി.

വാക്കുകൾ അപ്രസക്തമാവുന്നിടത്ത് മൗനം സംവദിക്കുകയാണ്.

കേസുകൾ വിളിക്കുന്നതും കാത്ത് നിൽക്കുന്ന ആൾക്കൂട്ടത്തിനിടയിലേക്ക് ഗോവിന്ദേട്ടനും ഒതുങ്ങിനിന്നു.

കോർട്ട് ഡ്യൂട്ടിയിലുള്ള പൊലീസുകാരൻ സായിനാഥിനെ കണ്ടപ്പോൾ അരികിലേക്കു വന്നു.

"ഇന്ന് ആ കേസുണ്ടോ സാർ?"

"ഓർഡർ പറയാൻ വെച്ചിട്ടുണ്ട്."

"ഇന്ന് നല്ല തെരക്കാ. ഒന്ന് രണ്ടാളെ മെയിന്റനൻസ് കേസില് അറസ്റ്റ് ഏന്റ് പ്രൊഡ്യൂസുണ്ട്." അതും പറഞ്ഞ് അയാൾ ആളുകളെ ഒതുക്കി നിറുത്താൻ തുടങ്ങി.

സ്ത്രീകളുടെ ഇടയിൽ നിന്നും ഒരു കുഞ്ഞ് തേങ്ങി കരയുന്നത് കേൾക്കാം.

കൈവരി തിരിഞ്ഞ് സായിനാഥ് കോടതിയിലേക്ക് കടക്കാൻ നോക്കുമ്പോൾ ആൻമരിയ വരാന്തയിലൂടെ പിടഞ്ഞ് വരുന്നത് കണ്ടു.

"എന്താ?"

"അപൂർണ വക്കീലിന്റെ പപ്പാ വന്നിരുന്നു. ഈ കവറ് സാറിനെ അർജന്റായി ഏൽപ്പിക്കാൻ പറഞ്ഞു."

"ന്ന്ട്ട് മൂർത്തിസാറെവിടെ?"

"സാറിവ്ട്യാന്ന് പറഞ്ഞപ്പോ, തെരക്ക്ണ്ട്, ബാങ്ക്യെ ഒന്ന് പോണംന്നു പറഞ്ഞ് കവറെന്നെ ഏൽപ്പിച്ച് സാറിന് കൊടുക്കാൻ പറഞ്ഞു."

സായിനാഥ് ഒരു സന്ദേഹത്തോടുകൂടി കവർ വാങ്ങി തിരിച്ചും മറിച്ചും നോക്കി. വരാതിരിക്കാനുള്ള അവളുടെ എന്തെങ്കിലും ഭ്രാന്തുകളായിരിക്കും.

ഇന്നലെ മുഴുവൻ വായിച്ചു തീർന്ന ഴാക്ഷെനെയുടെ ഭ്രാന്തിന്റെ സൗന്ദര്യം ഭൂതകാലത്തിന്റെ അപര്യാപ്തതയിലേക്കും ഭാവിയുടെ അനിശ്ചിതത്വത്തിലേക്കും അപൂർണയുടെ വർത്തമാനങ്ങളായി പരന്നുകിടക്കുകയാണ്.

"ഞാൻ ....." ആൻ മരിയ കൈവരിയിൽ നിന്നും താഴെയിറങ്ങി.

"ശരി."

ആൻമരിയ പോയി കഴിഞ്ഞപ്പോൾ സായിനാഥ് കോടതിയുടെ ഉള്ളിലേക്ക് കടന്നു. നല്ല തിരക്കാണ്. പരിമിതമായ ഒരു സൗകര്യത്തിനു

ള്ളിൽ ഒരു ഗ്യാസ് ചേമ്പറിലെന്നവണ്ണം ആളുകളെ കുത്തി നിറച്ചിരിക്കുന്നു. കൂടുതലും ജീവനാംശം തേടിയുള്ള സ്ത്രീകളും കുട്ടികളുമാണ്. തിരിയാത്ത ഫാനുകളുടെ താഴെ വിയർത്തൊലിച്ചുള്ള കാത്തിരിപ്പിന് കോടതികളിൽ പലപ്പോഴും പരിസമാപ്തികൾ ഉണ്ടാവാറില്ല. നിരാശ്രയമായ പ്രതീക്ഷകളും പേറി വീണ്ടും കോടതിപ്പടികൾ കയറിയിറങ്ങിക്കൊണ്ടേയിരിക്കും.

മുൻനിരയിൽ സീറ്റൊഴിവില്ലാത്തതിനാൽ പിൻവശത്തെ ഒരു ചാരുബഞ്ചിന്റെ തലയ്ക്കലാണ് ഇരിക്കാനിടം കിട്ടിയത്. ഇരുന്നപ്പോൾ സായിനാഥിന് വല്ലാത്തൊരു അസൗകര്യം തോന്നി. ഒരുപക്ഷേ, എപ്പോഴും കോടതികളുടെ മുൻവശത്തിരുന്നു ശീലിച്ചിട്ടാവണം. കോടതിയുടെ മുമ്പിലെ ഇരിക്കാവൂ എന്നത് പ്രാക്ടീസ് തുടങ്ങുമ്പോഴെയുള്ള നമ്പൂതിരിപ്പാട് സാറിന്റെ നിഷ്കർഷയായിരുന്നു. ഇന്നതൊക്കെ ആരോർക്കാൻ?

വിളിച്ചുകൊണ്ടിരിക്കുന്ന ജീവനാംശകേസുകളുടെ കൊല്ലവസാനത്തിൽ എത്തിയിട്ടെ ഉള്ളൂ.

സായിനാഥ് കവറ് പൊളിച്ച് നീണ്ട ഒരു കടലാസ് പുറത്തെടുത്തു.

പ്രിയപ്പെട്ട സായി,

നിന്നെ ഞാൻ പലപ്പോഴും വിഡ്ഢിയാക്കി. എന്റെ ജൽപ്പനങ്ങളുടേയും നിശബ്ദതകളുടേയും മുമ്പിൽ നിനക്ക് പലപ്പോഴും നിയന്ത്രണം വിട്ടു. ഇനി ഞാൻ ദീർഘിപ്പിക്കുന്നില്ല. ഞാൻ വരുമെന്ന് പ്രതീക്ഷിച്ചവർ ഇന്നെന്റെ വീട്ടിലെത്തും. അവരുടെ മുമ്പിൽ കൈകൾ നീട്ടി കൊടുത്ത്, കോടതിവരാന്തയിലൂടെ..... വയസായി. എനിക്കതിന് കഴിയില്ല. എന്നാ അച്ഛനോടൊരിക്കലും കേസ് കൊടുക്കരുതെന്ന് പറയാനും എന്റെ ധാർമികതയ്ക്ക് കഴിയുമായിരുന്നില്ല. അനിലിനെ വിഷം കൊടുത്ത് കൊന്നത് ഞാനാണ്. എന്തിനാണെന്നല്ലേ? അതെ, ഒരുപാട് ഒരുപാട് പ്രാവശ്യം നിന്നോടുമാത്രം അതെല്ലാം പറയണമെന്ന് വിചാരിച്ചു. പക്ഷേ, പിന്നെ എന്തോ? എനിക്കറിയില്ല. അങ്ങനെയായാൽ നിന്നിലെ വക്കീൽ എന്നെ രക്ഷപ്പെടുത്തുമെന്ന് കരുതി. വേണ്ട. കേവലം ഒരിനിക്കുവേണ്ടി നിന്നിലെ വക്കീൽ? എനിക്കങ്ങനെ ചിന്തിക്കാനെ ആവുന്നില്ല. അങ്ങനെയല്ലല്ലോ നമ്മൾ?.... വെറുക്കരുത്. എന്റെ അനുജന്റെ കാര്യത്തിൽ എനിക്കൊരു കുറ്റബോധവുമില്ല സായി. നമ്മളൊരിക്കൽ ചേലംകുളത്തുനിന്നും വക്കാലത്തു കൊടുത്ത കേസിൽ കോടതി പ്രതിക്ക് തിരിച്ചേൽപ്പിച്ച ഒരു രാസപദാർഥം നീ ഓർക്കുന്നുണ്ടോ? നമ്മുടെ കക്ഷി സ്വർണപണിക്കുവേണ്ടി ഉപയോഗിച്ചിരുന്ന ആ ഉഗ്രവിഷം! രുചിപോലും പറയാൻ കഴിയാത്ത അതിന്റെ ബാക്കി ഇനിയും ഞാൻ ഭദ്രമായി സൂക്ഷിച്ചുവെച്ചിട്ടുണ്ട്. അന്നത് അയാളുടെ കയ്യിൽനിന്നും വാങ്ങുമ്പോൾ പോലും നീ പറഞ്ഞില്ലേ? മരണത്തെ സ്നേഹിക്കുന്ന ഒരു പെൺക്കുട്ടിയാണ് ഞാനെന്ന്. അതാണ് ഞാൻ അനിലിനു നൽകിയത് സായി. അനിലിന്റെ മരണം അനിവാര്യമായിരുന്നു. വഴിവിട്ട ബന്ധങ്ങളും സിനിമാസീരിയൽ കൂട്ടു

കെട്ടുകളും അവനെ തകർത്തപ്പോഴൊക്കെ ഞാനവനോട് കെഞ്ചി പറഞ്ഞു. നമ്മുടെ പപ്പയെ ഓർത്തെങ്കിലും ....പക്ഷേ, അവനെ സംബന്ധിച്ചിടത്തോളം അതൊന്നും അവനൊരു വിഷയമായിരുന്നില്ല. കഞ്ചാവിന്റേയും മറ്റ് ലഹരികളുടേയും വഴിവിട്ട ജീവിതം അവനെ അത്രയ്ക്കും മാറ്റി മറിച്ചിരുന്നു. അവൻ, ഇനിയൊന്നും പ്രതീക്ഷിക്കാനില്ലാത്തത്ര ഉപയോഗശൂന്യമായ ഒരു തൊണ്ടുമാത്രമായി തീർന്നിരുന്നു സായി. പലപ്പോഴും തിരിച്ചുകൊടുക്കാനാവാത്ത കടങ്ങളുടെ പേരിൽ അവനെ അന്വേഷിച്ച് പലരും വീട്ടിൽ കയറിയിറങ്ങി. കയ്യിൽ കിട്ടിയാൽ കൊന്നുകളയുമെന്ന് വരെ ഫോണിലൂടെ കേൾക്കേണ്ടി വന്നപ്പോൾ ഞാൻ തളർന്നു പോയി. അവസാനം അതിന്റെ കരിനിഴലുകൾ എന്റെ കൊച്ചനുജത്തി സീതയിലേക്കും എത്തി തുടങ്ങിയതായി ഞാൻ കണ്ടു. അവൻ രാത്രി മടങ്ങിവരാത്ത ഒരു ഞായറാഴ്ച ദിവസം അവന്റെ മേശവലിപ്പിൽ നിന്നും, സീതയറിയാതെ അവനെടുത്ത സീതയുടെ നഗ്നഫോട്ടോകൾ കണ്ട് എന്റെ തല പുകഞ്ഞു. പിന്നീട് എനിക്ക് ഒന്നും ആലോചിക്കാനുണ്ടായിരുന്നില്ല. മദ്യത്തിന്റെ ലഹരിയിൽ ഒന്നുമറിയാത്ത പപ്പാ ഇതെല്ലാം ഒരിക്കലുമറിയരുതെന്ന് എന്റെ ആഗ്രഹമാണ് സായി. ഈ എഴുത്ത് എഴുതികഴിഞ്ഞപ്പോൾ സായിയുടെ കയ്യിൽ എങ്ങനെ എത്തിക്കുമെന്ന് ചിന്തിച്ചിരിക്കുമ്പോളാണ് പപ്പയുടെ ബാങ്കിലേക്കായുള്ള യാത്ര. ഇത് വായിച്ചു കഴിഞ്ഞാൽ കീറി കളയണം. മനസിൽ നിന്നുപോലും. ചിരകാല സൗഹൃദങ്ങൾക്ക് നന്ദി. എന്ന്, ഡിസംബർ മുപ്പത്തൊന്നിന് അപൂർണാമൂർത്തി.

നന്നായിരിക്കുന്നു അപൂർണാ. നന്നായിരിക്കുന്നു. യാത്രപറയാൻ സമയമായല്ലേ? അതിന് സൗഹൃദം സൗഹൃദത്തോട് യാത്ര പറയാറുണ്ടോ അപൂർണാ? എന്തിനാണ് വെറുതെ യാത്രപറയുന്നത്? നീ തന്നെ പറയാറില്ലേ! ആരും ആരേയും വിട്ടുപോകുന്നില്ലെന്ന്! പക്ഷേ എനിക്ക് തോന്നുന്നു, ഇതൊര് ഔപചാരികത മാത്രമാണെന്ന്. ആർക്കും ആരേയും വിട്ടുപോകാനാവില്ല അപൂർണാ!

സായിനാഥ് വളരെ യാന്ത്രികമായി എഴുത്ത് തുണ്ടു തുണ്ടുകളായി കീറി ബഞ്ചിനടിയിലിട്ടു.

ഫാനിന്റെ കാറ്റിൽ അവ തറയിൽ ചിന്നിച്ചിതറി കൊച്ചുകൊച്ചു ചുഴലികളായി.

നെഞ്ചും കൈകാലുകളും വിറയ്ക്കുന്നുണ്ട്. വാതിൽ പഴുതിലൂടെ കേസ് വിളിക്കുന്നതും കാത്ത് ഏന്തി വലിഞ്ഞു നോക്കി നിൽക്കുന്ന ഗോവിന്ദേട്ടന്റെ വിളറിയ മുഖം.

നിരാശാഭരിതമായ മറ്റ് നിരവധി മുഖങ്ങൾ, കാത്തിരിക്കുന്നവർ, വിസ്മയഭരിതരായവർ, നിസ്സംഗരായവർ, പകയുടെ തിമിരം ബാധിച്ചവർ, ജീവിച്ചിരിക്കെ ആത്മഹത്യ ചെയ്തവർ....അതിനിടയിൽ ഓരോരോ വിളികളും കാതോർത്ത് വക്കീലന്മാർ, ഗുമസ്തന്മാർ, പൊലീസുകാർ, കോട

തിക്ലാർക്കുമാർ....അങ്ങനെ അവസാനം കോടതിഹാളിന്റെ ചുമരിൽ ജഡ്ജിയേയും നോക്കി പൊടിയിലും മാറാലയിലും മൂടി മോഹൻദാസ് കരംചന്ദ് ഗാന്ധിയും....

ചിന്തകൾ പുളിനീറുകളെപോലെ ശിരസിൽ കടിച്ചുതൂങ്ങുന്നു. നിസ്സഹായതയുടെ അങ്ങേ അറ്റത്തുനിന്നും പുറപ്പെട്ടു പോകുന്ന വാക്കുകൾ. അപൂർണയുടെ അവസാനത്തെ വാക്കുകൾ. തളർച്ചയുടെ ചുഴൽച്ചയേറ്റ് ഒരു പൊങ്ങുതടിപോലെ ശരീരം ഉഴലുകയാണോ? സായിനാഥ് മരബഞ്ചിന്റെ ഊന്നുപിടിമേൽ കൈകൊണ്ട് അമർത്തി പിടിച്ചു.

ഒ പി കേസുകൾ വിളിക്കാനായി ബഞ്ച് ക്ലാർക്ക് എഴുന്നേറ്റ് നിന്നു.

ഓർഡർ പറയാനുള്ള കേസുകൾ മുമ്പേ വിളിക്കും; ഇപ്പോഴത്തെ പതിവതാണ്.

ഒ പി അറന്നൂറ്റി മുപ്പത്തൊമ്പതെ ബാർ....

പരാതിക്കാർ, കൊച്ചുഗോവിന്ദൻ നായർ, ടിയ്യാന്റെ ഭാര്യ ദേവകിയമ്മ. അനഘ എന്ന അമ്മുക്കുട്ടി.

കണക്റ്റഡ് ഗാർഡിയൻ ഒ പി മുന്നൂറ്റി അറുപത്തി രണ്ടെ ബാർ.... സായിനാഥ് സുരേഷിന്റെ കയ്യിൽനിന്നും ഫയലു വാങ്ങി കോടതിയുടെ മുമ്പിലെത്തി.

“പെറ്റീഷ്ണർ പ്രസന്റ് യുവറോണർ.”

ഗോവിന്ദേട്ടനും രഘുനാഥനും ഹാജരായി.

“റസ്പോണ്ടന്റ് ആൾസോ പ്രസന്റ് യുവറോണർ. ഐ ഹാവ് പ്രൊഡ്യൂസ്ഡ് എകിറ്റൽ ഓർഡർ ഓഫ് ജുഡീഷ്യൽ ഫസ്റ്റ് ക്ലാസ് മജിസ്ട്രേറ്റ് കോർട്ട്.”

ശ്രേയസ്സ് ചാക്കോ ശബ്ദമുയർത്തി.

“ദാറ്റ് ഓർഡർ ഹാസ് നോ റെലവൻസി ഇൻ ദിസ് കേസ് യുവർ ഓണർ” സായിനാഥ് പറഞ്ഞു. “കോടതിയെ തെറ്റിദ്ധരിപ്പിക്കാൻ വേണ്ടി മാത്രമാണ് എന്റെ സുഹൃത്ത് ആ ഓർഡർ ബഹുമാനപ്പെട്ട കോടതിയിൽ ഹാജരാക്കിയിട്ടുള്ളത്. ക്രിമിനൽ കേസിൽ പ്രതിയായ ഒരാളെ താഴെ കോടതി വെറുതെ വിട്ടു എന്നതു കൊണ്ടു മാത്രം അയാൾ നിരപരാധിയാണെന്ന് യാതോരർഥവുമില്ല.”

“തീർത്തും നിരപരാധിയായ എന്റെ കക്ഷിയെ മന:പൂർവം അപമാനിക്കുന്നതിനുവേണ്ടി മാത്രമാണ് ഹരജിഭാഗം വക്കീൽ ഇത്തരം പ്രസ്താവനകൾ നടത്തുന്നത്. ഇത് നീതിന്യായവ്യവസ്ഥയോടുതന്നെയുള്ള കടുത്ത നിഷേധവും കോർട്ടലക്ഷ്യവുമായി ബഹുമാനപ്പെട്ട കോടതി പരിഗണിക്കേണ്ടതാണെന്ന് താഴ്മയായി..........”

“സ്റ്റോപ്പിറ്റ്!! യുവർ..... ” സായിനാഥിന്റെ മുഖത്ത് ഇതുവരേയും കാണാത്ത മഹാരൗദ്രമായ അസ്തമയ സൂര്യന്റെ കനൽ തിളച്ചു. “ആവശ്യത്തിന് പണവും തെളിവുണ്ടാക്കാനുള്ള കഴിവുമുണ്ടെങ്കിൽ ഏതു കൊലക്കേസിൽ നിന്നും ആർക്കും ഊരിപ്പോരാം. അതിനിവിടുത്തെ

പബ്ലിക് പ്രൊസിക്യൂട്ടർമാർക്കും ഒന്നും ചെയ്യാൻ കഴിയില്ല. അതിൽ കൂടുതലൊന്നും ഈ കേസിലെ റെസ്പോണ്ടന്റിന്റെ കാര്യത്തിലും സംഭവിച്ചിട്ടില്ല. ഇപ്പറഞ്ഞത് നീതി നിഷേധമാണെങ്കിൽ...."

"മിസ്റ്റർ സായിനാഥ്...." ജഡ്ജി കേസിന്റെ പ്രൊസീഡിംഗ്സ് പേപ്പറുകൾ കയ്യിലെടുത്തു. "നിങ്ങൾ തമ്മിൽ ഇങ്ങനെ ചെളി വാരിയെറിഞ്ഞിട്ട് ഒരു കാര്യവുമില്ല. മതിയാക്ക്! ആ ഓർഡർ ഞാനിവിടെ പരിഗണിക്കുന്നില്ല. പോരെ?"

സായിനാഥ് ജഡ്ജിയുടെ മുഖത്തേക്ക് നോക്കി.

"താങ്കൾ ഫയൽ ചെയ്ത ഒ പി ഫോർ റിട്ടേൺ ഓഫ് ഓർണമെന്റ്സ് പാർട്ടിലി എലൗഡ്. ബട്ട് ഇൻ ജി ഒ പി ദിസ് കോർട്ട് ഹാസ് ഫൗണ്ട് ദാറ്റ് കുട്ടിയെ സംരക്ഷിക്കുന്നതിനുള്ള സാമ്പത്തികമായ കഴിവും കുട്ടിയുടെ ഭാവിക്കുതകുന്ന വിധത്തിൽ നന്മയും കുട്ടി ടിയ്യാരിയുടെ അച്ഛൻ ജീവിച്ചിരിക്കെ ടിയാന്റെ ഒപ്പം നിൽക്കുന്നതാണെന്ന് ഈ കോടതി വസ്തുനിഷ്ഠമായി...."

"വൺ സബ്മിഷൻ യുവർഓണർ!"

"എന്താ?"

"യുവർ ഓണർ മെ പ്ലീസ്...."

"നോ!"

ജഡ്ജിയുടെ വാക്കുകൾ പൂർണമാകുന്നതിനു മുമ്പേ സാക്ഷിക്കൂടിനരികെ നിൽക്കുന്ന ഗോവിന്ദേട്ടന്റെ ചോര വറ്റിയ മുഖം സായിനാഥിന് അവ്യക്തമാവാൻ തുടങ്ങി.

ശരീരം പൊള്ളുകയാണ്. തിളച്ചവെള്ളത്തിലിട്ട് പുഴുങ്ങിയപോലെ.

ഇരുട്ടിന്റെ നിഴൽ വീണ കോർട്ട് ഹാളിൽ അപൂർണയുടെ യാത്ര പറച്ചിലുകൾ?

പ്രതിക്കൂടിന്റെ അരികിൽനിന്നും രഘുനാഥന്റെ അളന്നുമുറിച്ച കാലൊച്ചകൾ!

ഭയന്നു വിറച്ച അമ്മുകുട്ടിയുടെ നിസ്സഹായതയിൽ കുതിർന്ന കണ്ണുകൾ.

ജനി മൃതികൾക്കിടയിലെ ഈ ഇടത്താവളത്തിൽ വെച്ച്....വേണ്ട! തന്റെ വഴി മറ്റൊന്നാണ്. ശിരസിനുമുകളിൽ അമ്മയുടെ തിക്ത സാന്ത്വനത്തിന്റെ കൈവിരലുകൾ.

സായിനാഥ് കയ്യിലിരുന്ന കേസ് ഫയൽ ജഡ്ജിയുടെ മുമ്പിലേക്ക് വീശിയെറിഞ്ഞു.

"കോർട്ട് ഈസ് ദ ടെമ്പിൾ ഓഫ് ജസ്റ്റീസ്....പക്ഷേ, "

പച്ച പേപ്പറുകൾ ഡയസിന്റെ നാലുപാടും പറന്നു ചിതറി.

"ഐ ബെഗ്ഗ് യുവർ ഓണേഴ്സ് പാർഡൻ!!"

ആളുകൾ സ്തബ്ധരായി!

ഗോവിന്ദേട്ടന്റെ ചുണ്ടുകൾ വിറച്ചു. "ന്റെ കുഞ്ഞേ!...."

ഗൗണിന്റെയും കോട്ടിന്റെയും ബാന്റിന്റെയും ചരടുകളഴിഞ്ഞു.

ഇരുട്ടുപോലെ കറുത്ത ഗൗണും കോട്ടും!!

അതുകൂടി സായിനാഥ് വീശിയെറിഞ്ഞു. ഇപ്പോൾ തന്റെ വെളുത്ത ഷർട്ട് എല്ലാവർക്കും കാണാം.

ഇനിയെല്ലാം ബഹുമാനപ്പെട്ട കോടതിയുടെ യുക്തം പോലെ.

സായിനാഥ് സാവധാനം ആളുകൾക്കിടയിലൂടെ പുറത്തേക്കു നടന്നു.

മരഗോവണിയിറങ്ങുമ്പോൾ വൃക്ഷത്തലപ്പുകളിൽ നിന്നുള്ള തണുത്ത കാറ്റ്. കോടതി വളപ്പിൽ വെയിൽ മങ്ങിയ ആകാശം. നിഴൽ വിരിച്ച ഇടവഴികൾ.

സായിനാഥ് ഒരു സിഗററ്റിന് തീ പിടിപ്പിച്ച് തിരിഞ്ഞുനോക്കാതെ നടന്നു. ഇനി തനിക്ക് ആരേയും കാത്തു നിൽക്കേണ്ടതില്ലല്ലോ!